சொற்களால் நெய்யப்படும் உலகு

ஜமாலன்

நன்னூல்
பதிப்பகம்
மணலி-610203
திருத்துறைப்பூண்டி

சொற்களால் நெய்யப்படும் உலகு

நூலாசிரியர்: **ஜமாலன்** ©
முதல் பதிப்பு: டிசம்பர்-2021
பக்கங்கள்: 228

வெளியீடு:
நன்னூல் பதிப்பகம்
தொடர்பு எண்: 99436 24956
மணலி, திருத்துறைப்பூண்டி - 610 203
nannoolpathippagam@gmail.com

விலை ரூ.250

SORKALAAL NEYYAPPADUM ULAGU
Author: **Jamalan** ©
First Edition: December-2021
Pages: 228
ISBN 978-81-955286-8-4
Published by:
Nannool Pathippagam
Contact No. 99436 24956
Manali, Thiruthuraipoondi - 610203
nannoolpathippagam@gmail.com

Price ₹250

அட்டை வடிவமைப்பு: லார்க் பாஸ்கரன்
உள்பக்க வடிவமைப்பு: சு. கதிரவன்

Printed at : Professional Printers, Chennai - 4.

கண்மங்கிய நிலையில்,
சின்னஞ்சிறுவயதில்
பல கதைகளையும்,
புராணங்களையும்
வாசிக்கச் சொல்லி
என்னை வாசிப்பிற்கு அறிமுகப்படுத்தி
அதிலேயே ஆற்றுப்படுத்திய
தனது இளம் வயதில்
பவளக்கொடியாக நடித்த
எனது தந்தைவழிப் பாட்டனார்
மதார்ஷா
மற்றும்
நான் பிறந்த ஆண்டு இறந்துவிட்ட
அக்காலத்திலேயே
எம்ஜியார் ரசிகராய் இருந்த
எனதுபாட்டி
கதீஜா பீவி
ஆகியோர்க்கு...

ஜமாலன், 1984 முதல் மார்க்சியம், இலக்கியம், அரசியல், மதவாத எதிர்ப்பு அரசியல், பின்காலனியம், பின் நவீனத்துவம், சினிமா போன்ற பல துறைகளில் தொடர்ந்து எழுதி இயங்கி வருபவர். பிறந்த ஊர் கும்பகோணம் அருகில் இருக்கும் திருநாகேஸ்வரம் என்ற கிராமம். முது அறிவியல் இயற்பியல் படித்துள்ள இவர் தனது கல்லூரி நாட்கள் முதல் கவிதை தொடங்கிப் பிறகு திறனாய்வு உலகிற்கு வந்தவர். கோட்பாடு சார்ந்த திறனாய்வுகள் மற்றும் தமிழியல் ஆய்வுகளில் கவனம் செலுத்தி வருபவர். சவுதி அரேபியாவில் கணிணித் துறையில் பணியாற்றி ஓய்வு பெற்றவர், தமிழ்த் திறனாய்வு வெளியிலும் இடதுசாரிப் பண்பாட்டு அரசியலிலும் ஈடுபாடு கொண்டு தொடர்ச்சியாகச் செயல்பட்டு வருபவர். சிறந்த திறனாய்வாளருக்கான ''மேலும்'' விருது பெற்றுள்ளார். இவரது உடலரசியல் நூல் சிறந்த திறனாய்வு மற்றும் கோட்பாட்டு நூலுக்கான ''பஞ்சு பரிசி''ல் பெற்றுள்ளது. இலக்கிய ஆய்வுகள், சினிமா குறித்தும் கட்டுரைகள் எழுதுபவர். பல்வேறு இதழ்களில் தொடர்ந்து அரசியல் கட்டுரைகளும் எழுதி வருபவர். இது இவரது ஏழாவது நூல். இவரது அரசியல், சினிமா கட்டுரைகள் தொகுப்பு அச்சில் உள்ளது. சாகித்ய அகாதமியின் ''இந்திய இலக்கியச் சிற்பிகள் வரிசை''யில் மக்கள் கவிஞர் இன்குலாப் குறித்து இவர் எழுதிய நூல் பரிசீலனையில் உள்ளது. பல்வேறு பல்கலைக்கழகங்கள், கல்லூரிகள் மற்றும் சாகித்ய அகாதமி பயிலரங்குகள், கருத்தரங்குகளில் கட்டுரைகள் வாசித்துள்ளார்.

நன்றி நவிலல்

இந்நூல் உருவாக்கத்திற்குக் காரணமான கட்டுரைகளை எழுதத் தூண்டியவர்களான பேரா. தமிழவன், பேரா. சிவசு, பேரா. வீ. அரசு, முருகேச பாண்டியன், நண்பர் பிரேம், அமிர்த ராஜ், பிரதிபா ஜெயச்சந்திரன், கவிஞர் தமிழச்சி தங்கபாண்டியன், கவிஞர் தேன்மொழி தாஸ், புது எழுத்து மனோன்மணி, திருப்பத்தூர் தூய நெஞ்சக் கல்லூரிப் பேராசிரியர்கள் பி. பால சுப்ரமணியன், ஆ. முத்தய்யன், ஆ. சந்திரன், நண்பர் நிழல் திருநாவுக்கரசு மற்றும் சகபயணியும் தொடர்ந்து என்னை இலக்கியக் கட்டுரைகள் எழுத ஊக்கமளித்துக் கொண்டிருக்கும் நண்பர் எஸ். சண்முகம் ஆகியோருக்கு நன்றி சொல்ல கடமைப் பட்டுள்ளேன்.

எனது நண்பனும், எனது எழுத்துகளை வெளிக்கொண்டு வருவதை தனது வாழ்நாள் பணியாக செய்தவனும், கொரோனா பெருந்தொற்றால் மரணமடைந்த அ.ஜ. கானின் நினைவை இச்சந்தர்ப்பத்தில் பகிர்ந்துகொள்கிறேன். இந்நூலைப் பதிப்பிக்க முன்வந்த நன்னூல் பதிப்பக உரிமையாளர் மணலி அப்துல் காதர் அவர்களுக்கும், வடிவமைத்துத் தந்த நண்பர் சு. கதிரவன் அவர்களுக்கும், அட்டைப் படத்தை வடிவமைத்த லார்க் பாஸ்கரன், அழகுற அச்சிட்ட புரொபஷனல் பிரிண்டர்ஸ் நிர்வாகிகள் மற்றும் தொழிலாளர்களுக்கும் என் நன்றி.

தொடர்ந்து என்னை வாசிக்கும் வாசகர்களுக்கும், தோழர் களுக்கும், நண்பர்களுக்கும் நன்றிகள்.

– ஜமாலன்

பொருளடக்கம்

பதிப்புரை	...	08
முன்னுரை	...	10
1. பிரதியூடக வெளியில் படைப்பிலக்கியங்களும் கோட்பாடுகளும்	...	13
2. பனுவலியல் அல்லது பிரதியியல் கோட்பாடு ஓர் அறிமுகம்	...	30
3. தொல்காப்பிய எச்சவியலும் தெரிதாவின் எழுத்தியலும்	...	43
4. அரசியல் நீக்கப்பட்ட மார்க்வெஸ், அழகியல் நீக்கப்பட்ட போர்ஹேஸ்	...	72
5. நீரின் மறதியை நினைவுகூரும் கவிதைகள்	...	94
6. கவிதையும் ஜனநாயக அரசியலும் வனப்பேச்சி முன்மொழியும் குடிமை சமூக அரசியல்	...	108

7.	கவிதைகளின் கனவுமொழி	...	124
8.	பெண் தன்னைக் கண்டடைதல்	...	142
9.	மொழிச் சூழலில் விளைந்த மனித உடல்	...	156
10.	ஒடுக்கப்பட்ட உடல்களின் அகழ்புனைவு	...	168
11.	"சரித்திரத்தில் படிந்த நிழல்களை" முன்வைத்து சில பனுவலாக்க உத்திகள்	...	182
12.	ஊடிழை நுண்கதையாடல்களாக பிரேமின் "நந்தன் நடந்த நான்காம் பாதை"	...	196
13.	"ஷம்பாலா" - தமிழவனின் புதிய அரசியல் குறியீட்டு நாவல்	...	209
14.	மதப்பெருங்கதையாடலும், சாதியத்தின் நுண்ணரசியல் விளையாட்டும்	...	219

பதிப்புரை
ஜமாலனின் கோட்பாட்டு வாசிப்பும் அதில் நெய்யப்படும் சொற்களும்

தமிழின் பின்நவீன கோட்பாட்டாளர்களின் மரபு தமிழவனிடமிருந்து தொடங்கி வளர்ந்து வருவதற்கு ஜமாலன் போன்ற எழுத்தாளர்களின் பங்களிப்புதான் முக்கியக் காரணமாக இருக்கிறது. இந்த நூலும் அவரது பின்நவீனக் கோட்பாட்டு வாசிப்புக்கான மற்றும் ஓர் எடுத்துக்காட்டாக விளங்குகிறது.

படைப்பாளிக்கும் கோட்பாடுகளுக்கும் இருக்கும் உறவு குறித்து இன்று வரை நிலவி வரும் கற்பிதங்களை உடைப்பதை இந்த நூல் கவனப்படுத்துகிறது. கோட்பாடுகளைப் படைப்பாளி புரிந்திருக்க வேண்டிய தேவையையும் இந்த நூல் உணர்த்தியிருக்கிறது.

பிரதி என்ற சொல்லுக்கும் பனுவல் என்ற தமிழின் பழம் மரபில் புழங்கிய சொல்லுக்கும் இடையிலான உறவை விரிவாக அலசுகிறது ஒரு கட்டுரை. தத்துவத்தை அறிவியல் பூர்வமாக அணுகுவதற்கு ஜமாலன் பழகியிருக்கிறார். அந்த அனுபவத்தைப் பல கட்டுரைகளில் காணமுடிகிறது.

தெரிதாவின் கோட்பாடு குறித்த அறிமுகக் கட்டுரை இன்றைய படைப்பாளர்கள் அறிந்துகொள்வது மிகவும் அவசியமான ஒன்றாக இருக்கிறது. ஏனெனில் தொல்காப்பியத்தின் எச்சக் கோட்பாட்டோடு தெரிதாவின் Trace எனப்படும் தடயம், சுவடு என்ற கோட்பாட்டையும் இணைத்துப் பேசும் இந்தக் கட்டுரை தமிழின் மரபை மேலும் புதிய வகையான வாசிப்பைக் கொண்டு அறிய உதவும் ஒன்று.

மொழிபெயர்ப்பின் அரசியல் குறித்து விரிவாக அலசும் கட்டுரை தமிழில் லத்தீன்-அமெரிக்க படைப்பாக்கங்களின் மொழிபெயர்ப்பால் எப்படி தமிழின் படைப்பாக்கத் தன்மை மாற்றியமைக்கப்பட்டது என்பதைச் சுட்டிக்காட்டுகிறது. மேலும் மாய யதார்த்தவாதத்தை லத்தீன் அமெரிக்க எழுத்துகள் முன்

வைப்பதற்கும் தமிழ் அதைக் கைக்கொண்டதற்கும் இருக்கும் வேறுபாட்டைத் துல்லியமாக விளக்குகிறது இந்தக் கட்டுரை.

ஒரு சில தேர்ந்தெடுத்தப் படைப்பாளர்களின் படைப்புகளைக் குறித்தும் இந்த நூல் அலசுகிறது. அவற்றிலும் ஜமாலனின் அரசியல் பார்வை கோட்பாட்டுடன் கூடி வெளிப்படுகிறது.

இலங்கைத் தமிழ் படைப்பாளர்களின் படைப்புகளில் உயிரின் மீதான அச்சமும் அரசியல் அதிகாரத்திற்கான ஏக்கமும் கலந்த இணைவாக இந்தப் படைப்புகள் இருப்பதை ஜமாலன் சுட்டிக் காட்டுகிறார்.

மு. ரமேஷ் எழுதிய நூல் குறித்த கட்டுரை தமிழின் மொழிக் குள் நிகழும் மாற்றங்களுக்கான கலாச்சார பிரதிநிதித்துவத்தைக் கண்டடைவது போல் எழுதப்பட்டிருக்கிறது.

தமிழவனின் இரு நாவல்களைக் குறித்து இரு கட்டுரைகள் இந்த நூலில் இடம்பெற்றுள்ளன. ‘சரித்திரத்தில் படிந்த நிழல்கள்’ நாவல் குறித்தும் ‘ஷம்பாலா’ நாவல் குறித்தும் எழுதப்பட்ட இரு கட்டுரைகளில் ‘சரித்திரத்தில் படிந்த நிழல்கள்’ போன்ற ஒரு நாவல் உருவாவதற்கான பின்னணி எப்படி தமிழில் அமைந்தது என்பது குறித்து பேசுகிறது இந்தக் கட்டுரை. ‘ஷம்பாலா’ நாவல் சமகால அரசியலைக் குறித்தும் அதில் ஊடாடும் பாசிசமும் குறித்தும் பேசியிருப்பதை இந்தக் கட்டுரை மிக நுட்பமாக ஆய்வு செய்கிறது.

பிரேம், தமிழச்சி தங்கபாண்டியன், பிரதிபா ஜெயச்சந்திரன் ஆகியோரின் படைப்புகள் குறித்து மிக விரிவான ஆய்வையும் இந்த நூலில் இடம்பெற்ற கட்டுரைகள் மேற்கொண்டிருக்கின்றன. மொத்தத்தில் கல்விப் புலத்திற்குத் தேவையான கருத்துகளைக் கல்விப் புலத்திற்கு வெளியே இருந்து எழுதிக் காட்டும் பணியை ஜமாலன் செய்திருக்கிறார் என்றே அவரது எல்லா கட்டுரை களையும் வாசிக்குப் போது தோன்றும். சாதாரண வாசகர்களையும் கல்விப்புலத்திற்கு உரிய அறிவுத்தளத்திற்கு இட்டுச் செல்லும் கருத்துகளைக் கொண்டு நிறைப்பது ஜமாலனின் பலம். இந்த நூலும் அதற்கு விதிவிலக்கல்ல...

இந்த நூலிற்கு அட்டைப்படத்தை உருவாக்கிய தோழர் லார்க் பாஸ்கரன், உள்பக்க வடிவமைப்பைச் செய்த் சகோதரர் கதிரவன் உள்ளிட்டோருக்கும் என் நன்றிகள்...

13.12.2021 **மணலி அப்துல் காதர்**

நன்னூல் பதிப்பகம்

முன்னுரை

இலக்கியக் கட்டுரைகள் மட்டுமே கொண்ட இரண்டாவது தொகுப்பு. முதல் தொகுப்பு 2018ல் காலக்குறி வெளியீடான "பிரதியில் கிளைக்கும் பிம்பங்கள்". கடந்த நான்கு ஆண்டுகளில் எழுதிய கட்டுரைகளின் தொகுப்பு. இத்தொகுப்பில் நண்பர்களின் நூல்களுக்கான முன்னுரை மற்றும் இதழ்களுக்கு எழுதியவை எனப் பதினான்கு கட்டுரைகள் உள்ளன.

முதல் கட்டுரை திருவாரூர் மத்திய பல்கலைக் கழகத்தில் நிகழ்த்தப்பட்ட காட்சிவிளக்கவுரை (Presentation), பின்னர் விரிவாக்கப்பட்டு தஞ்சையில் நண்பர் விஜயன் நடத்திய 'சிம்ளி' தொடக்க விழாவில் பேசியதன் கட்டுரை வடிவம். அடுத்த கட்டுரை பிரதியியல் கோட்பாடு குறித்து ஆசிரியர் தமிழவன் அவர்கள் ஒழுங்கமைத்த சாகித்ய அகாதமி இணையவழி கருத் தரங்கில் பேசியதை சற்றே விரிவாக்கி எழுதப்பட்ட கட்டுரை. அவை பிரதியியல் கோட்பாடு குறித்த அறிமுகமாகவும், ஊடிழைப்பிரதிக் கோட்பாடு (intertexuality theory) குறித்தும் தமிழ்ச் சூழலில் படைப்பு, கோட்பாடு குறித்து நிகழும் உரையாடலில் கோட்பாடு சார்ந்தும் எழுதப்பட்ட கட்டுரைகள். இவ்விரண்டு கட்டுரைகளும், படைப்பிலக்கிவாதிகளுக்கும், கோட் பாட்டாளர், திறனாய்வாளருக்கும் இடையிலான முரண்கள், உறவுகள் அதன் சிக்கல்கள் குறித்துப் பேசுகிறது. அதை விரிவு படுத்தி தனிநூலாக எழுதும் எண்ணம் இருந்தது. அதனை எதிர்காலத் திட்டமாக நகர்த்திவிட்டு இத்தொகுப்பின் முதல் இரண்டு கட்டுரைகளாக இணைத்துள்ளேன்.

தெரிதா குறித்த அறிமுகத்துடன், தொல்காப்பிய எச்சவியலை தெரிதாவின் இலக்கணவியல் கோட்பாட்டின் ஒரு கூறான Trace (தடம், சுவடு, எச்சம்) என்பதையும் இணைத்து, இரண்டின்

பொறுத்தப்பாட்டையும் பேசுவது மூன்றாவது கட்டுரை. பேராசிரியர் சிவசு அவர்களினால் ஒழுங்கமைக்கப்பட்ட பாப நாசம் குன்றக்குடி அடிகளார் கல்லூரியின் கோட்பாடுகள் குறித்த இரண்டுநாள் கருத்தரங்கில் அக்கட்டுரைக்கான அடித்தளம் ஒரு காட்சிவிளக்கவுரை வழியாக விளக்கப்பட்டது. அதன்பின் அதனை தொல்காப்பியரின் எச்சவியல் கருத்தாக்கங்களுடன் விரிவாகத் தொடர்புபடுத்தி உருவாக்கப்பட்டது. பிறகு, அது திருப்பத்தூர் தூய நெஞ்சக் கல்லூரியில் முழுமையான ஒரு காட்சிவிளக்கவுரையாக விரிவடைந்தது. அக்கல்லூரியில் வாசிக்கப்பட்ட மூன்று நாள் கருத்தரங்கின் அனைத்து கட்டுரைகளும் பிறகு நூலாக வெளியிட வேண்டும் என்று கேட்டனர். அதனால் காட்சிவிளக்கவுரை கட்டுரையாக்கம் பெற்றது.

தமிழில் லத்தீன்-அமெரிக்க மொழிபெயர்ப்புகள் குறித்த கட்டுரை பேராசிரியர் வீ. அரசு அவர்களால் ஒழுங்கமைக்கப்பட்ட சென்னைப் பல்கலைக்கழகமும், சாகித்ய அகாதமியும் இணைந்து நடத்திய தமிழில் மொழிபெயர்ப்புகள் என்ற ஒரு நாள் கருத்தரங்கில் வாசிக்கப்பட்ட குறிப்புகள். முருகேச பாண்டியன் அவர்கள் ஆசிரியராக இருந்த இலக்கியப் பத்திரிக்கைக்கு கட்டுரை கேட்க அக்குறிப்புகள் கட்டுரை வடிவம் பெற்றது. அதற்கென தமிழில் 80-களில் தொடங்கிய லத்தீன்-அமெரிக்க மொழிபெயர்ப்புகள் குறித்த ஆய்வில், அம்மொழிபெயர்ப்புகளின் பெரிய அட்டவணை ஒன்று தயாரிக்கப்பட்டது. அப்பட்டியலும் ஆய்வாளர்களுக்கு வசதியாக இணைக்கப்பட்டுள்ளது. தமிழின் கடந்த நாற்பதாண்டுகால லத்தீன்-அமெரிக்க மொழிபெயர்ப்பு வரலாறு அதில் அறிமுகப்படுத்தப்பட்டுள்ளது. அதன் நீட்சி என்னவாகியது என்பதும் ஆராயப்பட்டுள்ளது. தமிழ்ப் புனைவில் அதன் தாக்கம் குறித்தும் பேசுகிறது.

அடுத்த நான்கு கட்டுரைகள் நண்பர் பிரேம், கவிஞர் தமிழச்சி தங்கபாண்டியன், கவிஞர் தேன்மொழிதாஸ், ஈழப்போரில் காணாமல் அடிக்கப்பட்ட தோழர் செல்வி, தற்கொலை செய்து கொண்ட கவிஞர் சிவரமணி ஆகியோரின் கவிதைகள் குறித்து எழுதப்பட்ட கட்டுரைகள். கவிதைகள் குறித்த அழகியல், அரசியல் சார்ந்து கவிதையியல் குறித்த வாசிப்பில் எழுதப்பட்டவை. தமிழச்சி அவர்களின் கவிதைகள் குறித்த கட்டுரை அமிர்தராஜ் அவர்களால் ஒழுங்கமைக்கப்பட்ட கருத்தரங்கில் வாசிக்கப்பட்ட குறிப்புகளின் கட்டுரை வடிவம். மற்ற மூன்றும் கவிதை தொகுப்புகளுக்கு எழுதிய முன்னுரைகள்.

நண்பர் மு. ரமேஷ் அவர்களின் "எந்தை" என்கிற தமிழின் சங்ககாலம் குறித்த ஆய்வுக்கட்டுரைக்கான முன்னுரையே ஒன்பதாவது கட்டுரை. நண்பர் ரமேஷ் அவர்கள் சங்ககாலத்தில் தலித்துகள், குறிப்பாக புலையர் எப்படி சான்றோர்களாக இருந்து பிற்காலத்தில் தீண்டத்தகாதவர்களாக மாற்றப்பட்டார்கள் என்பது குறித்து சொல்லாய்வு செய்துள்ளார். அடுத்தமைந்துள்ள ஐந்து கட்டுரைகளும் நாவல்கள், சிறுகதைகள் குறித்து எழுதப் பட்டவை. அதாவது, தோழர் புலியூர் முருகேசனின் "படுகைத் தழல்" நாவலுக்கு எழுதப்பட்ட முன்னுரை, தமிழவனின் சரித் திரத்தில் படிந்த நிழல்கள் நாவலை சான்றாக வைத்து சில பின்நவீனம் சார்ந்த புனைவு உத்திகளைப் பேசும் கட்டுரை, பிரேமின் "நந்தன் நடந்த நான்காம் பாதை" என்ற புதிய சிறுகதைத் தொகுப்பு குறித்தும், தமிழவனின் புதிய நாவலான "ஷம்பாலா", தோழர் பிரதிபா ஜெயச்சந்திரன் அவர்களின் "கரசேவை" சிறுகதைத் தொகுப்பு குறித்தும் எழுதுப்பட்ட கட்டுரைகள். இவை புனைவியல் குறித்த நவீன, பின்நவீன, பின்காலனிய உத்திகளைக் கொண்டு எழுதப்பட்டவை.

இத்தொகுப்பு பிரதியியல் கோட்பாட்டு அறிமுகத்துடன் துவங்கி, படைப்பிற்கும் கோட்பாட்டிற்கும் உள்ள உறவின் வழியாக தமிழின் பல்வேறு பிரதிகளை ஆய்வுக்கு உட்படுத்தும் ஒன்றாக அமைந்துள்ளது. கோட்பாட்டு அறிமுகத்துடன், வாசிப்பு, திறனாய்வு குறித்தும், அழகியல், அரசியல், அறவியல் சார்ந்த உறவையும் பேசவேண்டும் என்ற வேட்கையில் எழுதப் பட்ட கட்டுரைகள். இது வாசகர்களுக்கு சில புதிய கருத்தாக்கங் களையும், திறனாய்விற்கான ஆர்வத்தையும் உருவாக்க வேண்டும் என்பதே எனது ஆசை. அதனை இத்தொகுப்பு எந்த அளவிற்கு சாத்தியமாக்கி உள்ளது என்பதை இதன் வாசிப்பாளர்களும், திறனாய்வாளர்களுமே சொல்ல வேண்டும்.

10.12.2021 ஜமாலன்
சென்னை jamalan.tamil@gmail.com

1

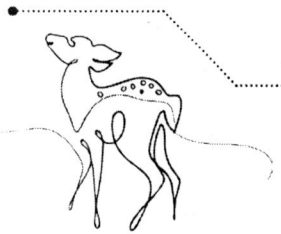

பிரதியூடகவெளியில் படைப்பிலக்கியங்களும் கோட்பாடுகளும்

பகுதி–1: அறிமுகம்

தமிழ் இலக்கியச் சூழலில் கோட்பாட்டுச் சிந்தனைக்கும், கோட்பாடுகளுக்கும் ஏற்பட்டிருக்கும் நெருக்கடி, படைப்பிலக்கியத்திற்கு எதிரானதாக கோட்பாட்டை முன்வைக்கும் வாதமே. (கட்டுரையில் பயன்படுத்தப்படும் கோட்பாடு என்ற சொல் இலக்கியக் கோட்பாடு என்பதையே குறிக்கிறது.) கோட்பாடு ஒரு படைப்பியக்கமாகவோ, செயலியக்கமாகவே பார்க்கப்படுவதில்லை. மாறாக, கோட்பாடு இலக்கிய உலகிலும், கோட்பாட்டுச் சிந்தனை வெகுசன உலகிலும் தீண்டத்தகாத ஒன்றாகவும், தேவையற்ற சிந்தனையாகவும் தமிழ்ச் சூழலில் கட்டமைக்கப்படுகிறது. காரணம் கோட்பாட்டுப் பார்வையும், கோட்பாடுகளும் படைப்பிற்கான ஊற்றை அடைத்துவிடும் என்கிற படைப்பு சார்ந்த “சுயம்புலிங்க” உற்பத்திக் கோட்பாடே. கோட்பாடின்றி படைப்பு சாத்தியமில்லை என்பதே இவர்களுக்கு புரிவதில்லை. கோட்பாட்டையும், இலக்கியத்தையும் ஒன்றாக பார்ப்பதும், இரண்டிற்கும் இடையிலான உறவையும் சிந்திக்கும் நிலையும் இங்கு மிகக்குறைவே. கோட்பாடு அறிவின் விளைபொருளாகவும், இலக்கியம் உணர்ச்சி வெளிப்பாடாகவும் உருவமைந்துள்ளதே காரணம். இது குறித்து இறுதியில் விளக்கப்பட்டுள்ளது.

கோட்பாடு, பல்கலைக்கழகங்களின் ஆய்விற்கான கருப்பொருளாகவும், இலக்கிய, வெகுசன சூழலில் தேவையற்றது என்கிற மனநிலையுமே உள்ளது. காரணம் கோட்பாடு ஒரு

ஆய்வுப்புல செல்நெறியாக, அறிவுத்துறை முறையியலாக, அரசியல் சார்ந்ததாக புரிந்து கொள்ளப்பட்டிருப்பதே. அதாவது, அன்றாட வாழ்விற்கு பயனற்ற ஒன்று என்ற மனநிலையும், தின வாழ்வு கோட்பாடற்ற நிலையில் தன்னிச்சையாக வாழப்படுகிறது என்ற புரிதலுமே. இப்புரிதலுக்கான அடிப்படை கோட்பாடு குறித்த பொதுப்புத்திசார்ந்த அறிதலும், மனநிலையுமே.

கோட்பாடு என்ற சொல்லை தமிழ் அகராதிப்படி பிரித்தால், கோட்பாடு = கோள் › கொள் + பாடு › கோட்பாடு. செந்தமிழ் சொற்பிறப்பியல் அகராதி பாகம்3, பக். 297ல் 'கொள்கை (doctrines), நடத்தை *(சிலப்பதி.16. அரும்.)* (conduct), கடைப்பிடிப்பு (adherence, adhesion), நிலைமை (state, condition), கொண்டிருக்கும் தன்மை (state of having)' என்ற பலபொருள்கள் தரப்பட்டுள்ளது. இவற்றினடியாக 'கொள்கைகளை அடிப்படையாகக் கொண்டு நிறுவப்படும் கூற்று Tenet, conclusion, thesis என கோட்பாட்டை வரையறுக்கலாம்' என்கிறது. இதனை விரிவுபடுத்தினால் கோட்பாடு ஒரு குறிப்பிட்ட கொள்கைகளை அடிப்படையாகக் கொண்டு நிறுவப்படும் அல்லது நிருவனமயப்படும் கூற்று. அது உருவாக்கும் கருத்தாக்கத்தை ஒட்டிய நடத்தைகளை கடைப் பிடிப்பதற்கான சமூக நிலமைகளை கொண்டிருக்கும் தன்மை எனலாம். ஆகவே, கோட்பாடு சமூகத்தை வழிநடத்தக்கூடிய ஒருவகை சொல்லாடல் மற்றும் கூற்று எனலாம்.

இருபதாம் நூற்றாண்டைக் கோட்பாட்டுக் காலம் (Age of Theory) என்று அறிஞர்கள் வரையறுக்கின்றனர் என்று சுட்டிக்காட்டுகிறார் பேராசிரியர் அ.அ. மணவாளன் (இருபதாம் நூற்றாண்டு இலக்கியக் கோட்பாடுகள், பக். 14). இதற்கு முன்பு கோட்பாடுகள் இல்லையா? என்றால் அவை தத்துவமாக, சிந்தனைப் போக்காக, கருத்தாக அறியப்பட்டிருந்தன. அவற்றை கோட்பாடு என்ற வடிவில் உருவமைக்கும் ஒரு முறையியல் நவீனகாலம் சார்ந்ததே. சான்றாக, தொல்காப்பியத் திணை சார்ந்த சிந்தனையை ஒரு கோட்பாடாக வளர்த்தெடுத்து புரிந்துகொண்டது நம் நூற்றாண்டு அறிதல் வழியாகவே. திணைக் கோட்பாடு சங்ககால செய்யுள் உத்தியாகவும், வாழ்வியல் சார்ந்த ஒன்றாகவும் இருந்தது. அதை ஒரு முறையியில் சார்ந்த கோட்பாடாக இன்றைய நவீன சிந்தனைகள் வழியாகவே புரிந்து கொள்கிறோம்.

கோட்பாடு கறாரான தர்க்கத்தை அடிப்படையாகக் கொண்டது. ஒரு படைப்பிலக்கியத்தினை, பொதுப்புத்தி சார்ந்த

மனநிலையினை திறனாய்வுச் சிந்தனை (critical thinking) அடிப்படையில் ஆராய்ந்து அதன் உள்ளார்ந்துள்ள தர்க்கத்தை வெளிப்படுத்தவதும், புதியதொரு தர்க்கமாக வடித்தெடுப்பதுமே கோட்பாடு. எல்லாவற்றினது உள்ளார்ந்துள்ள கருத்தியலை (ideology) அதவாது வாழ்க்கைப் பார்வையை (அ.அ. மணவாளன் ஐடியாலஜி என்பதை வாழ்க்கைப்பார்வை என்றே குறிக்கிறார், அதனை பொதுவாக உலகப்பார்வை என்றும் குறிக்கலாம்), வெளிப்படுத்தும் ஒரு ஆய்வியக்க நெறிமுறையே கோட்பாடு. ஆனால், கருத்தியலை தனது "ஜெர்மானியக் கருத்தியல்" என்ற நூலில் மார்க்ஸ்–ஏங்கெல்ஸ் தவறான பிரக்ஞை (false conscious) என்கிறார்கள். அதாவது இந்த உலகு பற்றிய தலைகீழான புரிதலைத் தரக்கூடியது என்று விவரிக்கிறார்கள். இவ்வுலகு வர்க்கநலன் கொண்டது என்பதை மறைத்து, எல்லோருக்கும் பொதுவானது என்ற ஒரு பார்வையை தருகிறது. இதை வேறுவிதமாகக் கூறினால், முதலாளியம் இன்றைய உலகை உருவாக்கி, அதை அப்படியே உண்மையாக நம்பவைக்கிறது. ஒவ்வொரு தனிமனிதனும், முதலாளியக் கண்கொண்டு இவ்வுலகை பார்ப்பதாக அல்லது 17ஆம் நூற்றாண்டு துவங்கி மறுமலர்ச்சிவாதம், நவீனத்துவம் மற்றும் காலனியம் ஆகியவற்றால் உருவமைக்கப்பட்ட உலகமே இன்று நாம்வாழும் உலகு என்று இதை விரிவுபடுத்தலாம்.

அதாவது நவீனத்துவ பகுத்தறிவு சார்ந்த கருத்தியல் இந்த உலகை உள்வாங்குவதற்கான, அறிவதற்கான ஒரு பார்வை நிலையாக உள்ளது. ஒரு மதவாதக் கருத்தியலைக் கொண்டவன்கூட, இவ்வுலகை பகுத்தறிவுசார் மதவாதக் கண்ணோட்டத்தில்தான் காண்கிறான். ஆக பொதுவானதாகக் கருதப்படும் புறயதார்த்தம், உண்மைகள், வாழ்க்கை, உணர்வு, அறிவு அனைத்தும் ஒரு கருத்தியலால் கட்டப்பட்டது. மதவாதம், பகுத்தறிவு, பிழைப்பு வாதம், அரசுவாதம் இன்னபிற கருத்தியல்களை வெளிப்படுத்தி, ஒரு இலக்கியப் படைப்பு என்கிற பிரதியை, மக்கள் தினவாழ்வை தீர்மாணிக்கும் நிகழ்வுகள் அதன் பின்னணிகள் அனைத்தையும் விசாரணைக்கு உட்படுத்துவதே கோட்பாடு சார்ந்த திறனாய்வு. இலக்கியக் கோட்பாடோ இலக்கியத்தை படைப்பதற்கான கருத்தியலை உள்ளடக்கிய ஒன்றாகவும், இலக்கியப் படைப்பிற்குள் பதிவாகியுள்ள கருத்தியலைச் சார்ந்ததாகவும் அமைகிறது. கோட்பாடு படைப்பை வழிநடத்துவதாகவும், படைப்பை திறனாய்வு செய்வதற்கான கருவியாகவும் உள்ளது.

பகுதி–2: தமிழ் இலக்கியச் சூழலில் கோட்பாடு எதிர்கொள்ளல்

ஆங்கிலத்தில் 'தியரி' என்றழைக்கப்படும் கோட்பாடு 20ஆம் நூற்றாண்டில், குறிப்பாக மொழி குறித்து உருவான குறியியல் மற்றும் அமைப்பியல்வாதத்துடன் உருவாகி புழக்கத்திற்கு வந்த ஒன்று. மார்க்சியம், நவீனத்துவம், அமைப்பியல், பின் அமைப் பியல், பின் நவீனத்துவம், பின் காலனியம் ஆகியவை ஒவ் வொன்றும் அதற்கான தனித்துவமான கொள்கை அடிப்படையில் உருவாக்கப்பட்டுள்ள இன்றைய கோட்பாடுகளுக்கு சான்றாகக் காட்டலாம். முன்பு சிந்தனையாக, கருத்தியலாக அறியப்பட்டவை எல்லாம் கோட்பாடு என்கிற புதிய வடிவத்தைப் பெற்றன. கோட்பாடு தத்துவம் (philosophy), கருத்தாக்கம் (concept), கருத்தியல் (ideology) எல்லாவற்றோடும் குழப்பப்பட்டு, பொதுப் புத்தியில் இவை எல்லாமே தினவாழ்விற்கும், யதார்த்தத்திற்கும் பொறுத்தமற்றவை என்ற எண்ணம் வலுப்பெற்றுவிட்டது. காரணம் தினவாழ்வு யதேச்சைத் தன்மைக் கொண்டது என்கிற கண்ணோட்டமும், அது தன்னிச்சையாக நிகழ்ந்து கொண்டிருக்கும் என்ற ஒருவகை மாறநிலைவாத (metaphysics) சிந்தனையுமே காரணம். மேலே சான்றுகாட்டிய அனைத்து கோட்பாடுகளும் இந்த மாறநிலை வாதத்தை தகர்த்து உருவானவையே.

தற்கால தமிழ் இலக்கியச் சூழலில் படைப்பும் கோட்பாடும் எதிரானது என்ற கருத்தாக்கம் புழக்கத்தில் மாறாநிலை வாதத்தின் ஒரு ஆதிக்க கருத்துநிலையாக, மனநிலையாக கட்டப்பட்டுள்ளது. படைப்பாளி என்பவன் கோட்பாட்டை வாசிக்கவோ, பின்பற்றவோ அவசியமில்லை. அதற்கும் ஒருபடி மேலாக, கோட்பாட்டை வாசித்தால் படைப்புத்திறன் அழிந்துவிடும் என்கிற "துர்ப் பிரச்சாரமும்" மேற்கொள்ளப்பட்டு வருகிறது. தமிழில் ஒரு பிரபலமான மூத்த படைப்பாளி, வளரும் இளம் படைப்பாளியின் கையைப்பிடித்து, தான் இறந்தபிறகும் தமிழ் படைப்புலகை காப்பாற்றும் பொறுப்பை ஒப்படைத்துவிட்டு கூறினாராம், "கோட்பாடுகளை வாசிக்காதே, கோட்பாட்டாளர்களை பின் பற்றாதே அவை படைப்பூக்கத்திற்கு எதிரானது" என்று ஒரு வாய்மொழிக்கதை தமிழ் இலக்கிய வட்டாரத்தில் உண்டு. அந்தக்கதை அப்படியே காற்றில் பரவி இன்று எந்த படைப்பாளியும், எந்த கோட்பாடுகளையும் படிப்பதில்லை என்பது ஒருபுறமிருக்க, அதை படிக்காததை ஒரு படைப்பிற்கான பண்பாக கொண்டியங்கு கிறார்கள். அதாவது கோட்பாட்டை வாசிக்காத தங்கள் அறியாமைக்கு அரிதாரம் பூசிக்கொள்கிறார்கள்.

ஒரு படைப்பாளி கோட்பாடுகளை படிக்க வேண்டியதில்லை. ஏனெனில் ஒரு படைப்பாளி பிரதியூடகம் (textual-medium) எனப்படும் மொழியால் கட்டப்பட்ட பிரதிகளின் ஊடாட்ட வெளியில்தான் புழங்குகிறார். அதாவது, படைப்பிலக்கியம் பிரதியூடகம் என்கிற, பண்ணெடுங்காலப் பிரதிகள் மற்றும் அதன்வழி ஊடாடி உருவாகும் நிகழ்காலப் பிரதிகள் ஆகிய வற்றால் உருவாக்கப்பட்ட, ஒரு மொழிவெளியின் ஊடாடத்தில் வழியாக ஆசிரியனால் நெய்யப்படுவதே. அது அந்த மொழியின் இன்னபிற பிரதியோடு கொள்ளும் உறவில் உருவாக்கும் மற்றொரு பிரதியே என்கிறது ஊடிழைப்பிரதி கோட்பாடு (inter-textual theory). அதன் அடிப்படையில், தனது நிகழ்கால மற்றும் கடந்தகாலப் படைப்புகளை வாசிப்பதே ஒரு படைப்பாளிக்குப் போதுமானது. ஆனால், அவர் வாசிக்கும் பிரதி இறுதியானதோ, அறுதியானதோ அல்ல. அது அம்மொழியல் உருவான அனைத்துப் படைப்புகளின் ஒரு தொடர்ச்சியாக அமைவதே. இந்த தொடர்ச்சியின் ஒரு நனவிலி விளைபொருளே அவரது படைப்பு. இந்த தொடர்ச்சியை வெளிப்படுத்துவதே கோட்பாட்டின் பணி. அப்படி வெளிப்படுத்துவதன் வழியாக படைப்பிற்கான உள், வெளி தளங்களை விரிவுபடுத்தவும், விகசிக்க வைப்பதுமே கோட்பாட்டாளனின் பணியாக உள்ளது. ஆக, இலக்கியப் படைப்பும், கோட்பாடும் ஒன்றோடு ஒன்று தொடர்புகொண்டவை. ஒரு படைப்பாளி அறிந்தோ அறியாமலோ ஒரு கருத்தியல் வழி நடத்தும் கோட்பாட்டுப் பின்னணியில்தான் படைக்கிறான். அந்த கருத்தியலை வெளிப்படுத்துவது கோட்பாட்டுத் திறனாய்வின் பணியாகிறது. கோட்பாட்டுப் பார்வையால் திறனாயப்படாத படைப்புலகம் தேக்கநிலையையே அடையும். புதியதொரு பார்வையை, சமூக இடையீட்டை உருவாக்காது.

கோட்பாடுகளை வாசித்த ஒரு படைப்பாளி தனது விமர்சனப் பார்வையால் புதிதான சித்தரிப்புகளை உருவாக்கக் கூடியவனாக, புதிய சோதனை முயற்சிக் கொண்ட படைப்புகளைப் படைப்பவராக இருக்கிறார். இப்படியான புதிய புதிய சோதனை தளங்களை திறப்பது கோட்பாட்டு அடிப்படையிலான விமர்சனச் சிந்தனை ஊடாகவே நடைபெறுகிறது. பொதுப்புத்தியை விமர்சனச் சிந்தனைக் கொண்டு ஊடுறுவும் ஒரு படைப்பு மனதானது, தனக்கானதொரு மெய்யியல், கருத்தியல், கருத்தாக் கத்தைக் கொண்டே அமைகிறது என்பது ஒரு படைப்பாளியின் ஓர்மையில் (பிரக்ஞையில்) தெரிவதில்லை. அது படைப்பாக உருவாகுதலில் தன்னை உள்ளமைப்பாக கட்டமைத்துக்

கொள்கிறது. ஒரு இலக்கியப் படைப்பாளி தனக்கு முன்னுள்ள மொழியில் தனது படைப்பை உருவாக்குகிறார். அம்மொழியானது பல்வேறு தத்துவ, கருத்தியல், கோட்பாட்டுச் சிந்தனைகள் வழியாக உருவமைக்கப்பட்டதே. அதனால் எந்த ஒரு இலக்கியப் படைப்பும் கோட்பாடுகளில் இருந்து விலகிநிற்க முடியாததாக உள்ளது என்பதைவிட கோட்பாடே இலக்கியப் படைப்பை உருவமைப்பதாக உள்ளது என்பதே சரியானது.

அடுத்து, கோட்பாடு படைப்புத்திறனை அழித்துவிடும் என்கிற வாதம் முன்வைக்கப்படுகிறது. படைப்பாளி என்பவன் எப்பொழுதும் உணர்வில் திளைத்து, உணர்வில் இயங்குபவன் என்பதால், அறிவை, தர்க்கத்தை முதன்மையாகக் கொண்ட கோட்பாட்டாளர்கள், திறனாய்வாளர்களை தீண்டத்தகாதவர் களாக ஒதுக்கும் போக்கு ஒரு எழுதாக் கிளவியாக நடைமுறைப் படுத்தப்படுகிறது. படைப்பாளி, கலைஞன் அனைத்தையும் தாண்டிய சுயம்புவாக ஆற்றல் பெற்ற காளியினால் நாக்கில் கீறப்பட்ட காளிதாசன் என்கிற பிம்பமும் இதற்கு ஒருகாரணம். படைப்பு உள்ளொளி, தரிசனம், பொறி போன்ற மின்சாரத்துறை சொற்களால் விளக்கப்படுதல், கண்டவர் விண்டிலர், விண்டவர் கண்டிலர் என்கிற படைப்பு அனுபூதி நிலையை அடைந்த அதாவது வேதியியலில் சொல்லப்படும் தெவிட்டிய நிலையை (saturation point) அடைந்தவர்கள் என்ற ஒரு அப்பாலை ஏகத்துவ "சத்வ" நிலையும், அனுபவமே முதன்மையானது என்ற அனுபவமுதல்வாதப் போக்கும் நிலவுகிறது. படைப்பாளிகளும் பதிப்பக மாபியாக்களும் இணைந்து கோட்பாட்டைத் தீண்டத் தகாததாக, புறக்கணிப்பதும், இருட்டடிப்பு செய்வதாகவும் ஒரு நிலை அதன் தொடர்ச்சியாக உள்ளது. மற்றொருபுறம் கோட் பாட்டு வாசிப்பை புறக்கணிப்பதால், அதன் வாசக எல்லையும் மட்டுப்படுத்தப் படுகிறது.

இதன்பின் ஒரு அரசியல் உள்ளது. ஒருபுறம் நல்ல திறன்மிக்க வாசகரை உருவாக்கிவிடாமல் பாதுகாத்து, தனது படைப்பை நுகரும் சந்தைசார்ந்த நுகர்வாளனாக, மந்தையாக வாசகளை வைத்துக்கொள்ளவும் இந்த கோட்பாட்டுத் தீண்டாமை இலக்கியப் புலத்தில் கடைப்பிடிக்கப்படுகிறது. தான் படைப்பதில் கோட்பாடு இல்லை என்றும். அதனால் கோட்பாடு அவசியமற்றது என்ற நிலையை தக்கவைப்பதன் வழியாக தங்களது வாசக மந்தைகளை வளர்த்து, சந்தைகளை பாதுகாத்துக் கொள்கிறார்கள். அடிப்படையில் இலக்கியம் நுகர்விற்கு எதிரானது. அது வாசக

மந்தைகளையும், வாசிப்பு சந்தைகளையும் உருவாக்கும் ஒரு அச்சு எந்திர தொழிற்சாலை அல்ல. அது ஒரு சமூக உற்பத்தி என்றவகையில் ஒவ்வொரு தன்னிலையிலும் படைப்பூக்கத்தை உருவாக்க முனைவது. அதனால்தான் மார்க்சியம் முதலாளியம் மனிதர்களின் படைப்பாற்றலை அழித்து அவர்களை, அவர்களது உயிர்த்தலில் இருந்து அந்நியப்படுத்தி வெறும் உற்பத்தி சக்திகளாக மாற்றுகிறது என்பதை கண்டறிவித்தது.

ஆதலினால், ஒரு படைப்பை அதன் உணர்வு மற்றும் அறிவுத்தளத்தில் வாசகர்கள் இடையீடு செய்ய கோட்பாடுகளே வாயிலாக அமைகின்றன. இதையே தொல்காப்பியம் "உணர்ச்சி வாயில் உணர்வோர் வலித்தே" (தொல். சூத். 876) என்கிறது. உணர்வோர் என்பதை வாசகராகக் கொண்டால், வாசகரைப் பொறுத்தே உணர்ச்சி வாயில் உருவாக முடியும். படைப்பிற்கு முன்னிபந்தனையாக வாசகர்கள் உள்ளார்கள். வாசகர்களைப் பயிற்றுவிப்பது கோட்பாட்டுத் திறனாய்வே. இது வாசகரின் இடையீடு (interpretation) பற்றிப் பேசுகிறது. வாசகர்களை மந்தைகளாக மாற்றாதப் படைப்பு குறித்து தொல்காப்பியம் "பொருட்குத் திரிபில்லை உணர்த்தவல்லின்" (தொல். சூத். 876) என்று கூறுகிறது. அதாவது பொருள் என்பதை இங்கு படைப்பு எனக் கொண்டால் இச்சூத்திரம், உணர்த்த வல்லவரால் பொருளை உணர்த்திவிட முடியும் என்கிறது. அதாவது, இலக்கியக் கோட் பாட்டு ஆசிரியன் உணர்த்த வல்லவன் ஆயின் மொழிவெளியில் ஊடாட (mediate) முடியும் என்பதே.

இன்றைய நவீனத்துவ பொதுவழக்கில் அடிக்கடி ஒரு கேள்வி எழுப்பப்படுகிறது. இலக்கியத்திற்குத்தான் இலக்கணமே தவிர, இலக்கணத்திற்கு இலக்கியம் இல்லை என்று. அதாவது இலக்கியமே முதன்மையானது, அதன்பிறகுதான் இலக்கணம் வருகிறது என்பதே இதன் பொருள். அடிப்படையில் இலக்கணம், இலக்கியங்களின் உள்ளார்ந்துள்ள விதியமைப்புகளை ஆய்ந்து, அதன் உள்அமைப்பை, உள்சட்டகத்தை விதிகளாக வெளிப் படுத்துவதே. இன்றைய மொழியில் சொன்னால் அதைக் கோட் பாட்டு செயல்பாடு என்று கூறலாம். சான்றாக, தொல்காப்பிய இலக்கணம் அதற்கு முந்தைய இலக்கியங்களிலிருந்து இலக் கணத்தை உருவாக்கியதாகக் கொண்டால், அந்த இலக்கியங்கள் அதற்கு முந்தைய மொழிகளில் பதிந்துள்ள எழுத்து முறைக்கான விதிமுறைகளில் இருந்தே உருவாக்கியிருக்க முடியும். அதாவது தெரிதாவின் மொழியில் சொன்னால் இலக்கணம் என்பது

பேச்சிற்கு முந்தைய தொல் எழுத்தாக (Arche Writing) இருந்திருக்க வேண்டும்.

தமிழ் இலக்கணம் தொல்காப்பியரால் ஆராய்ந்து தொகுத்து உரைக்கப்பட்டாலும், அன்றைய சமூகத்தின் பொதுச் சங்கேத அமைப்பிற்கான மொழியியல் விதிகள், குறியீட்டு முறைகள் முன்பே இருந்திருக்க வேண்டியது அவசியம். அதாவது இலக்கணம் அன்றைய சமூகப் பேச்சின் உள்ளார்ந்து அமைந்து விதிகளாக எழுதப்படாத பொதுக்குறியமைப்பாக புழக்கத்தில் இருந்திருப்பது அவசியம். அப்படி இல்லாவிட்டால் அந்த சமூக அமைப்பே ஒரு மொழிக்குறியமைப்பிற்குள் இயங்க முடியாது. ஒருவர் பிறரை அறிய ஒரு பொது விதிமுறைகளைக் கொண்ட அல்லது இலக்கணம் என்று நாம் சொல்லும் ஒன்று இயக்கத்தில் இருந்திருக்கும். அந்த ஒன்றை தனது ஆய்வுகள் வழியாக விதிகளாக, வாய்ப்பாடுகளாக (சூத்திரங்களாக) வகுத்துரைத்ததே தொல்காப்பியம். இதை வேறுவிதமாகக் கூறினால், இலக்கியத்திற்கு முன்பே இலக்கணம் உள்ளது என்பதே. அல்லது படைப்பிற்கு முந்தையது கோட்பாடு என்பதே. உடனடியாக எழும் கேள்வி இலக்கணம் அற்ற புதுக்கவிதையை எப்படி புரிந்துகொள்வது என்பதே. அடிப்படையில் புதுக்கவிதை இலக்கணத்தை மறுத்தது அல்ல, யாப்பை மறுத்து உருவானதே. கவிஞர் சி. மணி கூறுவதைப்போல "யாப்புடைத்த கவிதை, அணையுடைத்த காவிரி" என்பதே. ஆக, இலக்கணத்திறகு முந்தையது இலக்கியம் என்பது இலக்கிய முதன்மைவாதமே தவிர தர்க்கரீதியான வாதம் அல்ல.

பகுதி–3: கற்பனாவாதம் (ரொமாண்டிசிசம்) எனும் படைப்புக் கோட்பாடு

புரியாமல் எழுதுவதும், பேசுவதும் கோட்பாட்டாளர் வேலை என்று கூறி எளிமை என்ற பெயரில் மந்தைகளையும், பண்டங்களையும் படைப்பாக முன்வைக்கும் போக்கே இந்த கோட்பாட்டு எதிர்மனநிலையை பொதுப்புத்தியில் பதிய வைத்துள்ளது. வாசகனை பயிற்றுவிப்பதும், படைப்பாளியை செறிவடைய வைப்பதும் கோட்பாடே. வாசகனை சுதந்திரமாக, தனக்கான பிரதியை கட்டுபவனாக அமையும் படைப்புகளே விமர்சன சிந்தனையை வளர்க்கக் கூடியவையாக இருக்கும். அவையே வாசகனுக்கும் படைப்பாளிக்குமான ஒரு ஊடாட்ட வெளியாகப் பிரதியை முன்வைப்பதாக இருக்கும்.

ஆக, திறனாய்வையும், கோட்பாடுகளையும் இவர்கள் மறுத்தாலும் புறக்கணித்தாலும் இவர்களுக்குள் அது இயங்குகிறது என்பதே யதார்த்தம். இப்படி கோட்பாட்டை நிராகரிக்கும் போக்கு ஒருவகை படைப்பு குறித்த கற்பனாவாதம் என்கிற ரோமான்டிசிச கோட்பாட்டால் ஆளப்படுவதே. சிந்தனையில் கற்பனாவாதமும் (ரொமான்டிசிசமும்), படைப்பில் யதார்த்தமும் (ரியாலிசமும்) என்பதே தமிழ் படைப்பாளிகள் பின்பற்றும் கோட்பாடு.

கற்பனாவாதம் ஒரு கலைஞன், எழுத்தாளன் தனது உணர்வுகளை தடைகளின்றி தன்னிச்சையாக வெளிப்படுத்துவதே கற்பனாவாதத்தின் இயல்பு. கலைஞன் தனக்கான சட்டகத்தின் அடிப்படையில் இயங்குபவன். தனது உணர்வுகளை ஆற்றலுடன் வெளிப்படுத்த வேண்டும் என்பதே கற்பனாவாதத்தின் கோட்பாட்டு அடிப்படையாகும். இதன்படி ஒரு எழுத்தாளன் தனது உணர்வுகளில் தோன்றுவதை, கற்பனைகளை அப்படியே எழுதுகிறான். கலைஞன், எழுத்தாளன் சுதந்திரமானவன் என்பதே. அவனை எதுவும் கட்டுப்படுத்தாது. இதன் ஒரு உச்ச வெளிப்பாடு எழுத்தாளன் தன்னிச்சையானவன் (சுயம்பு). அவனது படைப்பும் தன்னிச்சையாக வெளிப்படுகிறது என்பதே. அவன் தன்னிச்சையாக ஓர்மையற்ற (பிரக்ஞையற்ற) நிலையில் படைப்பதே படைப்பு. தன்னோர்மையில் (சுயப்பிரக்ஞையில்) வெளிப்படும் திட்டமிட்ட வெளிப்பாடு, அல்லது வருவிக்கப்பட்டு வெளிப்படுவது படைப்பாகாது. ஒருவரது தனித்துவமான (சுயமான) குரலையே வாசகன் கேட்கிறான். கலைஞனோடு தன்னை அவன் அடையாளம் காண்கிறான். கலைஞனின் குரலை தனது குரலாக கேட்கிறான். அதில்தான் அவன் இலக்கிய இன்பத்தை அடைகிறான். இப்படியாக, கற்பனாவாதக் கோட்பாடு, படைப்பாளியை ஒரு கடவுள் நிலையிலும், வாசகனை ஒரு பக்தன் நிலைக்கும் ஆட்படுத்தியது. இதன்வழியாக வாசகன் ஒரு ரசிகனாக உருவாகும் போக்கு வளர்ந்தது. இது படைப்பாளியை மையம் கொண்ட ரசிகப் பட்டாளமாக வாசகர்களை மாற்றியது. 'சுயத்துவம்', 'உணர்தல்', 'ஒன்றிணைதல்', 'கற்பனை', 'அனுபவம்', 'தெய்வநிலை', 'புனித விகசிப்பு' ஆகியவையே கற்பனாவாத (ரொமான்டிக்) யுகத்தின் சொல்லாடல்களாகும். ஒரு படைப்பை உற்பத்தி செய்வதற்கான, வாசிப்பதற்கான, ஆய்வதற்கான கோட்பாட்டுக் கருவிகளாக இத்தகைய சொல்லாடல்களே அமைந்தன.

இவ்வாறாக, செவ்வியல்காலத்தில் இருந்த கடவுளின் இடத்தைப் படைப்பாளி கைப்பற்றினான் கற்பனாவாதச் சமூகத்தில். அதன் ஒரு நீட்சியே தமிழ்ச் சூழுலில் படைப்பாளி ஒரு கடவுள் போன்ற தன்னிச்சைகளின் உற்பத்தி மையம் என்ற நிலை உருவானது. படைப்பு சுயம்புவாக உருவாதல் என்ற இந்திய மதவாதக் கோட்பாடு இதற்கான அடிப்படை தத்துவ நோக்கு களை அளித்தது. எனவே, கலைஞன் கட்டற்றவன். அவனை யாரும், எதுவும் கட்டுப்படுத்தமுடியாத ஒரு சுயம்பு. அதனால், "ஒரு கலைஞன் தான்தோன்றியாக வாழலாம். ஒழுக்கம் மீறலாம். அதற்கான உரிமை அவனுக்கு உண்டு. அவனை அவனது கலைத்திறமைக்காகக் கொண்டாட வேண்டும். என்றெல்லாம் ரொமாண்டிசிசம் தனது கோட்பாடுகளை விரிவுபடுத்திக் கொண்டே போயிற்று. கலைஞனின் தலைக்குப் பின்னே ஒளிவட்டம் சுழன்றது." என்று இந்த சூழலை விளக்குகிறார் எம்.ஜி.சுரேஷ் "அனைத்து கோட்பாடுகளும் அனுமானங்களே" என்ற வல்லினம் இணைய இதழில் எழுதிய தொடர் கட்டுரையில்.

அவரது வருணனை அப்படியே தமிழ்ச் சூழலுக்குப் பொருந்தக்கூடியது. ஆக, கற்பனாவாதச் சூழலைத் தாண்டாத ஒரு நிலையே தமிழ் படைப்பிலக்கியச் சூழலாக உள்ளது. ஆனால், தமிழில் பாரதிக்குப் பின் உருவான நவீனத்துவம் கொண்டுவந்த யதார்த்தவாதம் என்கிற இலக்கிய உத்தி, வடிவம் இவர்களால் கையாளப்பட்டாலும், நவீனத்துவ சிந்தனை குறைவே. பொதுவாக தமிழ் படைப்பிலக்கியச் சூழல் சிந்தனையில் கற்பனாவாதமும், வெளிப்பாட்டில் யதார்த்தவாதமும் கொண்ட ஒன்றாகவே உள்ளது. காரணம் படைப்பு குறித்த அடிப்படைச் சிந்தனையே இங்கு மதவாதத் தன்மை கொண்டதாக, மாறநிலைவாதத்தால் ஆளப்படுவதாக உள்ளது. இப்படியான மதவாதப் படைப்புக் கோட்பாட்டை அமைப்பியல், குறியியல், பின்அமைப்பியல், பின்நவீனத்துவக் கோட்பாடுகள் கீழ்க்கண்ட வகையில் மாற்றியமைத்தது.

படைப்பாக்கம் = உற்பத்தி, படைப்பு = பிரதி, கர்த்தா = ஆசிரியன்

இந்த மாற்றத்தை கறாரான தர்க்க அடிப்படையில் நிறுவிய 20 ஆம் நூற்றாண்டில் மேற்கத்திய சிந்தனை உலகில் உருவானதே கோட்பாடு (தியரி). அரசியல், உளவியல், அழகியல், அறவியல், இலக்கியம், சமூகவியல் என அனைத்து துறைகளிலும் இந்த கோட்பாடு குறித்த சிந்தனை பரவலாகியது.

பகுதி–4: பொதுப்புத்தியும் கோட்பாடும்

ஒரு குறிப்பிட்ட கருத்தியலின் வழியாக உலகை அணுகுவதற்கான, உள்வாங்குவதற்கான, புரிந்துகொள்வதற்கான ஒரு முறையியலே கோட்பாடு என்கிறோம். இவ்வாறு கோட்பாடுகள் வழியாகவே உலகம் உள்வாங்கப் படுவதால்தான் அதை தமிழில் கொள்பாடு அதாவது கோட்பாடு என்று சொல்கிறோம்.

கோட்பாட்டு அடிப்படையிலான வாசிப்பு, ஒரு பிரதியின் கட்டமைப்பு விதிகளை ஆராய்வதாக, அதனோடு வெளிப்படும் கருத்தியலை அறிவதாக, அதை நடைமுறையில் உணர்ந்துப் பார்ப்பதாக உள்ளது. கோட்பாட்டிற்கும் நடைமுறைக்கும் உள்ள உறவு ஒரு தொடர் இயங்கியல் உறவு. அது,

கருத்தியல் – கோட்பாடு – நடைமுறை – பொதுப்புத்தி
⇨ புதிய கருத்தியல் – புதிய கோட்பாடு – புதியநடைமுறை

என்ற முடிவற்ற இயக்கத்தைக் கொண்டது. ஒரு சமூகத்தில் அதாவது ஒரு தலைமுறையில் குறிப்பிட்ட ஆதிக்கக் கருத்தியலின் அடிப்படையில் அமைந்த கோட்பாட்டின் வழி நிறுவப்பட்ட உண்மைகள், அடுத்தமைந்த சமூகத்தில் அல்லது தலைமுறையில் நடைமுறையில் செயல்பட்டு பொதுப்புத்தியாக மக்களிடம் கட்டமைந்துவிடுகிறது. பின் சமூகவளர்ச்சிக்கேற்ப புதிய கோட்பாடு, பொதுப்புத்தியை இடையீடு செய்து அதன் கருத்தியலை வெளிப்படுத்துகிறது. ஆக, கோட்பாடு என்பதும் ஒரு நடைமுறையே, செயல்பாடே. அதை எதிராக நிறுத்துவது அனுபவ முதல்வாதமே. கோட்பாடு பொதுப்புத்தியை சிதைக்கிறது, எதிர்காலத்திற்கான பொதுப்புத்தியைக் கட்டமைக்கிறது. இது ஒரு தொடர் நிகழ்வு என்பதையே மேலே விளக்கினோம். இதன்படி, இன்றைய படைப்பிலக்கியங்கள் நேற்றைய கோட்பாடுகளால் உருவானவை. இன்றைய கோட்பாடு நாளைய படைப்பிலக்கியங்களை உருவாக்கும்.

அதாவது, பொதுப்புத்தியை தகர்ப்பதும், புதிதாக ஆக்குவதும், வடிவமைப்பதுமே கோட்பாடு எனலாம். அதற்கு,

1. பொதுப்புத்தியை விமர்சிப்பதற்கான விமர்சன சிந்தனை உருவாக வேண்டும். சான்றாக, யதார்த்தவாத இலக்கியங்கள் உண்மையை பிரதிபலிப்பவை என்ற பொதுப்புத்தி சார்ந்த மனநிலை, உண்மை குறித்த மதவாதக் கருத்தியலால் கட்டமைக்கப்பட்டது. அந்த மதவாதக் கருத்தியலை

மறைப்பதே யதார்த்தவாத இலக்கியத்தின் மொழி. இது மதத்திற்கு கடவுள்போல, இலக்கியத்திற்குக் கர்த்தாவை அதாவது படைப்பாளியை மையப்படுத்தும். அந்த மையம் மொத்த படைப்பையும் உண்மையாக வாசிக்க நிர்பந்திக்கும். இந்த நிர்பந்தத்தை மீறி, படைப்பை ஒரு மொழிப்பிரதியாக ஆய்வு செய்வதற்கான உத்தியைத் தருவது கோட்பாடே.

2. கோட்பாடு வழிப்பெறப்படுவதே திறனாய்வுச் சிந்தனை (கிரிட்டிக்கல் திங்கிங்). கோட்பாடு எந்த ஒன்றையும் விமர்சன கண்கொண்டு பார்ப்பது, அணுகுவது. விமர்சன சிந்தனையை மறுப்பதே இன்றைய தமிழ் படைப்பிலக்கிய உலகின் மிகைப்போக்காக அமைந்துள்ளது. கோட்பாடுகளை, கோட்பாட்டுத் திறனாய்வுகளை மறுப்பதும், விமர்சனம் என்ற பெயரில் ரசனை சார்ந்து உருவாக்கப்படும் புகழுரைகள் அல்லது இகழுரைகளுமே விமர்சனமாக, திறனாய்வாக அமைகிறது. அதனை மட்டுமே முன்வைக்கும் போக்கு அதிகரிக்கிறது. ஒரு பிரதியின் உருவாக்கம், அது சமூகத்தில் உருவாக்கும் இடையீடு, வாசகர்களை பயிற்று விப்பது, அதன் வழியாக மொழிக்குள் உருவாக்கும் வினைகள், இவை உருவாக்கும் பொதுப்புத்தி சார்ந்த நிலைபாடுகள் ஆகியனவே இதுவரையான சமூக உருவாக்கத்திற்கான பங்களிப்பைச் செய்வதாக உள்ளது. இவ்வாறாக, இலக்கியம் ஒரு சமூகத்தின் நனவிலியாக இருக்கிறது. கோட்பாட்டுத் திறனாய்வுகள் உருவாக்கும் விமர்சன சிந்தனைதான் அந்த நனவிலியை சமூகத்தின் மாற்றத்திற்கானதாக கட்டமைப்பது. அல்லது இலக்கியம் உருவாக்கும் சமூக நனவிலியை சீர்தூக்கிப் பார்த்து அடுத்த தலைமுறைக்கான, வரப்போகும் சமூகத்திற்கான புதிய மக்களைக் கட்டமைக்க முயல்வது.

3. அடுத்து, திறனாய்வுச் சிந்தனை சொல்லாடல்கள் வழி இவ்வுலகு எப்படி கட்டுப்படுத்தப்படுகிறது என்பதை வெளிப்படுத்துகிறது. உண்மைகள், மெய்யிருப்பு, யதார்த்தம் உள்ளிட்டவை பற்றிய புதிய பார்வைகள், சொல்லாடலால் கட்டப்படுகிறது. அதாவது மதவாதச் சமூகத்தில் மாயமாக கருதப்பட்டவை, பகுத்தறிவு சமூகத்தில் மூடநம்பிக்கையாகக் கருதப்படுகிறது. இவ்வாறாக ஆதிக்கம் வகிக்கும் சொல் லாடல் வழியாக புற உலகு உணரப்படுகிறது. ஒரு இலக் கியம் உருவமைக்கும் உலகின் வழி ஆதிக்கச் சொல்லாடலின் கருத்தியல் வெளிப்படுத்தப்படுகிறது.

சொல்லாடல் குறித்து பூஃக்கோ முக்கியமான இரண்டு கருத்துக்களை முன்வைக்கிறார். 1. முக்கியமாக சமூகத்தில் வாழும் மக்களின் கருத்துக்கள், பொருட்கள் ஆகியவற்றினை வரையறுத்து யதார்த்தமானதாக காட்டுவது. 2. அறிவுபூர்வமாக என்ன சிந்திப்பது, எதை சிந்திக்கக் கூடாது என்பதை நிறுவனமயப் படுத்தப்பட்ட வழிகளில் பேசுவது அல்லது எழுதுவதன் வழியாக உலக யதார்த்தத்தைத் தீர்மானிப்பது. பூஃக்கோ இதை தனது பாலியல் வரலாறு பற்றிய ஆய்வில் "பாலியல்" என்ற சொல்லாடல் எப்படி அடிப்படையில் வேட்கை, ஆசை, இன்பம், உள்ளார்ந்துள்ள சுயம் பற்றி நமது சிந்தனைகளை மாற்றியமைத்தது என்பதை எழுதுகிறார். பாலியல் என்ற சொல்லாடல் மனித அடை யாளங்களைப் பற்றி முன்பே உள்ள அடிப்படை உண்மையைக் கண்டறியவில்லை, மாறாக அது அதிகாரத்தின் / அறிவின் குறிப்பிட்ட நடைமுறைகளால் உருவாக்கப்பட்டது என்கிறார்.

எனவே, சொல்லாடல் யதார்த்தத்தை வரையறுத்துக் காட்டு வதன் வழியாக, ஒரு மனித உடலின் அனைத்து நடவடிக்கைகள், சிந்தனைகள், உணர்வுகள், அறிவு ஆகியவற்றை பொதுப்புத்தியாகக் கட்டமைத்து தனிமனித வாழ்வைக் கட்டுப்படுத்துகிறது. பொது புத்தி முந்தைய சமூகத்தால் அல்லது தலைமுறையால் உருவாக்கப் பட்ட கோட்பாடுகளால் நிரூபணமான அல்லது நிர்ணயிக்கப்பட்ட உண்மைகள், கருத்துக்கள், சிந்தனைகள் ஒரு வழக்காக மாறி ஆதிக்கச் சிந்தனையாகவும், வாழ்க்கைமுறைகளை வழிகாட்டுவ தாகவும் அமைவதே.

பகுதி–5: கோட்பாட்டு அறிவும், படைப்பின் உணர்வும்

இலக்கியப் படைப்பு உணர்வை அடிப்படையாகவும், கோட் பாடு அறிவை அடிப்படையாகவும் கொண்டதான ஒரு முரண் பரவலாக முன்வைக்கப்படுகிறது. அடிப்படையில் இவற்றை முரணாகப் பார்க்க முடியாது. இரண்டும் ஒன்றுடன் ஒன்று உறவு கொண்டு இயங்குபவையே. உணர்வு கருத்தியலோடு இணைந்து பதப்படுத்தப்பட்ட சொல்லாடலாக மாறுவதே அறிவு. அதாவது உணர்வைப் பதப்படுத்தப்படாத அறிவு என்றும், அறிவைப் பதப்படுத்தப்பட்ட உணர்வு என்றும் வரையறுக்கலாம். உணர்வின் ஒரு தர்க்கவடிவமே அறிவு. அறிவின் ஒரு அதர்க்க வடிவமே உணர்வு. ஆகையால் அதர்க்க வடிவமான உணர்வே படைப்பிலக்கியம். அதைத் தர்க்கவடிவில் வெளிப்படுத்தும் அறிவே கோட்பாடு எனலாம். ஆக, படைப்பிலக்கியமும்,

கோட்பாடும் ஒன்றிலிருந்து ஒன்று உருவாகி, ஒன்றை ஒன்று நிறைவு செய்துகொள்ளும் முரணியங்கியலின்வேறுபட்ட வடிவங்களே.

அதனால், இலக்கியம் உணர்வுடன் உறவு கொண்டது என்பதால் அது ஒருவகைக் கோட்பாட்டு அறிவின் அதர்க்க வடிவமாக உள்ளது. அதேபோல் கோட்பாடு அறிவுடன் உறவு கொண்டது என்பதால், அது ஒருவகை இலக்கிய உணர்வின் தர்க்க வடிவமாக உள்ளது. இந்த உறவின் நுட்பம் அறியாதவர்களே இலக்கியத்தையும் கோட்பாட்டையும் எதிரெதிராக நிறுத்து கிறார்கள். தமிழ்ச்சூழலில் அப்படி நிறுத்துவதுடன், எதிரான ஒரு மனநிலையையும் கட்டமைக்கிறார்கள். காரணம், கோட்பாடு தர்க்க அறிவின் பயில்நெறி சார்ந்தும், பல்துறை சார்ந்தும் அமைந்துள்ளது, இலக்கியம் ஒரு தனிமனித உணர்வு சார்ந்தும் அமைவதால், அது சமூகத்தின் உணர்வு சார்ந்த எதிர்வினையாக அமைகிறது.

படைப்பு நனவிலி நிலையில் செயல்படும் ஒன்று என்றும், கோட்பாடு நனவுநிலையில் செயல்படும் ஒன்று என்றும் நம்பப்படுகிறது. யதார்த்தத்தில் கோட்பாடே நனவிலிநிலையில் செயல்பட்டு படைப்பை நனவுநிலையில் உற்பத்தி செய்கிறது. ஒரு இலக்கியப் படைப்பு மொழி வழிக் கட்டப்பட்ட மரபுகளால் நெய்யப்பட்ட முந்தையப் பிரதிகளுடன் உறவுகொண்டே வடிவம் கொள்கிறது. இதனையே பிரதியூடகம் என்று குறித்தோம். பிரதியூடகம் என்பது பிரதிகளின் ஒரு ஊடாட்டவெளி. பிரதி யூடக வெளி பிரதி, ஆசிரியர், வாசகர் என்று மூன்றின் நெசவில் ஊடாடி உருவாகும் ஒன்று. அந்த வெளியே படைப்பிற்கான வெளியாக அமைகிறது. அவ்வெளிக்குள் நிகழும் ஒரு படைப் பானது காலத்தோடு உறவுகொண்ட நனவுநிலை செயல்பாடால் சமகாலத்தன்மை பெறுகிறது. சங்ககாலம் முதல் நவீன காலம் வரை தமிழ்ப் படைப்பிலக்கிய மரபு ஒரு பிரதியூடக வெளியாக இயங்கிக் கொண்டிருக்கிறது. இவ்வெளியே படைப்பு உருவாக்கத் திற்கான புறமாகவும், தற்காலம் படைப்பின் அகமாகவும் உள்ளது. இந்த வெளிக்கு வெளியில் நின்று ஒரு படைப்பு சாத்தியமில்லை.

இதனை எளிமையாகப் புரிந்துகொள்ள இலக்கணம் எப்படி ஒருவரது மொழியின் விதிகளாக உள்வயப்படுத்தப்பட்டுள்ளதோ, அதைப்போன்றதே கோட்பாடும் படைப்பில் உள்வயப்படுத்தப் பட்டுள்ளது. இலக்கணம் என்பதே (தொல்காப்பியம் உட்பட)

ஒரு கோட்பாடுதான் என்பதை முற்பகுதியில் விவரித்துள்ளோம். இங்கு படைப்பிற்குள்ளே கோட்பாடு இருப்பதில்லை. படைப்பின் உள்வயமாக கோட்பாடு உள்ளது என்பதாகப் புரிந்துகொள்ள வேண்டும். உள்ளிருப்பு என்பதையும், உள்வயம் என்பதையும் நுட்பமாகப் பிரித்தறிய வேண்டும். சான்றாக, உள்ளிருப்பு என்பது ஒரு நீர் நிரம்பிய கண்ணாடிக் குவளையில் கிடக்கும் கல் நமது கண்ணிற்குக் காட்சியாவதைப் போன்றது. உள்வயம் என்பது அதே நீர் நிரம்பிய ஒரு கண்ணாடிக் குவளையில் போடப்பட்ட உப்போ அல்லது சக்கரையோ போன்றது. அது நீரில் கரைந்து கண்ணிற்குப் புலனாகாது. அப்படித்தான் கோட்பாட்டை படைப்பு மொழி வழியாக உருவாகி வந்துள்ள பிரதியூடகம் வழியாக உள்வயப்படுத்தி விடுகிறது. இலக்கணம் ஒரு மொழிக்குள் கரைந்து புலனாகாதவகையில் உள்வயப்படுத்தப்பட்டிருப்பதைப்போல. அதனால் ஒரு படைப்பாளி தன்னளவில் அல்லது நனவுநிலையில் எந்த கோட்பாட்டையும் உணர்ந்திருக்க வேண்டிய அவசியமில்லை. ஆனால், அவர் தான் புழங்கும் மொழிவழியாக உருவான பிரதியூடகத்தினால் கோட்பாட்டை உள்வயப்படுத்திக் கொண்டிருக்கிறார் என்பதுவே இங்கு விளக்கமுனைவது. மேற்கண்ட உருவகத்தில் கோட்பாடு கல்போன்று நிலைத்த தன்மைக் கொண்டது அல்ல, உப்பு, சக்கரைப் போன்று கரைந்து அலைவுறும் இயக்கத்தன்மைக் கொண்டது என்பதே முக்கியம்.

எளிமையாகச் சொன்னால், ஒரு படைப்பு அதற்கான கோட்பாட்டை அதன் நனவிலியில் கொண்டமைந்திருக்கும் என்பதே. அந்த நனவிலியை ஊடுறுவி அதனை வெளிப்படுத்து பவராக கோட்பாட்டுத் திறனாய்வாளர் இருக்கிறார். ஒரு படைப்பாளி கோட்பாடுகளை வாசிப்பதன்மூலம் தன்னுணர் வுடன் ஒரு படைப்பை உருவாக்க முடியும். கோட்பாடு அறியாத படைப்பாளி தன்னுணர்வற்ற நிலையில் கோட்பாட்டால் வழிநடத்தப்பட்டு படைப்பவராக இருக்கிறார். ஒற்றை வரியில் சொன்னால் கோட்பாடு படைப்பின் நனவிலியாக செயல்படுகிறது என்பதே.

எனவே, இலக்கியமும் கோட்பாடும் ஒன்றோடொன்று உறவுகொண்டவை. அவற்றைப் பிரித்துப் பார்ப்பதிலும், மேல்–கீழாக வைப்பதிலும் ஒருவகை அதிகாரம் செயல்படுகிறது. அந்த அதிகாரம் இலக்கியவாதியின் எதேச்சதிகாரப் போக்காகவும், தன்னிச்சை மனப்போக்காகவும் வெளிப்படுகிது. இதைதான் முதலில் சிந்தனையில் கற்பனாவாதமும், செயலில் யதார்த்த

வாதமும் கொண்டவர்களாகத் தமிழ் படைப்பாளிகள் உள்ளனர் என்று கூறினோம். எனவே ஒரு திறனாய்வாளர் விமர்சன சிந்தனையிலிருந்து கோட்பாட்டாக்கம் நோக்கித் தனது ஆய்வை எடுத்துச் செல்வதன்மூலம், ஒரு படைப்பிலக்கியத்தின் பொதுப் புத்திசார்ந்த சிந்தனைகளைக் கட்டுடைத்து அதன் பின் உள்ள கோட்பாட்டை அகழ்ந்தெடுக்கிறார். ஒரு படைப்பிலக்கியவாதி கோட்பாடுகளைப் புரிந்துகொள்வதன் மூலம் தனது படைப்பை தன்னுணர்வுடன் படைப்பவராக இருக்கிறார்.

பகுதி–6: கோட்பாட்டின் தேவை

மொழி உலகை எல்லைப்படுத்துகிறது. அதாவது உலகைக் கட்டமைக்கிறது. உலக யதார்த்தம் மொழியால் கட்டமைக்கப்பட்டு காட்சியாவதே. மொழி யதார்த்தத்தை, புறநிலையைப் பதிவதில்லை, மாறாக, அதை உருவாக்குகிறது, ஒழுங்கமைக்கிறது. அதனால் மொழியால் உருவாக்கப்படும் ஓர் இலக்கியப் பிரதி கோட்பாட்டின் வழியாக மட்டுமே அதன் பன்முக சாத்தியப்பாட்டை வெளிப்படுத்த முடியும். தெரிதா கூறியதைப்போல எல்லாமே பிரதி "பிரதிக்கு வெளியில் ஏதுமில்லை" என்பதால், பொருளாக்கம் (அர்த்தம்) வாசிப்பாளனின் நெசவில் உருவாகும் அதாவது பிரதியில் உருவாகும் ஒன்றாக உள்ளது. அர்த்தங்களின் எதேச்சதிகார சாராம்சத்தன்மை, மாறாநிலை என்பதைக் கோட்பாடு மறுக்கிறது. எந்த ஒன்றிற்கும் ஒற்றை அர்த்தம் சாத்தியமில்லை. பல அர்த்தங்களும், அர்த்தங்களை ஒத்திப்போடுதலும் நிகழ்கிறது. எனவே படைப்பாளி தான் முன்வைக்கும் பொருளையே வாசகரும் பெறவேண்டும் என்று நினைப்பதும், அப்படி தனது படைப்பை உருவாக்கிப் பரப்புவதும் யதேச்சதிகாரம். மாறாக, படைப்பு வாசகரினாலும் நெய்யப்படுகிறது என்பதே படைப்பிற்கான பன்முகத்தன்மையை உருவாக்கக் கூடியதாகவும் உள்ளது.

பொதுப்புத்தியின் பின் உள்ள தர்க்கமுறை சாராம்சவாத தன்மை கொண்டது. அது இருமை எதிர்வை அடிப்படையாகக் கொண்டது. பொதுவாக இந்த இருமை எதிர்வு மையத்தைக் கொண்ட சாராம்சவாதமே ஒரு விமர்சனப் பார்வையாக வெளிப்படுகிறது. மாறாக, பன்மைத்துவம் பிரதியின் இந்த இருமை எதிர்வையும், சாராம்சவாத மையத்தையும் கட்டவிழ்த்து விடுகிறது. அதனால் பிரதியானது மையமற்ற ஒன்றாக மாற, அதன் கருத்தியல் உள்ளழுத்தங்களில் இருந்து விடுபட்டு பலதிசைகளில் பன்முக அர்த்தங்களை வெளிப்படுத்துவதாக

அமைகிறது. அடிப்படையில் சாராம்சவாதம் ஒரு வன்முறையை உறையவைக்கும் மையம். சாராம்சவாதத்தை எதிர்ப்பது புதிய கோட்பாட்டின் அடிப்படையாக உள்ளது. இது முற்றும் முழுதான உண்மையை மறுக்கிறது. சார்புத்தன்மை வாய்ந்ததாக உண்மையை ஏற்கிறது.

உயர்ந்தது, அதிசயமானது போன்ற "கிரேட்நெஸ்" எதற்கும் இல்லை. எல்லாம் சமூக–அரசியல் நிலைகளால் தீர்மானிக்கப் படுவது. மனித இயல்பு (human nature) ஒரு வகை சாராம்சவாத தொன்மம். அது இனம், பாலினம், வர்க்கம் உள்ளிட்ட பல சமூகஅரசியல் கருத்தாக்கங்களால் கட்டமைக்கப்பட்டது. அது ஒரு ஐரோப்பியமையவாத, ஆணாதிக்க கருத்தாக்கம். ஒரு பிரதியின் முற்றான அர்த்தம் அதைப் பெருங்கதையாடல்களுடன் இணைப்பதன் வழியாகவே உருவாக்கப்படுகிறது. இவ்வாறாக, உருவாகும் சிறுகதையாடல்கள், பெருங்கதையாடல்களுடன் இணைந்து அர்த்தமுள்ளவையாக ஆக்கப்படுகின்றன. விடுதலை, மோட்சம், சுதந்திரம், மனித உரிமை, மதம் உள்ளிட்டப் பெருங் கதையாடல்கள் மோத்தத்துவ எதேச்சதிகாரத்தை உருவாக்கக் கூடியவை என்ற புரிதலுடன் கையாளப்பட வேண்டும்.

பகதி–7: முடிவுரை

சான்றாக, தமிழர் வாழ்வியல், இலக்கியம் எல்லாம் தொல் காப்பிய திணைக் கோட்பாட்டு அடிப்படையில் உருவாகி வளர்ந்ததே. அதனால் கோட்பாடற்ற வாழ்வும், இலக்கியமும் சாத்தியமில்லை. வேண்டுமானால் கோட்பாடுகளை தேர்வு செய்வதும், தெரியாமல் அதில் புழங்குவதும் படைப்பிலக்கிய வாதிகளின் நிலையாக இருக்கலாம். ஆக, படைப்பாளி சுயம்பு என்ற உயர் பிம்ப கட்டமைப்புக்களை தகர்ப்பதன் வழியாக புதிய கட்டமைப்புகளை உருவாக்க புதிய கோட்பாடுகளே வழிநடத்தும். ஒரு படைப்பாளி தன்னை தகர்ப்பமைப்பு செய்வதே தமிழ்ச் சூழலுக்கான புதிய கோட்பாடாக அமையும். படைப்பிலக்கிய வாதிகள் அதற்கான இலக்கியப் பிரதிகளின் உற்பத்தி நோக்கிப் பயணிக்க வேண்டுமே தவிர, தன்மையவாத, தன்முனைப்புவாத்தில் சிக்கி தமிழ்ச் சமூகத்தை மீண்டும், மீண்டும் பழகிய நுகர்வுப் பண்பாட்டு சகதிக்குள் தள்ளி, வாசக மந்தைகளையும் அதனால் தங்களது வாசக சந்தைகளையும் பாதுகாப்பதில் கவனம் செலுத்தக் கூடாது.

(12.02.2021)

2

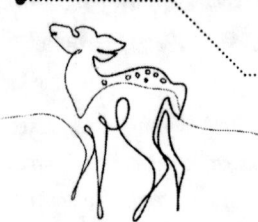

பனுவலியல் அல்லது பிரதியியல் கோட்பாடு: ஓர் அறிமுகம்

வினையின் நீங்கி விளங்கிய அறிவின் முனைவன் கண்டது முதல் நூலாகும். - **தொல்காப்பியம்**

நூற்கள் அர்த்தங்களைப் படைக்கிறது, அர்த்தங்கள் வாழ்க்கையைப் படைக்கிறது. - **ரோலாண்ட் பார்த்** (The Pleasure of the Text)

தமிழில் பிரதி, பனுவல், நூல் என்று அழைக்கப்படும் ஒன்றின் கோட்பாடே இலக்கியக் கோட்பாடுகளில் ஒன்றான பிரதியியல் கோட்பாடு. ஓர் இலக்கியப் பிரதி எப்படி அமைவுற்றுள்ளது? அதன் பொருளாக்க உத்திகள் என்ன? பிரதி தனித்த ஒன்றா? அல்லது அது இலக்கியப் பிரதிகளின் ஊடாட்ட வலைப்பின்னலால் தீர்மானிக்கப்படுகிறதா? பிரதியை எப்படி பொருள்கொள்வது? அதில் என்ன வகைமைகள் உள்ளன? பிரதிக்கும் சமூகத்திற்கும் உள்ள உறவு? பிரதிக்கும் ஆசிரியனுக்கும், வாசகனுக்கும் உள்ள உறவு? உள்ளிட்ட பல கேள்விகளை உள்ளடக்கியது.

பிரதி – பனுவல்

முதலில் பிரதி என்ற சொல் தொல்காப்பிய கால பனுவல் என்ற சொல்லுடன் இணையாக வைத்துச் சிந்திக்க முனைகிறது இக்கட்டுரை. பரவலாக தமிழில் நூல் என்ற சொல்லும் பிரதி மற்றும் பனுவலுக்கு இணையாகப் பயன்படுத்தப்படுகிறது. நூல் என்ற சொல் 'புத்தகம்' (இச்சொல் 'புஷ்தக்' என்ற வடமொழிச் சொல்லின் தமிழ் வடிவம் என்றாலும், தமிழில் வெகுமக்கள் வழக்கில் உள்ளது) ஆங்கிலத்தில் 'Book' என்ற சொல்லிற்கு இணையானதாக உலகியல் வழக்கில் பயன்பாட்டில் உள்ளது. தொல்காப்பிய நாடக (இலக்கிய) வழக்கில் நூல் என்பதை பனுவல் என்றும் தமிழில் அமைப்பியல் அறிமுகத்திற்குப் பிந்தையதான சொல்லாடலான பிரதி என்ற பொருளிலும் இக்கட்டுரையில் ஆளப்படுகிறது.

பிரஞ்சு சிந்தனையாளரான ரோலாண்ட் பார்த் முதல்வகை புத்தகங்களை Work (எழுத்து) என்ற சொல்லாலும், இரண்டாம் வகை நூல்களை Text (பிரதி அல்லது பனுவல்) என்ற சொல்லாலும் குறிப்பிடுவார். இவை இரண்டிற்குமான வேறுபாடுகளை விரிவாக அவரது 'Work and Text' என்ற கட்டுரையில் விவாதிக்கிறார். பார்த்தின் Text என்ற சொல்லே இங்கு பனுவல் அல்லது பிரதி என்று ஆளப்படுகிறது. எளிமையாக, வாசிப்பின்பம் தரக்கூடியதைப் பிரதி (Text) என்றும், வாசிப்பை மட்டும் தரக்கூடியதை எழுத்து (Work) என்றும் குறிக்கலாம்.

தொல்காப்பியம் செய்யுள் என்பதை மொழியால் செய்யப் படும் அனைத்திற்குமான ஒன்றாகவே முன்வைக்கிறது. தமிழின் குறிப்பிடத்தக்க ஆய்வாளரும், தமிழ் இனம் சார்ந்த சிந்தனைக் கான அடிப்படைகளை உருவாக்கியவர்களில் ஒருவருமான சோமசுந்தர பாரதியார், தொல்காப்பியம் பேசும் செய்யுள் என்பது வெறும் 'பா' என்கிற யாப்பு சார்ந்த செய்யுளுக்கு மட்டுமே உரியதல்ல என்கிறார். ஆனாலும் துறைசார் தமிழாய்வு, தொல்காப்பிய எழுத்து, செய்யுள், யாப்பு, அணி, திணை ஆகிய வற்றைத் தாண்டுவதில்லை. தொல்காப்பியம் பிரதியாக்கம் அல்லது பனுவலாக்க உத்திக்கான அடிப்படைகளையே விவரிக் கிறது என்பதாக இதனை அடுத்த தளத்திற்கு விரிவுபடுத்தலாம். தொல்காப்பியம் கூறும் சொல்லிற்குப் பொருள் வரம்பற்றது என்பதே பிரதியியல் கோட்பாட்டிற்கான அடிப்படை. இதுகுறித்து தமிழவன் தொடங்கி தி.சு. நடராசன், கா. பூரணசந்திரன், கா. பஞ்சாங்கம், பிரேம்–ரமேஷ், எஸ். சண்முகம் எனப் பலரும் தமிழில் அமைப்பியல், பின்அமைப்பியல், பின்நவீனம் குறித்துப் பேசியவர்கள் விரிவான உரையாடலை நிகழ்த்தியுள்ளனர்.

"வாசகன் சுயம் இழக்காமல் இயங்க எந்த ஒரு படைப்பையும் பிரதி/பனுவல் என்ற சொல்லாடல் மூலம் அழைக்கலாம்" என்கி றார் ஆய்வாளர் ந. இரத்தினக்குமார் "திறனாய்வுக் கோட்பாடு களும் பன்முக வாசிப்புகளும்" (பக்.50) என்ற நூலில். தமிழில் பிரதியில், ஊடிழைப்பிரதிக் கோட்பாடு ஆகியவை ஏற்கனவே பேசப்பட்டுள்ளன. குறிப்பாக ந. இரத்தினக்குமார் அவர்களின் "ஊடிழைப்பிரதியும் வாசிப்பின் அரசியலும்" என்ற கட்டுரை இப்பொருள்குறித்து வந்து ஒரு முக்கியமான அறிமுகக் கட்டுரை. இக்கட்டுரை அவரது மேற்படி நூலில் தொகுக்கப்பட்டுள்ளது.

ஆகையால், பனுவல்/பிரதி என்பது குறித்த தமிழ்ச் சொல்லாய்விலிருந்து தொடங்கலாம். பனுவல் என்ற சொல்;

"நூல், பிரதி, புத்தகம், பஞ்சு, கல்வி (பன்னு பனுவல்), ஆராய்ச்சி, கேள்வி" என்று பல பொருட்களைக் கொண்டுள்ளது. இதில் பஞ்சு என்ற நெசவுடன் தொடர்புடைய சொல் குறிப்பிடத்தக்கது. காரணம் பஞ்சிலிருந்து திரிக்கப்படுவதே நூல் என்பதால் பனுவல்/பிரதி என்ற சொல் நெசவுடன் தொடர்புடையதாகவும், அதே நேரத்தில் நெய்யப்படுதல் என்ற வினையை அடிப்படை யாகக் கொண்டதாகவும் உள்ளது. பிரதி என்பது "ஒத்த தன்மை, மாற்று, பதிலி, நூல் படி, படியெடுத்தல், எதிர்ச்சொல், போட்டி, எதிர்வழக்காளி, ஒவ்வொரு நாளும்" என்ற பல பொருட்களைக் கொண்டது. தமிழில் பிரதி என்பதைவிட பனுவல் என்பது பொருத்தமானது என்றாலும், வழக்கில் பிரதி என்பதே அமைப்பியல், பின்அமைப்பியல் அறிமுகத்தின் ஊடாக பயன் பாட்டில் உள்ளது. பிரதி என்ற சொல் எண்பதுகளுக்குப் பிந்தைய தமிழ் இலக்கியச் சூழலில் இலக்கியத்தின் ஒரு கலைச்சொல்லாக மாறியுள்ளது. ஆக, நெய்தல் என்ற வினையடியாக உருவான ஒரு சொல்லாக்கமே பிரதி, பனுவல், நூல் என்பது.

ஆங்கிலத்தில் 'Text' என்பது லத்தின் வேர்ச்சொல்லான 'Texture' என்ற சொல்லின் அடிப்படையில் உருவானது. 'Texture' என்பது இழையமைவு, நூல்நயம் என்று தமிழில் பனுவல், பிரதி, 'நூல்' என்பதற்கு இணையான சொல்லாக அமைந்துள்ளது. எளிமையாக இதனைப் புரிந்துகொள்ள ஒரு துணியின் இழை யமைவு, நூல்நயம் என்பதே துணியின் திறனாக உணரப்படுவதும், அதுவே அத்துணியின் மதிப்பைத் தீர்மானிப்பதாகவும் இருக்கிறது. எப்படி ஒரு துணியின் இழையமைவை, நயத்தை உணர்கிறோமோ, அப்படித்தான் பிரதி, பனுவல் என்பதை ஒரு நூலில் உணரமுடியும். நெசவை ஒரு சிந்தனை பிம்பமாகக் கொண்டால், ஒரு பிரதி என்பது சமூகத்தில் உருவாகிவந்துள்ள மொழியால் நெய்யப்படுவது என்பதைப் புரிந்துகொள்ளமுடியும். இப்படி கூறும்போது ஓர் ஆசிரியர் சமூகத்தில் ஏற்கனவே உள்ள மொழியைக் கொண்டு, பல்வேறு வண்ண நூல்களில் வெவ்வேறு விதமாக நெசவு நெய்வதன் வழியாக பல்வேறு வண்ணங்களையும், வடிவங்களையும் உருவாக்கி விடுகிறார் என்பதைப் புரிந்துகொள்ள முடியும். ஆசிரியரின் கற்பனைத்திறன், மொழிவன்மை இந்த நெசவின் ஊடுபாவாக அமைவதன் வழியாக பிரதியின் கலைத்தன்மை அல்லது இலக்கியத்தன்மை என்பது உருவாக்கம் கொள்கிறது.

மேற்கண்ட பிரதியியல் கோட்பாட்டு அடிப்படையில் இலக் கியம் மற்றும் கலைசார்ந்த பிரதிகளை இப்படி வரையறுக்கலாம்.

சொற்களால் நெய்யப்படுவது இலக்கியம்
வண்ணங்களால் நெய்யப்படுவது ஓவியம்
ஓசைகளால் நெய்யப்படுவது இசை
பிம்பங்களால் நெய்யப்படுவது சினிமா
அசைவுகளால் நெய்யப்படுவது நடனம்
நிகழ்வுகளால் நெய்யப்படுவது நாடகம்

இலக்கியம், ஓவியம், இசை, சினிமா, நடனம், நாடகம் அனைத்துமே நெய்யப்படும் பிரதிகள் என்பதே பிரதியியல் கோட்பாட்டின் அடிப்படைகளில் ஒன்று. பொதுவாக, பிரதி எழுத்து சார்ந்து மட்டுமே தமிழில் புரிந்துகொள்ளப்பட்டுள்ளது. பிரதி இலக்கியம் மற்றும் கலைகளின் நெசவில் உருவாகும் ஒன்றே. அது ஆசிரியரால், சமூக யதார்த்தத்தால், வாசிப்பாளரால் நெய்யப்படுவது. பிரதியியல் கோட்பாடு பிரதி உருவாக்கம், பிரதி வாசிப்பு, பிரதியூடகமாக பிரதியின் மொழிச்செயல்பாடு, சமூகத்தில் பிரதிகள் வழியாக நிகழும் மறுவடிவமைப்புகள் (refashioning) ஆகியவற்றை ஆய்வு செய்வது என்று தொகுத்துக் கூறலாம்.

பிரதி, ஆசிரியர், வாசகர்

நூல் அதாவது புத்தகம் என்று சொல்வது ஒரு புறப் பொருளோ? அகப்பொருளோ அல்ல. அது ஒரு திரளுதல் (assemblage அசம்பலேஜ்) என்கிறார்கள் டெல்யுஸ்–கத்தாரி என்ற இரண்டு பிரஞ்சு சிந்தனையாளர்கள். தமிழில் நூல் என்ற சொல் நெய்யப்படுவது என்ற வினையடிப்படையில் வைத்துச் சிந்தித்தால் இதனைப் புரிந்துகொள்ளலாம். அதாவது மொழிவழி நெய்யப்படும் ஒன்றே நூல் என்ற புரிதல் தமிழில் இருந்துள்ளது.

நூல் ஆசிரியப்புலம் – வாசகப்புலம் – யதார்த்தபுலம் என்ற மூன்று புலங்கள் வழியாக தன்னைத் திரட்டிக் கொள்கிறது என்கிறார்கள் அவர்கள். இதன் பொருள் ஆசிரியர், வாசகர், பிரதி – மூன்றுமே நிலையான ஒன்றல்ல. ஒருவகை புலங்கள் என்பதே முக்கியம். இப்புலங்களின் இடையீடால் திரளும் (assemblage) ஒருவகை உருவாகுதலே (becoming) என்று இதனை விரித்துரைக்கலாம். டெல்யுஸ்–கத்தாரியின் கருத்தாக்கமான 'உருவாகுதல்' என்பது ஒரு பொருள், ஒரு குறிப்பிட்ட சூழலில் ஒரு நிகழ்வை அல்லது மற்றொரு பொருளை எதிர்கொள்ளும் போது தன்னை அதற்காக தகவமைத்துக்கொண்டு, அதற்கானதாக

உருவாகும் ஒரு நிலை. இது நிலைத்த அடையாளங்களை மறுத்து, அந்தந்த வலைப்பின்னல் அல்லது எதிர்கொள்ளல் அடிப்படையில் உருவாகும் நிலை.

இக்கேள்வியை இப்படிக் கேட்டால் இதனைப் புரிந்து கொள்ளலாம். ஓர் எழுத்தாளர் எங்கு எழுத்தாளராக/ஆசிரியராக உள்ளார்? எழுதும்போது மட்டுமே. மற்ற நேரங்களில் அவர் அலுவலகத்தில் அலுவலராக, பாடசாலையில் மாணவராக, குடும்பத்தில் உறுப்பினராக, பயணத்தில் பயணியாக, மணக் கோலத்தில் மாப்பிள்ளையாக, மகளுக்குத் தந்தையாக இப்படி பல்வேறு சூழல்களில் பல்வேறாக உருவாகிக் கொண்டுள்ளார். எழுத்தாளர் என்பது ஒருவரின் சாராம்ச பண்பு இல்லை. இதைத்தான் ஆசிரியர் இறந்துவிட்டார் என்கிறார் ரோலாண்ட் பார்த். இறந்துவிட்டார் என்பது இறப்பை ஓர் எதிர்மறை உணர்வுநிலையில் (சென்டிமெண்ட்) அணுகும் கீழைத்தேயர்களான நமக்கு ஓர் அதிர்ச்சியை ஏற்படுத்தியது. ஆசிரியர்/எழுத்தாளர் எழுதும் செயலில் உருவாகி, பின் மறைந்து விடுகிறார் என்பதாக இதனைப் பொருள்கொள்ளலாம். அதேபோல் வாசகரும் வாசிப்பில் உருவாகி வாசித்தபின் மறைந்து விடுகிறார். ஆனால் இந்த உருவாகும் நிலையானது அவரைப் புதியதொரு அறிவுப் புலத்திற்கு தகவமைத்து, அதற்கேற்ப அவரது நிலையில் மாற்றத்தை உருவாக்கிவிடுகிறது. இதனை ஆசிரியர்/எழுத்தாளர் மற்றும் வாசகர்களின் தனித்தன்மை என்று கூறலாம்.

பிரதி, ஆசிரியர், வாசகர் என்ற மூன்றுமே ஒருவகை உரு வாகுதல் என்பதால் தொடர் இயக்கப்போக்கில் உள்ள ஒன்று, அவை நிலைத்த அடையாளமோ அல்லது ஒன்றைப் பிரதிநிதித் துவம் செய்வதோ அல்ல. இத்தகைய உருவாகுதலை மறுத்தோ மறந்தோ ஒரு நிலைத்த அடையாளம் ஆதிக்கம் வகிப்பதாக, தீர்மானிப்பதாக அமைவதான எண்ணமே பிரதிகளை நிலையான அர்த்தமுள்ளதாக எண்ண வைக்கிறது. இப்படியான நிலைத்த அடையாளங்களே அதிகார உருவாக்கமாக நுண்பாசிச தன்னிலை/ யாக உருவமைகிறது. இத்தகைய பாசிச தன்னிலைகளைப் பிரதிகள் எப்படி கட்டமைக்கின்றன என்பதை கண்டு உணர்த்துவதும் பிரதியியல் ஆய்வுமுறையின் ஓர் அடிப்படை என்று கூறலாம்.

ரோலாண்ட் பார்த் சொன்ன ஆசிரியர் மரணம் என்பதை டெல்யுஸ்-கத்தாரியின் “உருவாகுதல்” (becoming) என்கிற கருத்தாக்கத்துடன் இணைத்து ஆசிரியர் உருவாகுகிறார், பின்னர்

மறைந்துவிடுகிறார் என்பதாகச் சற்று விரிவான பொருளில் புத்தாக்கம் செய்துகொள்ளலாம். இப்படி புத்தாக்கம் செய்யும்போது ஆசிரியர், வாசகர் என்ற இரண்டு உருவாகுதலுக்கும் காரணமான பிரதி என்பது ஓர் இணைப்பு கண்ணியாக முக்கியத்துவம் பெறு கிறது. பிரதியியல் கோட்பாடு இப்புள்ளியிலிருந்தே தொடங்குகிறது. ஆசிரியர் ஒருவரால் எழுதப்பட்டதாக அல்லது உருவாக்கப் பட்டதாக இருந்தாலும், பிரதி என்பது ஆசிரியரைப் பிரதிநிதித்துவப் படுத்துவதல்ல. வாசகருக்குத் தன் அடையாளத்தைத் தருவதுமல்ல. அது வாசகரின் நுகர்வு சார்ந்த வாசிப்பிற்கானதில்லை. அது வாசிப்பவருக்குள் விழுந்து விளைச்சலை உருவாக்கும் ஒன்று, மேய்ச்சலை தரும் ஒன்றல்ல.

சான்றாக பல்வேறு செவ்வியல் இலக்கியங்கள், குறிப்பாக தொல்காப்பியம் தொடங்கி பலவும் நம்மிடம் பிரதியாக மட்டுமே இருப்பவை. அதன் ஆசிரியரைப் பிரதியே உருவாக்கியுள்ளது. அல்லது பிரதியின் அடையாளமே ஆசிரியரின் அடையாளமாக உள்ளது. பல்வேறு நாட்டார் இலக்கியங்கள், நாடகங்கள், கூத்துகள் ஒற்றை ஆசிரியரைக் கொண்டதல்ல. அது ஒரு சமூகத்தின் கூட்டு எழுதுதலாக உருவானதே. அதேபோல் அதன் வாசிப்பும் சமூகத்தின் கூட்டு நினைவுகளால், சமூகத்தின் பொதுசங்கேத அமைப்புகளால், சமூகத்தின் அன்றைக்கான ஆதிக்கச் சொல்லாடல் கட்டமைத்த அறிவு மற்றும் உணர்வு மற்றும் இவை இணைந்த இலக்கிய புலத்தால் வாசிக்கப்படுகிறது. இவ்வாசிப்பினால் பிரதி தனது பொருளாக்கத்தைத் தொடர்ந்து மாற்றிக்கொண்டும், இயக்கத்தில் வைத்துக்கொண்டும் உள்ளது.

ஆகவே, பிரதியியல் கோட்பாடு, பிரதி என்பது நிலைத்த ஒன்றல்ல என்கிறது. அதாவது, நிலையான பொருளாக்கத்தைத் (அர்த்தத்தை) தரும் ஒன்றல்ல என்கிறது. அதனால், பிரதி என்ற சொல் பிரதிநிதித்துவம் என்பதிலிருந்து விடுபடுகிறது. பிரதி எந்த ஒன்றையும் பிரதிநிதித்துவம் செய்வதில்லை. அது எந்த ஒன்றையும் பிரதிபலிப்பதும் இல்லை. ஆக. பிரதி என்பதற்கு ஒரு தோற்றம், மூலம் என்ற சாராம்சமான பண்புகள் இல்லை. மாறாக, பிரதி என்பது அனைத்தையும் பிரதி செய்யும் ஒன்றாக உள்ளது. பிரதி மற்றொரு பிரதியைப் பிரதி செய்வதாக உள்ளது.

ஆக, பிரதிகளால் பிரதிசெய்யப்பட்ட பிரதிகளைத்தான் அந்தந்த கால ஆசிரியர் (எழுத்தாளர்) தனது மொழிவழி சாத்திய மான மொழிதல்களாக வெளிப்படுத்துகிறார். இதை வாசிப்பவர் களுக்கு எழுதுபவர் அந்தந்தக் கால மொழியின் ஓர் ஊடகமாக

செயல்படுகிறார் என்பதான உருவகம் தோன்றும். அல்லது எழுதுபவர் ஒரு தொல்குடி மாந்திரீகனைப்போல செயல்படுவ தாகத் தோன்றும். தொல்சமூகத்தில் மாந்திரீகன் மந்திரமாக மொழியைப் பயன்படுத்தினார் என்றும், செவ்வியல் சமூகத்தில் படைப்பாளி தந்திரமாக மொழியைப் பயன்படுத்தினார் என்றும், நவீன சமூகத்தில் எழுத்தாளர் எந்திரமாக மொழியைப் பயன் படுத்தினார் என்றும், பின்நவீன, பின்காலனிய சமூகத்தில் மேற் கண்ட மந்திரம், தந்திரம், எந்திரம் இவற்றைக் கலந்தும், கலைத்தும் மொழியைப் பயன்படுத்துகிறார்கள் என்றும் ஓர் உருவகப் பெருக்கமாக இதனை ஊகிக்கலாம்.

பிரதியியல் கோட்பாடு

அமைப்பியல், பின்அமைப்பியல், பின்நவீனக் கோட்பாடுகளே "பிரதியியல்" அல்லது "பனுவலியல்" என்ற புதியதொரு கோட்பாட்டிற்கான அடிப்படைகளை உருவாக்கியது. குறிப்பாக சசூரிய மொழியியல் உருவாக்கிய அமைப்பியல், அதனை விமர்சித்து மேலெடுத்த பின்னமைப்பியல் அடிப்படைகளில் உருவான ஒன்றே பிரதியியல் கோட்பாடு. பிரதியியல் என்பது இலக்கிய அமைவு (texture), கட்டமைப்பு (structure) மற்றும் சூழமைவு (context) என்ற மூன்று புலங்களைச் (domains) சேர்ந்தது என்பார்கள் கோட்பாட்டாளர்கள். பிரதியின் கட்டமைப்பை அறிவது, அதன் இலக்கிய அமைதியைப் பெறுவது, அதனைச் சூழமைப்பது என்பது பிரதியியல் வாசிப்பின் அடிப்படை. பிரதியியல் என்பது ஒரு பிரதியைக் குறிப்பிட்ட வகையில் வாசிப்பதற்கான கோட்பாடு. அடிப்படையில் பிரதிகளை எப்படி வாசிப்பது என்பதே பிரதியியல் கோட்பாடு எனச் சுருக்கி உரைக்கலாம்.

பிரதி என்பது எழுதப்பட்ட வார்த்தையோ சொல்லோ அல்ல. அது ஒரு வாசக – ஆசிரிய – நூலுக்கு இடையிலான உறவு. பிரதி நிலையான அர்த்தங்களைக் கொண்டதல்ல. அது வாசகரின் இடையீட்டால் மாற்றீடு செய்யப்படும் ஒன்று மட்டு மல்ல, சமூகத்தின் சங்கேத முறையில் மாறிக் கொண்டிருப்பது. ஒரு பிரதி ஒரு குறிப்பிட்ட முறையில் மட்டுமே வாசிப்பதற்கானது அல்ல. பன்முக வாசிப்பைக் கொண்டது, அதில் வாசிப்பின்பத்தைப் பெறுவதற்கான வாசிப்புமுறைக்கான வழிமுறைகளைக் காட்டு வதும், வாசல்களைத் திறப்பதுமே பிரதியியல். ஒரு பிரதியைப் பல வாசல்கள் வழி திறப்பதற்கான உத்திகளை உருவாக்குவதே

பிரதியியல். ஒரு குறிப்பிட்ட பிரதிக்குப் பல்வேறு உரைகள் சாத்தியமாகிறது என்றால், ஒவ்வொரு உரையும் பிரதியியல் கோட்பாட்டின்படி மேற்சொன்ன மூன்று புலங்களின் வழியாக வெளிப்படுவதே. குறிப்பாக, உரைகள் உரையாசிரியரின் இயங்கு புலத்தால், அவரது பரந்த வாசிப்பால் பெற்ற ஒரு தனிச்சிறப்பான வாசிப்பு என்பதே. அதாவது, பிரதியியல் என்பது பிரதி மீதான ஒரு தனிச்சிறப்பான வாசிப்பு செயல்பாட்டைக் குறிக்கும் கோட்பாடு.

பிரதி வாசிப்பில் உள்நோக்கம் (Intentionality) முக்கியமானது. அது மூன்று வகையான எண்ணங்களின் அல்லது உள்நோக்கங் களின் (intention) வலைப்பின்னலால் அமைகிறது. 1. ஆசிரியரின் நோக்கம் அல்லது எண்ணம்; 2. வாசிப்பாளரின் நோக்கம் அல்லது எண்ணம்; 3. பிரதியின் நோக்கம் அல்லது எண்ணம். பிரதியின் கட்டமைப்பும், இலக்கிய மரபில் பெற்ற இலக்கிய அமைதியும், சூழமைவினால் உருவாகும் உறவும் இணைந்து பிரதிக்கான ஒரு நோக்கம் அல்லது எண்ணம் உள்ளார்ந்ததாக அமைகிறது. இந்த மூன்றையும் அறிவது பிரதியியல் திறனாய் விற்கான அடிப்படை என்று கருதலாம். ("மௌனியின் இலக்கி யாண்மை" என்ற எனது நூலில் இது குறித்து விரிவாகப் பேசி யுள்ளதால் விரித்துரைப்பதைத் தவிர்க்கிறேன்.)

மேற்சொன்ன கருத்தில் சற்றே வாசிப்பவரை இடரக்கூடிய கருத்துப் பிரதிக்கு என்று ஓர் உள்நோக்கம் உண்டா? என்பது. உள்நோக்கம் ஒரு மனிதனின் எண்ணம்தானே... மனமற்ற பிரதிக்கு அப்படி ஓர் உள்நோக்கம் என்ற எண்ணம் சாத்தியமா? இது அறிவுக்குப் புறம்பான ஒரு கருத்தியலான "உள்ளொளி" போன்று உள்ளதே? என்றெல்லாம் கேள்விகள் எழும். இதனைச் சற்று நிதானமாகவும், ஆழமாகவும் உள்வாங்கி புரிந்துகொள்ள வேண்டும். அதாவது, பிரதி என்பது ஒரு நூலுக்குள் அல்லது புத்தகம் என்று சொல்லும் ஒரு புறப்பொருளில் பொதிந்துள்ள மாறாமல் இருக்கும் ஒன்றல்ல. அது வாசிக்கும் காலத்தில் புழக்கத்திலுள்ள பூஃக்கோ கூறும் சொல்லாடல் (discoure) மற்றும் தெரிதா கூறும் எழுத்தாக்கத்தால் (writing) தீர்மானிக்கப்படுகிறது. அது சமூகத்துடன் ரஷ்யாவைச் சேர்ந்த மார்க்சிய கோட் பாட்டாளர் மிகைல் பக்தின் கூறும் தொடர் உரையாடலில் (dialogical) உள்ளது.

சமூகத்தில் இயங்கும் வரலாற்று உணர்வு, நிகழ்காலத்தின் அறிவுப்புலம், ஆதிக்கம் வகிக்கும் சொல்லாடல், மொழியை வழி

நடத்தும் எழுத்தாக்க விதிகள், சமூக உரையாடலை எதிர்கொள்ளும் தன்மை ஆகியவை பிரதிக்கு ஓர் உள்ளார்ந்த பொருளாக்கத்தை வைத்திருக்கும். அதையே பிரதியின் உள்ளுணர்வு அல்லது உள்ளமைவு என்று குறிக்கிறோம். அதைப் பிரதியின் மையம் அல்லது அர்த்தம் என்றும் அது நிலையான ஒன்று என்றும் நம்முள் செறிந்துள்ள மாறாநிலைவாதத்தால் புரிந்துகொள்கிறோம். அதனால் பிரதி மாறாதது என்பதாக நம்புகிறோம். உண்மையில், பிரதியை வாசிக்கும் காலச் சமூகத்தின் யதார்த்தபுலத்தில் கொள்ளும் பொருளமைதியே அதன் உள்ளுணர்வு என்று குறிக்கலாம். அல்லது வாசிக்கும் காலச் சமூகம் அன்றைக்கான சூழலில் அதற்கு ஒரு பொருளை வைத்திருக்கும்.

இலக்கியப் பிரதி பேச்சாலும், மௌனத்தாலும் அல்லது சொல்லாலும் இடைவெளிகளாலும் கட்டப்பட்டது. அது எப்பொழுதும் ஒரு எச்சத்தை, ஒரு தடத்தை, ஒரு சுவடை காட்டுவதாக இருக்கும். இப்பண்பே பிரதியை ஒரு நிரந்தர பொருள் (அர்த்தம்) உள்ளதாக இருக்கவிடாது. காரணம் சொற்கள் எச்சங்களால் ஆனது. ஒரு சொல் பல்வேறு நினைவுகளின் வரலாற்றைக் கொண்டதாக இருக்கும். அந்த நினைவுத் தடத்தை, வரலாற்றுச் சுவடை மௌனத்தில், இடைவெளியில் மறைத்து எச்சமாக வைத்திருக்கும். இதைத்தான் தெரிதா "Trace" என்கிறார். தொல்காப்பியர் எச்சம் என்று இதனைச் சொற்களின் உள்ளுறைந்த பொருளை அறிவதற்கான "எஞ்சுபொருள் கிழவி" என்ற உத்தியாக முன் வைக்கிறார். (விரிவாக எனது "தொல்காப்பிய எச்சவியலும் தெரிதாவின் எழுத்தியலும்" என்ற கட்டுரையில் வாசிக்கலாம்.) பிரதிகளின் எச்சம் (Textual Trace) என்பது மற்றொரு பிரதியோடு அது கொண்டிருக்கும் தொடர்பு மற்றும் உறவு. இவ்வுறவு ஒரு சுவடாக, தடமாக வாசிப்பில் கண்டுணரப்படும். (பிரதி பிறிதொரு, சமகால அல்லது ஏற்கனவே எழுதப்பட்ட, பிரதிகளோடு கொண்டிருக்கும் தொடர்பாடலையே பிரதியூடகவெளி என்ற கருத்தாக்கமாக சென்ற கட்டுரையில் எழுதியிருந்தேன் என்பதை நினைவுபடுத்திக் கொண்டால் இக்கருத்தாக்கம் தெளிவுறும்.)

பிரதிகள் வாசிப்பு செயல்பாட்டின் வழியாக பொருளாக்கத்தை உற்பத்தி செய்தல், பரவலாக்கல், கடத்துதல் வழியாக தனிமனிதர்களின் ஒரு பண்பாட்டு நடவடிக்கையாக மாறுகிறது. அதன் வழியாக யதார்த்தத்தைப் புரிந்து கொள்ளுதல், புத்தாக்கம் செய்தல், புறஉலகை உள்வயப்படுத்துதல் என ஒரு யதார்த்தத்தைக் கட்டமைப்பதற்கான செயல்முறையாக அமைகிறது பிரதியியல்

கோட்பாடு. "பிரதிகளுக்கு வெளியே ஏதுமில்லை" என்ற தெரிதியக் கூற்றின் பொருள் இதுதான். இன்றைக்கான உலகு பிரதிகளால் கட்டப்பட்டுள்ளது அல்லது பிரதிகளாக அறிந்து கொள்வது என்பதையும் இதன்வழி புரிந்துகொள்ள முடியும்.

பிரதிகளின் வகைமைகள்

கல்விப்புலம் சார்ந்து பிரதிகளைக் கீழ்க்கண்டவாறு வகைப் படுத்தலாம்.

சூழமை பிரதி (ConText): ஒரு பிரதியைப் பொருளாக்கம் செய்ய அதனை ஒரு சூழலுக்குள் பொருத்தி வாசிப்பது. புதுவரலாற்றுவாதம் வரலாற்றுப் பிரதிகள் தற்கால சூழலுக்குள் அமைத்து வாசிக்கப்படுவதே என்கிறது.

ஆழ்பிரதி/துணைப்பிரதி (SubText): பிரதியின் உள்தளங்களில் மறைந்துள்ள அல்லது ஒரு பிரதி உருவாக்கும் மற்றொரு பிரதியைக் குறிப்பது. அதாவது மேலே குறிப்பிட்ட பிரதியின் உள்ளுணர்வால் உருவாகும் பிரதி.

மீயிணைப்பு பிரதி (HyperText): கணிப்பொறி, இணையப் பயன்பாட்டில் உள்ள மீ–இணைவுகள் (ஹைபர் லிங்ஸ்) உள்ள ஒரு பிரதி. (எனது உடலரசியல் நூலின் முதல் பகுதி இந்த முறையில் எழுதிப்பார்க்கப்பட்டது.) ஒரு பிரதிக்குள் உள்ள பல்வேறு இணைப்பு கண்ணிகள் வழியாக வேறொரு பிரதிக்குச் செல்லும் வண்ணம் உருவாக்கப்படுவது.

மீ பிரதி/கருவி பிரதி (MetaText): மொழியை உருவாக்கும் மொழிகுறித்து பிரதி அல்லது பிரதி உருவாக்கத்தை பிரதியாக்கம் செய்வது.

நுண்பிரதி/மீச்சிறு பிரதி (MicroText): டுவிட்டர், குறுஞ்செய்தி போன்றவை. இது இலக்கியப் பிரதி உறவுகொள்ளும் நுண்தளங்களில் உருவமையும் ஒன்றாக விரிவுப்படுத்தலாம். நுண்ணரசியல், நுண்பாசிசம் போன்றவற்றுடன் உறவுடைய ஒரு எண்மருவு கோட்பாட்டாக்கமாக (டிஜிட்டல் தியரி) இதனை வளர்த்தெடுக்கலாம்.

ஊடிழைப்பிரதி (InterText): ஒரு பிரதிக்குள் வேறுபல பிரதி களின் ஊடாட்டமாக எழுதப்படும் பிரதி. மேற்கோள்கள், மற்ற வர்களின் சொற்றொடர்கள், இடையீட்டுக் கதைகள், மீள எழுதப் படும் கதைகள், கதைகளை மறுவிளக்கம் செய்தல், பகடியாகப்

பிற கதைகளை எடுத்தெழுதுதல், மற்றவர்களின் பிரதியைச் சுருக்கமாக எடுத்து இடையீடு செய்தல் ஆகியவற்றை ஊடிழைப் பிரதி அல்லது இடையீட்டுப்பிரதி எனலாம்.

இவ்வகைமைகள் ஒரு பிரதியின் கட்டமைப்பு சார்ந்து வகைப்படுத்தப்பட்டுள்ளது. இக்கட்டமைப்பு வாசிப்பிற்கான உத்தியை வழங்கக்கூடியது.

ஊடிழைப்பிரதிக் (Intertextuality) கோட்பாடு

பிரதியியல் கோட்பாட்டின் அடிப்படைகளை உருவாக்கியதே ஊடிழைப்பிரதிக் கோட்பாடுதான். மேற்சொன்ன ஊடிழைப்பிரதி என்ற வகைமைப்படி மகாபாரதம் போன்ற காப்பியங்களை மீள எழுதுவது அல்ல ஊடிழைப்பிரதிக் கோட்பாடு. ஊடிழைப்பிரதி என்பதும் ஊடிழைப்பிரதிக் கோட்பாடும் ஒன்றல்ல. ஊடிழைப் பிரதி என்பது பிரதிகளில் ஒரு வகைமை. ஊடிழைப்பிரதிக் கோட்பாடே பிரதி என்பதே ஊடிழைத்தன்மைக் கொண்டது என்கிறது. இக்கோட்பாட்டின்படி, மூலப்பிரதி என்ற ஒன்றே சாத்தியமில்லை. மூலப்பிரதியே சாத்தியமில்லை என்பது எவ்வளவு புரட்சிகரமான கருத்து என்பது சொல்லாமலே புரிந்துகொள்ளக்கூடியதே. மதம், கடவுள், புனிதமறைகள் என அனைத்தின் அடிப்படைகளும் ஆட்டம் காண வைக்கும் ஒரு கருத்து. இக்கோட்பாட்டின்படி கடவுளின் வார்த்தைகள் என்றும் அவையே அனைத்திற்குமான மூலப்பிரதி என்றும் மதங்கள் முன்வைக்கும் புனிதமறைகள் அனைத்தும்; தொல்கதைகள், நாட்டார் நம்பிக்கைகள், அக்கால தொன்மங்கள், நிகழ்வுகள் ஆகியவற்றின் ஊடிழைப்பிரதியாக அமைந்தவையே. அவை இறை எனும் அப்பாலைக் குறிப்பீடு (transendal signifier) என்ற மையத்தால் கட்டப்பட்டுள்ளதால், அது நிலையாள அர்த்தங் களைத் தருவதாக நம்பவைக்கப்படுகிறது. இத்தகைய பிரதிகளின் மையங்களை, மூலங்களைக் கட்டவிழ்ப்பதும், அதாவது சிதைவாக்கம் செய்வது ஊடிழைப்பிரதிக் கோட்பாடு.

பிரதியியல் கோட்பாட்டிற்கான அடிப்படைகளை உருவாக்கி அதைத் தனிச்சிறப்பான கோட்பாடாக வடிவமைத்தது ஊடிழைப் பிரதிக் கோட்பாடே. எல்லாப் பிரதிகளும் முந்தைய, மரபான பிரதிகளுடன் நிகழ்த்தும் உரையாடல் வழியாக உருவாகும் ஒன்றே. பிரதி என்பதே ஊடிழைப்பிரதிதான். வாசிப்பு என்பது பிரதிகளுக்கிடையில் ஊடாடுவதே. அதாவது ஒரு பிரதியை

வாசிப்பது என்பது மற்ற பிரதிகளுக்கு நகர்வதும், மற்ற பிரதிகளிடம் பெற்றவற்றிலிருந்து இப்பிரதியைப் புரிந்துகொள்வதும்தான். பொருள் என்பது பிரதிகளின் வலைப்பின்னலில் பெறப்படுவதே என்கிறது இக்கோட்பாடு.

ஜூயா கிறிஷ்தவா (ஹோலியா கிறிஷ்தவா) என்கிற பல்கேரிய–பிரஞ்சு சிந்தனையாளர் அவர்களால் முன்வைக்கப் பட்ட பிரதியில் கோட்பாடே ஊடிழைப்பிரதிக் கோட்பாடு. "மொழிதல் கோட்பாட்டை" (dialogic theory) முன்மொழிந்த மிகைல் பக்தின் இலக்கிய அமைப்பு மற்றொரு அமைப்போடு எப்பொழுதும் ஒரு உரையாடலைக் கொண்டுள்ளது என்கிறார். ஜீலியா கிறிஸ்தவா 1960ல் மிகைல் பக்தின், பார்த் இருவரது கருத்தாக்கங்களைக் கொண்டு ஊடிழைப்பிரதி (Intertexuality) கோட்பாட்டை உருவாக்குகிறார். Intertexuality என்ற சொல்லை உருவாக்கியதே அவர்தான். ஊடாடும் தன்னிலையாக்கம் அல்லது ஊடுருவும் தன்னிலையாக்கம் என்பதை ஊடிழைப்பிரதி பதிலீடு செய்துவிட்டது என்கிறார் அவர். ஒரு பிரதியின் பொருளானது வாசிப்பாளருக்கு ஆசிரியரிடமிருந்து நேரடியாகப் பொருளை தருவதில்லை. அது ஒரு சங்கேதமாக, குறியமைப்பாக இருப்பதால், அந்த சங்கேதத்தை, குறியமைப்பை உருவாக்கிய மற்ற பிரதிகளில் இருந்தே பொருளானது பெறப்படுகிறது என்கிறார். அதனால் பிரதி என்பது முற்றானதும், ஒற்றைத்தன்மைக் கொண்டதும் அல்ல. அது ஏற்கனவே ஊடிழையாக பிற பிரதிகளோடு உறவுகொண்டே நெய்யப்படுகிறது என்பதே ஊடிழைப் பிரதிக் கோட்பாடு.

நமது பொருளாக்க உத்திகள் முந்தைய பிரதிகளால் கட்டமைக்கப்பட்ட வடிவம், பொருள், சங்கேதங்கள் ஆகியவற்றால் அமைந்த ஒரு ஊடாட்டவெளியில் உருவாக்கப்படுவதே. அதனால்தான் ஆசிரியர் எந்தப் பொருளில் ஒரு பிரதியை உற்பத்தி செய்கிறாரோ அதே பொருளை வாசிப்பாளர் பெறுவதில்லை. ஊடாட்டவெளி அந்தந்த கால பொருள்கொள்முறை மட்டுமின்றி, அந்தக் கால சொல்லாடல் வெளியால் கட்டமைக்கப்படுகிறது. அதைத்தான் தெரிதா போன்றவர்கள் எழுத்தாக்கம் (writting) என்கிறார்கள். மொழி நமக்கு முன்பாக எழுதப்பட்ட வடிவில் இருக்கிறது. எழுத்தாக்கம் என்பது பிரதியியல் கோட்பாட்டின் அடிப்படையில் பிரதிகளாக உள்ளது.

இப்படி பிரதிகளால் அமையும் ஊடாட்டமே பிரதியூடகம் (Textual Medium) எனலாம். பிரதியால் அமைந்த ஓர் ஊடாட்ட

வெளி, தொல்காப்பியம் கூறும் நாடக வழக்கிற்கும், உலகியல் வழக்கிற்கும் இடையிலான உறவை உருவாக்கும் ஓர் ஊடாட்ட வெளியாக இருப்பது. இவ்வெளியில் கட்டமைவதே பிரதி. அதில்தான் ஆசிரியர் மற்றும் வாசகரின் இயங்குபுலம் அமைகிறது. இந்த இயங்குபுலத்தில்தான் ரோலாண்ட் பார்த் கூறும் எழுத்திற்கும், பிரதிக்குமுள்ள வேறுபாடுகளைப் புரிந்துகொள்ள வேண்டும். எழுத்து மூடப்பட்டது. வழக்கமாக புழக்கத்தில் உள்ள பொருளாக்கத்தைத் தருவது. புத்துணர்ச்சியை, புதுமையை தராதது. பிரதி திறந்திருப்பது. எப்பொழுதும் பொருளாக்கத்தைத் தள்ளிப்போடுவது. புதுப்புது பொருளாக்கத்தைத் தருவது. எழுத்து கைகளால் நிகழ்வது. பிரதி மொழியால் நிகழ்வது. பிரதி ஒரு முறைசார்ந்த புலம். பிரதி ஒரு செயல்பாட்டில், ஒரு உற்பத்தியில் மட்டுமே அனுபவமாகும் ஒன்று.

ஊடிழைப்பிரதி கோட்பாடு பிரதியை ஒரு தனித்த படைப்பாகவோ உற்பத்தியாகவோ பார்ப்பதில்லை. அது சமூகப் பண்பாட்டுடன உறவுகொண்டதாக முன்வைக்கிறது. எப்பொழுதும் பிரதி மற்ற பிரதிகளோடு ஊடாடுகிறது என்பதை மெய்யியல் ரீதியாகச் சொன்னால், ஒருவரது நான் அல்லது தானுமை என்பது மற்றமையால் கட்டப்படுவதைப்போல, பிரதி என்பது மற்ற பிரதிகளால் கட்டப்படுகிறது என்பதே. நான் என்கிற மையத்தை அல்லது தன்னிலை என்கிற மையத்தை இக்கோட்பாடு மற்றமையை நோக்கியதாக விளிம்பு நோக்கியதாக முன்வைக்கிறது. எந்த ஒரு பிரதிக்கும் உள்ளும் வெளியும் பொருளாக்கம் (அர்த்தமாக்கல்) நிகழ்கிறது என்கிறது இக்கோட்பாடு.

(14.10.2021)

3

தொல்காப்பிய எச்சவியலும் தெரிதாவின் எழுத்தியலும்

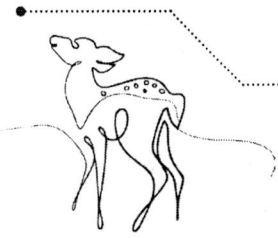

"There is no outside-text" (il n'y a pas de hors-texte) பிரதிக்கு வெளியில் ஏதுமில்லை" – **ழாக் தெரிதா**

"எல்லாச் சொல்லும் பொருள் குறித்தனவே" – **தொல்காப்பியம்**

"பொருட்கு பொருட்தெரியின் அது வரம்பின்றே" – **தொல்காப்பியம்**

"தத்தம் குறிப்பின் எச்சம் செப்பும்" – **தொல்காப்பியம்**

சுருக்கவுரை: பிரஞ்சு சிந்தனையாளரான ழாக் தெரிதா (Jacques Derrida) அவர்களின் கட்டுடைத்தல் (deconstruction) அல்லது சிதைவாக்கம் வாசிப்பு முறைக்கு அடிப்படையான மொழியியல் சார்ந்த "Trace" என்கிற மொழிப்பண்பை, தொல் காப்பியம் முன்வைக்கும் மொழிப்பண்புகளான எச்சம், எச்சவியல் விதிகள் (சூத்திரங்கள்) ஆகியவற்றை ஒப்பிட்டு ஆராய்வது. தொல்காப்பியத்தின் எச்சவிதிகளை தெரிதாவின் மொழியியல் கோட்பாட்டுடன் ஒப்பிட்டு தொல்காப்பிய எச்சவியலை ஒரு கோட்பாடாக வளர்த்தெடுப்பது. இவ்வுரையில், தெரிதாவின் இலக்கணவியல் (grammatology) என்கிற எழுத்தியல் சார்ந்த கருத் தாக்கங்களை முதல் பகுதியில் அறிமுகப்படுத்தி, அடுத்த பகுதியில் தொல்காப்பிய எச்சம் மற்றும் எச்ச விதிகளை விரிவாக அவற்றோடு ஒப்பிட்டு "தொல்காப்பிய எச்சக் கோட்பாட்டை" வரையறுத்தல். மூன்றாவது பகுதியில் எச்சக் கோட்பாட்டைப் பயன்படுத்தி அணார், எஸ். சண்முகம் கவிதைகள் மற்றும் தமிழவன் "சரித்திரத்தில் படிந்த நிழல்கள்" நாவல் பிரதிகளைக் கட்டுடைத்து வாசித்துக் காட்டுவது.

குறிச்சொற்கள்: தொல்காப்பியம், எச்சவியல், எச்சம், ழாக் தெரிதா, கட்டுடைத்தல், சிதைவாக்கம், இலக்கணவியல், எழுத்தியல், எழுத்தாக்கம், தொல்–எழுத்தாக்கம், Jacques Derrida, Trace, Deconstruction, Supplement, difference, Logocentrism, Phonocentric, Arche-writing, எஸ். சண்முகம், தமிழவன், அணார்.

முன்னுரை

ஒரு மொழிக்கு இலக்கணம் எதற்கு? இலக்கணம் பேச்சு மொழிக்கா? எழுத்து மொழிக்கா? மொழிக்கு மூலமாக இருப்பது பேச்சா? எழுத்தா? பேச்சையும் எழுத்தையும் வித்தியாசப்படுத்துவது எது? என்ற அடிப்படையான கேள்விகளுடன் இந்த உரையைத் துவக்கலாம்.

இதற்கான பதில்கள். ஒரு மொழிக்கு இலக்கணம் எதற்கு? 1. பயில்வதற்கு; 2. படித்தரப்படுத்த; 3. பனுவலாக்க. இலக்கணம் பேச்சு மொழிக்கா? எழுத்து மொழிக்கா? எழுத்து மொழிக்கு. மொழிக்கு மூலமாக இருப்பது பேச்சா? எழுத்தாக்கமா?[1] எழுத்தாக்கமே என்கிறார் தெரிதா – தொல்காப்பியமும் சொல்லதி காரம், பொருளதிகாரத்தில் எழுத்தாக்கத்தை முதன்மைப்படுத்தி பனுவல்களுக்கான இலக்கணமே செய்கிறது. பேச்சையும் எழுத் தாக்கத்தையும் வித்தியாசப்படுத்துவது எது? ஒலிப்பும், குறிப்பும். பேச்சு ஒலித்தலை அடிப்படையாகக் கொண்டது. எழுத்தாக்கம் குறிப்பை அதாவது குறித்தலை அடிப்படையாகக் கொண்டது. பேச்சு – தற்காலத்தன்மை கொண்டது, எழுத்தாக்கம் – முக் காலமும் இருப்பைக் கொண்டது. இறந்த காலம் என்பது நினைவு; எதிர்காலம் என்பது கனவு; நிகழ்காலமே யதார்த்தம். பேச்சின் நிகழ்காலத்தன்மையால், யதார்த்தம் குறித்த படிமம் உருவாகுகிறது. பேச்சிற்கு பிரசன்னம் (presence) அவசியம், எழுத்தாக்கத்திற்கு தேவையில்லை. எழுத்தாக்கத்திற்கு தொல்காப்பியம் முன்வைக்கும் முன்னம் உள்ளது. அதாவது சொல்வோன், கேட்போன் என்கிற ஒரு கற்பனை அமைப்பு உள்ளது. பக்தின் கூறும் கூற்றுக் கற்பனை (dialogic imagination) இருப்பதால் எழுத்தாக்கம் பிரதிவாசகன் – யதார்த்தம் என்கிற முப்புலத்தில் இயங்குவதாக உள்ளது.

மொழியின் மூல அலகு சொல்லோ வார்த்தையோ அல்ல, வாக்கியம் (வடமொழியில் வாக் என்பார்கள்) (நாரங்க், 348) என்கிறார் பத்ரஹரி என்கிற வடமொழி இலக்கணி. தொல்காப்பி யத்தில் எழுத்து எனும் அட்சரங்கள் கிளவியாக்க விதிகள் வழியாகச் சொற்களாகி, அவை வாக்கியங்களாக அமைவுறுவதே சொல்லதிகார இலக்கணம். அவ்வாக்கியங்கள் செய்யுளாக்க உத்திகளால் பனுவலாகக் கட்டமைவதும், அதைப் பொருள்

1 Writing என்கிற தெரிதிய கருத்தாக்கத்திற்கு "எழுத்தாக்கம்" என்ற தமிழ் சொல்லைப் பயன்படுத்துவது ஓரளவு நெருக்கமானது. எழுத்தாக்கம் என்பது வரிவடிவ எழுத்து, ஓவியம், பாறைகள், கல்வெட்டுகள், ஓலைச்சுவடிகளில் எழுதப்பட்ட அனைத்தையும் குறிப்பது.

கொள்வதுமே பொருளதிகாரம் என்கிற அமைப்பாக உள்ளது. தொல்காப்பியத்தையும், ழாக் தெரிதா என்கிற பிரஞ்சு சிந்தனையாளரின் இலக்கணவியல் அல்லது எழுத்தியல் என்பதோடு தொல்காப்பியத்தின் எச்சவியல் உத்திகளை ஒப்பிட்டு, தொல்காப்பியம் வழியாக நவீன மொழியில் சார்ந்த சிந்தனைகளை ஆராய்வதே இவ்வுரையின் நோக்கமாகும். தமிழ்ப் புலத்திற்கு வெளியிலிருந்து தொல்காப்பியத்தை ஒரு இலக்கணவியல் (grammatology) அதாவது எழுத்தியல் பிரதியாக வாசித்துப் பார்ப்பதே இம்முயற்சி.

அறிமுகம்

தொல்காப்பிய இலக்கணங்களில் இரண்டு வகையான இலக்கண விதிமுறைகள் இருக்கிறது. 1. பொதுவிலக்கணம் – இது பொதுவாக மொழியில் சார்ந்த மொழிப்பண்பு குறித்த இலக்கணம்; 2. சிறப்பிலக்கணம் – இது தமிழ் மொழிக்கே உள்ள சிறப்பான பண்புகள், மரபுகள், வழக்காறுகளில் தொகுக்கப்பட்ட இலக்கணம். தொல்காப்பிய முறைவைப்பில் இந்த பொது, சிறப்பு இலக்கணங்கள் குறித்து செ.வை. சண்முகம் (2008, பக்.29, 43) விவாதிக்கிறார். "எச்சவியல் நான்குவகை சொல்லுக்கும் பொது இலக்கணம் உணர்த்துவதாகக் கூறலாம்." (2008, 31) எச்சம் என்பது மொழிப்பண்பு, எச்சவியல் என்பது தொடர்மொழியில் பொருளாக்க உத்திகள் பற்றியது. அதாவது தொல்காப்பியம் கூறும் "மொழி புணர் இயல்பு".

தொல்காப்பியத்தின் சிறப்பிலக்கணம் தமிழ் என்ற எழுத்துப் பிரதிக்கான தனிச்சிறப்பான இலக்கணம். தமிழ் எழுத்துக்கள், சொற்களின் புணர்ச்சி இயல்புகளைக் குறித்து எழுதப்பட்டது. இதன் பொருள் தமிழ் மொழியை எப்படி எழுதுவது என்பதற்கானதே. இந்தச் சிறப்பு பொது என்கிற வேறுபாட்டை தொல்காப்பியத்தில் பிரித்துணருவதன்வழியாக, அதன் அகிலம்சார் மொழிப்பண்பையும், அதன் எழுத்தியலையும் அறியமுடியும். ஒரு இலக்கணம் அதன் விதிமுறைகளைக் கொண்டே எழுதப்படுகிறது என்பதால், ஒரு இலக்கணத்தை அதற்கு வெளியில் நின்று ஒரு பார்வையாளனாக ஆய்வு செய்யமுடியாது. தொல்காப்பிய எழுதுதலின் விதிமுறைகள் கொண்டுதான் தொல்காப்பியத்தை வாசிக்க முடியும்.

எழுத்தியல் என்பது எழுத்தை முதன்மையானதாகக் கொண்டு பேசப்படும் ஓர் அறிவியல். தெரிதா எழுத்தியலை

எழுதுதல் குறித்த அறிவியல் என்கிறார். தொல்காப்பியத்தை தமிழ் எழுதுதலுக்கான அறிவியலைப் பேசும் ஒரு எழுத்தியல் நூலாகவும் வாசிக்கலாம். தெரிதாவின் எழுத்தியல் கோட்பாடு களையும், தொல்காப்பிய எச்சவியல் கோட்பாடுகளையும் ஒப்பிடும் முன்பாக, தெரிதா குறித்த கோட்பாட்டு அறிமுகத்தை சுருக்கமாகவேனும் அறிவது அவசியம்.

1.1 தெரிதா – வாழ்க்கை குறிப்பு

ழாக் தெரிதா (Jacques Derrida) அல்ஜீரியாவில் பிறந்த பிரஞ்சு தத்துவவியலாளர். 'Deconstruction' என்ற தமிழில் சிதைவாக்கம், கட்டுடைத்தல், கட்டவிழ்ப்பு, தகர்ப்பமைப்பு என்று அறியப்படும் ஒரு வாசிப்பு உத்தியைக் கண்டடைந்து, அதை ஒரு முறையியலாக வளர்த்தெடுத்துவர். அம்முறையியலைக் கொண்டு ஐரோப்பிய மாறநிலைத் தத்துவ (metaphysics) சிந்தனையைக் கட்டுடைத்தவர். நாற்பது நூல்களுக்குமேல் எழுதியுள்ளார். இந்நூற்றாண்டில் சிந்தனைத் துறையில் மிகப்பெரும் தாக்கத்தை உருவாக்கியவர். பின்–அமைப்பியல் மற்றும் பின்நவீனத்துவ சிந்தனைக்கான அடிப்படைகளை உருவாக்கியவர். அச்சிந்தனைகளைத் தனது அடையாளமாக அவர் ஏற்காதபோதும், பொதுவாக தெரிதா பின்–அமைப்பியல் சிந்தனையை உருவாக்கியவர்களில் ஒருவ ராகவே கருதப்படுகிறார். அவரது முக்கிய நூல்கள் Speech and Phenomena, Of Grammatology, Writing and Difference, and Margins of Philosophy.

1.2 தெரிதாவின் கோட்பாட்டுப் பின்புலம்

20–ஆம் நூற்றாண்டில் ஐரோப்பாவில் ஏற்பட்ட இரண்டு முக்கிய திருப்பங்களே தெரிதாவின் கோட்பாட்டு உருவாக்கத் திற்கான பின்புலம்.

1. மொழியியல் திருப்பம் (linguistic turn) – இது பெர்டினண்ட் டி சசூர் என்ற ஸ்விஷ் மொழியியலாளர் உருவாக்கிய அமைப்பு மொழியியல். மொழி ஓர் பரிமாற்றுக் கருவி என்பதான புரிதலில் மாற்றத்தை உருவாக்கிய கோட்பாடு ஆகும். மொழி ஒரு குறி என்றும், அது குறிப்பான், குறிப்பீடு என்றதொரு அமைப்பைக் கொண்டது என்றும், குறிப்பானுக்கும், குறிப்பீட்டிற்கும் இடை யிலான உறவு இடுகுறித்தன்மை வாய்ந்தது என்றும் விவரித்தது அக்கோட்பாடு. ஒரு சொல்லுக்கும் அது குறிக்கும் பொருளுக்குமான உறவு எதேச்சையானது, அந்த எதேச்சைத்தன்மை அதாவது

இடுகுறித்தன்மை (arbitrary) சமூகத்தினால் நிறுவப்படும் மரபுகள் வழியாக பொருள்கொள்ளப்படுகிறது என்றது. இது அதுவரையிலான மொழியியல் சார்ந்த சிந்தனைகளில் உருவான ஒரு திருப்புமுனை.

2. எழுத்துரு திருப்பம் (The Scriptural Turn) மொழி எழுத்தியல் சார்ந்த ஒன்று என்பதை வெளிப்படுத்தும், வாட்ஸன் கிரிக்ஸ் முன்வைத்த டிஎன்ஏ, ஆர்என்ஏ (DNA & RNA) போன்ற உயிர்களின் செல்லிற்குள் அமைந்த குரோமோசோம்களின் எழுத்தமைவு, சைபர்நெட்டிக்ஸ் (cybernetics) எனப்படும் கணிப்பொறி சார்ந்தவை அனைத்தும் இருமை எண்களால் (binary) எழுதப்பட்டிருப்பதாக விவரிக்கும் எண்மருவு (digital) தகவல் தொழில்நுட்ப அறிவியல் போன்றவை எழுத்தை முதன்மைப்படுத்துவதன் வழியாக, ஒலி, ஒளி என அனைத்தும் எழுத்துருகளாக விவரிக்கப்பட்டன. இதனையே எழுத்துருக்களால் உருவான திருப்புமுனை என்பர்.

இவ்விரு திருப்பங்களும் உருவாக்கியதொரு புதிய சிந்தனை பின்புலமே தெரிதாவின் எழுத்தியல் உருவான பின்புலம். சான்றாக, “இறைவன் தலையில் எழுதியபடிதான் நடக்கும்” என்ற பொதுப்புத்தி சார்ந்த தமிழின் வழக்கச்சொல், மோசஸ் என்கிற மெசையாவிற்கு இறைவன் தந்த பத்து கட்டளைகள் எழுதப்பட்டே வந்தது, இஸ்லாமிய நம்பிக்கைபடி அல்லாஹ் முதலில் படைத்தது எழுதுகோள், அனைவரைப் பற்றிய குறிப்பும் சித்ரகுப்தனின் பேரேட்டில் உள்ளது போன்ற இந்துமதம் சார்ந்த நம்பிக்கைகள்கூட, எழுத்தாக்கத்தின் வலிமையை, முதன்மையைச் சொல்பவை. இதனைப் புரிந்துகொள்ள அவரது கோட்பாடுகள் குறித்த அறிமுகம் அவசியம். இங்கு சுருக்கமாக அதன் அறிமுகம் தரப்படுகிறது.

ஒலிமுதல்வாதம் அல்லது பிரணவமுதல்வாதம் (phonocentric): தெரிதா ஐரோப்பிய சிந்தனையில் மொழிவழி ஊடுருவியுள்ள மாறநிலைவாத தத்துவப் (metaphysics) பார்வைக்கு ஒலிமுதல்வாதப் போக்கே காரணம் என்பதைக் கட்டுடைத்துக் காட்டினார். அதாவது பேச்சே முதன்மையானது, பேச்சை பிரதி செய்வதே எழுத்தாக்கம் என்ற பேச்சு/எழுத்தாக்கம் என்ற இருமை முரணில், பேச்சின் முதன்மையைக் கேள்விக்கு உட்படுத்தி, பேச்சு எழுத்தாக்கத்தின் பிரதி அல்ல, பேச்சே எழுத்தக்கத்தின் வெளிப்பாடுதான் என்றார். இந்திய சைவமரபில் ‘நாதபிரம்மம்’ என்பதும், பைபிள், குரான் உள்ளிட்ட புனிதமறைகள் அனைத்தும் பேச்சு முதன்மை

யானது (வஹி அல்லது அசரீரி) என்றும், அது கறைபடாதது என்றும், அதன் தொடர்ச்சியாகவும், அதைக் காப்பதற்கும் உரு வானதே எழுத்தாக்கம் என்றும் கூறுகின்றன. இப்படி பேச்சிற்கு பிரசன்னம் உள்ளது என்பதும், பேச்சு மாறாத்தன்மை கொண்டது என்பதும் மொழியின் இயல்பு பற்றிய தலைகீழான புரிதலால் உருவாகுகிறது என்றார். பேச்சு எழுத்தாக்கத்தால் நிலைப்படுத்தப் பட்டு திரும்பத் திரும்ப (repetition) சமூகப் பயன்பாட்டின் வழியாக நிலையான சொற்களாக மாறுகிறது. இச்சொற்கள் நிலையானதொரு பொருளைக் கொண்டதல்ல என்பதால் அதன் மூலமுதலான நிலைத்தன்மை தெரிதாவால் கட்டுடைக்கப்பட்டு, மொழி எழுத்தாக்கத்தால் நிலைபடுத்தப்படும் ஒன்றே தவிர, பேச்சினால் நிலைபட்டிருப்பது அல்ல என்றார்.

மூலப்பொருள்வாதம் (logocentrism): மொழியின் ஒலிமுதல் வாதச் சிந்தனையே 'எல்லாவற்றிற்கும் மூலம் ஒன்று உண்டு' என்கிற மாறாநிலைச் சிந்தனையாக உருவாகியது என்கிறார் தெரிதா. சான்றாக, தத்துவ எழுத்துகள் சொற்களின் பொருளைக் குறைத்து, அவற்றை வரையறையாக (definitions) மாற்றுகின்றன. இத்தகைய வரையறைகள் குறிப்பீட்டிற்கும் (பொருண்மைக்கும்), குறிப்பானிற்கும் (சொன்மைக்கும்) இடையிலான உறவைச் சார்ந் திருக்கச் செய்கின்றன. சொற்களுக்கான பொருளை அவை தருவ தாக இந்த மூலமுதல் என்கிற கருத்து இருப்பதான எண்ணம் உருவாகுகிறது. இந்த எண்ணம் மூல உண்மை குறித்த நமது புரிதலுக்கான வேட்கையை உந்துவதாக உள்ளது. இத்தகைய வேட்கையின் விழைச்சையே தெரிதா மூலப்பொருள்வாதம் என்கிறார்.

தெரிதாவின் இவ்விரண்டு தத்துவம் சார்ந்த சிந்தனைகளே அவரது எழுத்தியல் மற்றும் தகர்ப்பமைப்பு (deconstruct) கோட்பாட்டிற்கான அடிப்படை. தொல்காப்பியத்தில்கூட முதல்பொருளாக கடவுள் முன்வைக்கப்படவில்லை. முதல்பொருள் நிலம் மற்றும் பொழுது என்கிறது தொல்காப்பியம். ஆக, நிலமும், பொழுதும் உயிர் வாழ்தலுக்கான வெளிகள் என்பதால் அதை முதன்மைப்படுத்துகிறது. மூலஉண்மை குறித்து தொல்காப்பியம் எதையும் முன்வைக்கவில்லை என்பது இத்துடன் இணைத்து நோக்கத்தக்கது. கடவுள் கருப்பொருள்களில் ஒன்றாக, அதாவது செய்யுளின் அல்லது பனுவலாக்கத்திற்கான பின்புலமாக முன்வைக்கப்படுகிறது என்பது கூர்ந்து நோக்கத்தக்கது. அதாவது தொல்காப்பியம் கடவுளை ஒருவகை கலைஇலக்கிய அரங்கப்

பொருளாக (art property) பாவிக்கிறது எனலாம். அடிப்படையில் தொல்காப்பிய நோக்கு இத்தகைய மூலம், தோற்றம், முடிவு போன்ற ஒருவகை மாறநிலைவாதத்தை ஏற்றிருக்கவில்லை.

1.3 தெரிதாவின் எழுத்தியல் (இலக்கணவியல்) உத்திகள்

பேச்சும்/எழுத்தாக்கமும் (Speech/Writing): *1.* பேச்சு மொழியின் முக்கிய வடிவம்; *2.* எழுத்தாக்கம் பேச்சின் வரிவடிவம்; *3.* எழுத்தாக்கம் பேச்சினைப் பதிவது. இது பேச்சு மற்றும் எழுத்தாக்கம் குறித்து நிகழும் பொதுவான புரிதல். தெரிதா இதை மறுத்து, இந்த இருமையெதிர்வைத் தலைகீழாக்கி, எழுத்தாக்கத்திற்கான அவசியத்தை, முக்கியத்துவத்தை வலியுறுத்தி, பேச்சா? எழுத்தாக்கமா? எது மூலம் முதன்மை என்ற கருத்தாக்க அமைப்பையே தகர்த்து, இரண்டும் ஒன்றோடொன்று உறவு கொண்டவை என்பதையும், பேச்சைப் புனிதமானதாக, தூயதானதாக கருதுவதால், உண்மை, புனிதம், மூலம் போன்ற அபௌதீக கருத்தாக்கங்கள் நமது சிந்தனைகளின் படிந்துவிடுகிறது என்பதைச் சுட்டிக் காட்டினார்.

தெரிதிய கருத்தாக்கமான ரைட்டிங் (Writing) என்பதைத் தமிழில் எழுத்து என்ற சொல்லால் அறியமுடியாது. காரணம் தொல்காப்பியம் எழுத்து என்பதை "அட்சரம்" (வரிவடிவம்) என்ற பொருளில் பயன்படுத்துகிறது. ஆனால் இங்கு நாம் எழுத்து என்று பயன்படுத்துவது தொல்காப்பிய செய்யுளியல் பேசும் எழுத்து பற்றி. அதாவது "எழுத்தாக்கம்" பற்றி. தெரிதா 'ரைட்டிங்' என்பதை "வழக்கமான வரிவடிவமாகக் கருதவில்லை எனவும், ஊசற் பொருண்மை, தடுமாற்றம், உறுதியாச் சுட்டலாகாத் தன்மை என்னும் மொழியின் பொருட் குறிப்பீட்டு முறையைத்தான் எழுத்தியல் வடிவம் என்று கருதுகிறார்" என்கிறார் அ.அ. மணவாளன் (1995, 75).

"எழுத்து என்றது யாதனையெனின் கட்புலனாக உருவும் கட்புலனாகிய வடிவும் உடைத்து" (செ வை. சண்முகம், 1985, 8–9). எழுத்து மொழிக்கே இலக்கணம் என்ற பார்வை செ.வை. சண்முகம் (1985, 27) அவர்களிடம் இருப்பதை இச்சொற்றொடரில் வாசிக்கமுடிகிறது. ஆதலினால், தொல்காப்பியம் எழுத்தாக்கத் திற்கான இலக்கணமே. அதனால்தான், பொருளதிகாரத்தில் பனுவலாக்க உத்திகளும், சொல்லதிகாரத்தில் செய்யுளாக்க உத்திகளும் விரிவாகப் பேசப்படுகிறது.

சொற்களால் நெய்யப்படும் உலகு 49

தெரிதா சொல்லின் குறிப்பானுக்கும், குறிப்பீட்டிற்கும் உள்ள உறவு குறித்தலின் கட்டற்ற ஆட்டம் (free play of significance) என்றார். சான்றாக 'கண்ணகி' என்ற சொல்? பெயரையும், பத்தினித் தன்மையையும் ஒருசேரக் குறிக்கிறது (மணவாளன், 78). இப்படி குறிப்பான் குறிப்பீட்டிற்கு இடையிலான உறவு நிலையற்றதாக, சூழமைவில் பொருள் தருவதாக உள்ளது. அதைத்தான் "பொருட்கு பொருட்தெரியின் அது வரம்பின்றே" (தொல். சூத். 874) என்கிறது தொல்காப்பியம். பொருட்களுக்கு மொழிவடிவில் ஓர் அடையாளம் தரப்பட்டுவிட்டால், திரும்பத் திரும்ப அது பயன்படுத்தப்பட்டு, சொன்னவரது இருப்பில்லாமல் கூட அது அடையாளமாக எஞ்சி நிற்கிறது.

எழுத்தாக்கம் வரிவடிவானது அல்ல. அது நினைவாக பொருட்களில் படிவுற்றிருப்பது. ஏன் எழுதுகிறோம்? நினைவாகவும் சுவடாகவும் விட்டுச் செல்லவே. எழுத்தாக்கம் இன்மையின் இருப்பாக உள்ளது. ஒருவர் எதிரில் இல்லாதபோதும் அவரது பொருட்களில் அவரது பெயர் அடையாளமாக எழுதப்பட்டுள்ளது. ஒருவரது பொருள், சான்றாக, 'எழுதுகோல் (பேனா) ஒரு மேசையில் கிடந்தால், இந்த எழுதுகோல் அவருடையதுதான் என்பது எப்படி உறுதிப்படுத்தப்படுகிறது? அவ்வெழுதுகோலில் அவரது பொருள் என்ற நினைவு அடையாளம் மறைமுகமாக எழுதப்பட்டுள்ளது. இதைத்தான் எழுத்தாக்கம் என்கிறோம். எழுத்தாக்கம் எல்லாப் பொருட்கள்மீதும் ஓர் அடையாளமாகப் பொறிக்கப்பட்டுள்ளது. இவ்வாறு, பொருட்களுக்கு அடையாளத்தைப் பொறித்தல் என்பதையே தொல்காப்பியம் பெயரியல் சூத்திரங்களில் விவரிக்கிறது.

பேச்சு உண்மையாக, மெய்யிருப்பாக உணரக் காரணம், அது இரு பேசும் மூலங்களைக் கொண்டிருப்பதான தோற்றமே. அது ஒரு குரலாக நமக்குள் ஒலிப்பதே. ஆனால் பேசும் இரு மூலங்களுக்கு இடையிலான ஊடாட்டம் (mediation) என்பது எழுத்தாக்கம் செய்யப்பட்ட, எழுத்தியலாக்கப்பட்ட (இலக்கணப்படுத்தப் பட்ட) ஒரு மொழியே. அம்மொழி ஏற்கனவே எழுதப்பட்டதாக இருப்பதால் அதையே எழுத்தாக்கம் என்றும், அதுகுறித்த இலக்கணம் எழுத்தியல் சார்ந்த ஒன்றாகவும் உள்ளது.

எழுத்தாக்கம் மூலத்திலிருந்து தொலைவானது, மூலத்தை விட்டு விலகியது என்பதால்தான் மூலப்பொருள்வாதிகள் (logocentrist) அதை இரண்டாம்பட்சமாக, குறையுடையதாகக் கருது

கிறார்கள். எழுத்தாக்கம் என்பதை தெரிதா மொழிபோன்றதொரு ஊடகமாக (அதாவது மீடியமாக) கருதுகிறார் எனலாம். அதாவது, மோசஸ், முகமது நபி உள்ளிட்ட இறைத்தூதர்கள் இறைவனின் குரலை நேரடியாகவோ அல்லது கேபிரியல் (ஜிபிரியல்) மூலம் பெற்றாலும், அக்குரல்களின் பேச்சு எழுத்தாக்கம் என்கிற ஊடகம் வழியாகவே வெளிப்படுகிறது. தெரிதாவைப் பொறுத்தவரை பேச்சு மொழியின் பிரதியாக்கப்பட்ட ஒருவகை எழுத்தாக்கமே (writing).

தொல்–எழுத்தாக்கம் (Arche-writing): தெரிதா தனது எழுத் தாக்கம் என்கிற கருத்தாக்கத்தை நுட்பப்படுத்த தொல்–எழுத்தாக்கம் என்ற ஒரு கருத்தமைவை முன்வைக்கிறார். தெரிதாவின் கூற்றுப் படி, தொல்–எழுத்தாக்கம் (ஆர்க்கி–ரைட்டிங்) என்பது மொழி யின் ஒரு வடிவமாகும், இது இருப்பின் மாறநிலைவாதத்தால் கருத்துருவாக்கம் செய்ய முடியாதது. இது பேச்சிலிருந்து பெறப் படாத மொழியின் அசல் வடிவமாகும், மேலும் இது பேச்சுக்கும் எழுத்துக்கும் உள்ள வேறுபாட்டைத் தடையற்றதாக ஆக்குகிறது. இது மொழியின் எழுதப்பட்ட மற்றும் எழுதப்படாத வடிவங்களுக் கிடையேயான வித்தியாசங்களின் விளையாட்டிற்கான ஒரு நிபந்தனையாக உள்ளது.

தொல்–எழுத்தாக்கம் எழுத்தாக்க மொழியின் தோற்றத்திற்கான அடிப்படை. அது பேச்சாகவும் இருக்கலாம், எழுத்தாகவும் இருக் கலாம். ஒரு உடல் பண்பாடு, சமூகம் ஆகியவற்றை யதார்த்தமாக உள்வாங்க மொழி அவசியம். மொழியானது பொருட்களின் இடையீட்டினால் அர்த்தமாக உருவாகிறது, அதாவது ஒரு சொல்லின் பொருள் மற்றொரு சொல் இப்படியாக சொல்லிற்கு வெளியில் அதன் பொருள் நழுவிச்செல்கிறது. மொழியின் இந் நிலையற்ற இருப்பை நிலைப்படுத்தும் தன்மையற்ற ஒன்றே தொல்–எழுத்தாக்கம். இது மாறநிலையான இருப்பை (பிரசன்னத்தை) கருத்தாக்கமாக்காத மொழி. நிலைத்த இருப்பு இல்லாத மொழி. இது பேச்சிலிருந்து வருவிக்கப்படுவதல்ல. எழுதப்பட்ட, எழுதப்படாத மொழி வடிவங்களின் வேறுபாடுகளில் இயங்குவது. “வினையின் நீங்கி விளங்கிய அறிவின் முனைவன் கண்டது முதல் நூல் ஆகும்” (தொல்.1597–மர.96) என்று தொல் காப்பியர் சொல்லும் முதல்நூல் என்பதோடு இந்த தொல்–எழுத்தாக்கத்தை ஒப்பிடலாம். அதை தொல்–நூல் அதாவது தொல்–பனுவல் என்ற பொருளில் முதல் நூல் என்பதாக தொல் காப்பியர் கூறியதை நமது மாறாநிலைச் சிந்தனை ஒரு முதல்

நூல் என்கிற பொருளாக (object) கற்பித்துக்கொள்கிறது.

வித்தியாசம்/ஒத்திப்போடுதல் (Différance & differing and deferring): தெரிதாவின் முக்கிய கருத்தாக்கங்களில் மற்றொன்று வித்தியாசம். பிரஞ்சு மொழியில் ஒரே நேரத்தில் வேறுபாட்டையும், விளக்கத்தையும் குறிக்கும் ஒரு சொல். எந்த இரண்டு பொருட்களுக்கு இடையிலும் வித்தியாசம் அவசியமானது. வித்தியாசமற்ற பொருட்களுக்கு இருப்பு சாத்தியமில்லை. மொழியில் உருவாகும் சொல்லுக்கும் பொருளுக்குமான வித்தியாசம் வேறுபாடாகவும் அதுநேரத்தில் ஒத்திப் போடுவதாகவும் உள்ளது. மேலே குறிப்பிட்டப்படி சொற்கள் அர்த்தங்களை (பொருளை) ஒத்திப் போடுகிறது. இதனை குறிப்பான் சங்கிலி என்று லக்கான் அழைக்கிறார். இதன் பொருள் ஒரு சொல்லின் பொருள் பிறிதொரு சொல்லே. அதாவது சொற்களின் குறிப்பான் குறிப்பீடாகத் தருவது மற்றொரு சொல்லே. மரம் என்ற சொல்லை விளக்க நாம் மொழியில் வேறுசில சொற்களைப் பயன்படுத்துகிறோம். காரணம் சொற்கள் பிறிதொரு சொல்லைத்தான் பொருளாகத் (அர்த்தமாக) தருகிறது. சொற்களுக்கான நிலையான பொருளிருப்பு இல்லை. வித்தியாசங்களே அதன் பொருளைத் தருகிறது. சொல்லின் பொருளைத் தருவது அதன் எதிர்மையாக உள்ள சொல்லுடன் ஏற்படும் வித்தியாசத்தின் வழியாகவே பொருளுற்பத்தி (அர்த்த உற்பத்தி) நடைபெறுகிறது. சொல்லின் பொருள் அதன் பிரதியாக்கத்திலும், சூழமைவிலுமே (contextualization) உருவாகிறது.

இருப்பிற்கும், இன்மைக்கும் இடையிலான எதிர்வு, வித்தியாசங்களின் ஒரு நிபந்தனை என்கிறார் தெரிதா. பேச்சுக்கும் X எழுத்துக்கும், உள்ளார்ந்த பொருள் X வெளிப்புற பிரதிநிதித்துவத்திற்கும் இடையிலான வேறுபாடு கதவிணைப்பு (கீல்–hinge) போன்று செயல்படுகிறது. அதாவது ஒரு கதவு வாசல் நிலையுடன் இணைக்கப்பட்டுள்ள, உள்ளும் வெளியும் இயங்குவதற்கான இணைப்பாக உள்ள கதவிணைப்பு (கீல்) போன்றதே வித்தியாசம். அதன் இயக்கமே உள்ளே வெளியே என்கிற இரு எதிர்நிலைகளையும் அதனால் வேறுபாட்டையும் உருவாக்கக் கூடியது.

தடம் காணல், தேடல், சுவடு அல்லது எச்சம் (Trace)

தெரிதா முன்வைக்கும் மிக முக்கியமான கருத்தாக்கமான Trace என்பதைத் தமிழில் சுவடு, தடம் காணுதல், தேடல் அல்லது

எச்சம் என்ற மூன்று பொருளில் கூறலாம். மொழியின் குறித்தல் செயலில் சொல்லின் சொன்மை (signifier) குறிக்கும் பொருண்மையின் (signified) உள்ளார்ந்த முரணை அழித்ததினால் உருவானதே சுவடு அல்லது எச்சம். இது ஒரு சொல்லின் பிரசன்னமான அர்த்தத்தை உருவாக்க பல சொற்களின் அர்த்தத்தை இன்மையாக்கி/மறைத்து நிற்பது. சான்றாக ஆண் என்ற சொல் அதன் எதிர்மையான பெண் என்பதை மறைத்து அல்லது அழித்து நிற்பது. ஆண் என்ற சொல்லின் சுவடாக, எச்சமாக நிற்பது பெண். ஆண் குறித்து எழுதப்பட்டவை அனைத்தும் பெண்ணிற்கான மறுக்கப் பட்டவையாக இருக்கும். ஆண் இருப்பாகவும், பெண் இன்மை யாகவும், ஆண் என்ற ஒற்றைச் சொல்லிற்குள் எஞ்சி நிற்பதே சுவடு அல்லது தடம் அல்லது எச்சம் எனப்படுகிறது.

எளிமையான புரிதலுக்கு ஒரு சொல் தன் எதிரான/ முரணான சொல்லை அழித்து அல்லது மறைத்து தன் ஒற்றைப் பொருளை வெளிக்காட்டுவது. அழிக்கப்பட்ட இந்த எதிரான/ முரணான சொல் அதற்குள் மறைந்திருப்பதைக் காட்டுவதே சுவடு அல்லது எச்சம். சான்றாக காதலைக் குறிக்கும் ஒரு பிரதி தனது உள்முரணாக வெளிப்படாத, அழிக்கப்பட்ட வேட்கையைச் சுவடாக காட்டும். அதாவது சொல்லின் பொருளிருப்பில் அதன் மறைக்கப்பட்டவற்றின் சுவடு எச்சமாக இருக்கும்.

இந்தச் சுவடைப் பற்றி அதன் உள் முரணைத் தலைகீழாக்க, பிரதியின் கட்டமைப்பு சிதைந்து வாசிப்பில் பிரதி அதன் எதிர்பொருளில் மறு-ஆக்கம் நிகழும். இதையே கட்டுடைத்தல் அல்லது சிதைவாக்கம் என்கிற deconstruction வாசிப்பு என்பார்கள் தெரிதியக் கோட்பாட்டாளர்கள். ஒரு குறிக்கு முன்னும் பின்னுமாக அதன் எச்சமும், மிச்சமும் அதனுள் பொதிந்திருக்கும். சுவடு (trace) என்பது எச்ச விதிகளாக 'எஞ்சுப்பொருட் கிளவி' என்கிற தொல்காப்பிய விதிகள் (சூத்திரம்) வழியாக சொற்களின் பொருள் எச்சமாகவும், மிச்சமாகவும் நின்று கட்டுடைப்பு கோட்பாட்டை (deconstruction theory) விளக்கும் முகமாக இருக்கிறது.

சிதைவாக்கம் = கட்டுடைத்தல் = கட்டவிழ்ப்பு = தகர்ப் பமைப்பு (Deconstruction): தெரிதாவிற்கு உலகளாவியப் புகழைத் தேடித்தந்த ஒன்றே சிதைவாக்கம். இங்கு ஒன்று என்று குறிப்பிடக் காரணம், சிதைவாக்கம் என்பதை ஒரு கருத்தாக்கமாகவோ, கருத்தாகவோ கருதிவிடக் கூடாது என்கிற தெரிதா முன்வைக்கும்

எச்சரிக்கையால்தான். தமிழில் மேற்கண்ட நான்கு சொற்களால் இச்சொல் குறிக்கப்பட்டாலும், நான்குமே பொருள்பொதிந்த சொற்களே. இங்கு வசதிக்காக சிதைவாக்கம் என்ற சொல்லே ஆளப்படுகிறது. அடிப்படையில் இது பிரதிகளைக் கட்டவிழ்த்து வாசிக்கும் ஒரு வாசிப்பு முறை. பிரதிகளின் இருமை எதிர்வு களினால் கட்டமைக்கப்பட்ட மையத்தைத் தகர்த்து, பிரதிக்குள் தடமாக, சுவடாக, எச்சமாக உள்ள அதனால் மறைக்கப்பட்ட, அழிக்கப்பட்ட, ஒடுக்கப்பட்ட எதிர்மறையான பொருளை வெளிக்கொணர்ந்து பிரதியின் ஆதிக்கம் வகிக்கும் பொருண்மையைத் தலைகீழாக்குதல். எதிர்மை சொற்களின் இருமை எதிர்வுப் பண்பினால் கட்டப்பட்டிருக்கும் ஒரு பண்பு. சொற்களின் எச்சம் வழியாக அதன் எதிர்/முரணைக் கண்டு அதை வெளிக்கொணருதல். இது ஒரு வகை வாசிப்பு உத்தி.

எந்த ஒரு பிரதியிலும் ஒரு மையம் இருக்கும். அந்த மையத்தைக் கண்டுபிடித்து அதை வெளியேற்றினால் பிரதியின் கட்டுமானம் சிதைந்து, வாசிப்பாளன் சுதந்திரமாக தனக்கான பிரதியை உருவாக்கி கொள்ள முடியும். பிரதிக்குள் உள்ள ஆதிக்க அமைப்பிற்குள் சிக்கிக்கொணடு வாசிப்பாளன் ஒரு நுகர்வாளனாக மாறாமல், ஒரு பிரதியை வாசிப்பாளனே உருவாக்குவதற்கான உத்தி. இதனைப் புரிந்துகொள்வதற்கான எளிமையான உதாரணம், வகுப்பறை மாணவர்கள் – ஆசிரியர் என்கிற அமைப்பில், மைய மாக உள்ள ஆசிரியரே அதை ஒரு ஒழுங்காக மாற்றி வகுப்பறை யாக வைத்திருக்கிறார். அந்த ஆசிரியர் என்ற மையத்தை வெளி யேற்றினால், மாணவர்கள் சுதந்திரமானவர்களாக மாறி, விருப்பம்போல் விளையாடத் தொடங்குவார்கள். பிரதியின் மையத்தைக் கட்டுடைத்து கட்டற்ற விளையாட்டாக பிரதியை மாற்றும் வாசிப்பு உத்தியே சிதைவாக்கம் அல்லது கட்டுடைப்பு என்பது.

தொல்காப்பியம் மரபியலில் *107–111* (தொல். *1608–1612*) வரையிலான சூத்திரங்கள் சிதைவு குறித்தும், முரண்கள் குறித்தும் வகுத்துரைக்கப் பட்டுள்ளது. சிதைவு குறித்த தொல்காப்பிய விதிகள் (சூத்திரங்கள்) குற்றம் என்பதாக உரை செய்யப்பட்டுள்ளது இளம்பூரணரால், ஆனால் பேராசிரியர் அதைச் செய்யுளுக்கான இலக்கணமாக உரை செய்கிறார். (இது விரிவான ஆய்விற்குரியது.) பேராசிரியர் தனது உரையில் இச்சூத்திரங்களை ஒருவகையான சிதைவாக்க வாசிப்பைச் செய்துள்ளார். *(1985, 195–197)*

குறைநிரப்பி (Supplement): தெரிதா ரூசோவிடமிருந்து பெற்ற கருத்தாக்கம் குறைநிரப்பி. Supplement[2] என ஆங்கிலத்தில் குறிக்கப்படும் சொல்லின் பொருள், ஒன்றில் இருக்கும் குறையை நிறைவு செய்ய பதிலியாக வரும் பிறிதொன்று, அதை மாற்றீடு செய்வதுடன், கூடுதலான ஒரு பொருண்மையையும் தருவது என்பதே. இது ஒன்றை பதிலீடு செய்வதுடன், அதன் குறையை இட்டு நிரப்புவதாகவும் உள்ள ஒன்று. ஒரு சொல்லின் மூலம் இல்லாத போது, அதனைப் பிரிதொரு சொல் மாற்றீடு செய்வது. பேச்சு/எழுத்தாக்கம் முரணில் எழுத்தாக்கம் பேச்சை மாற்றீடு செய்வதற்குக் காரணம், பேச்சு என்பதற்கான மூலம் இல்லை என்பதால். பேச்சில் குறை இருப்பதால் எழுத்தாக்கம் அதை நிரப்புவதற்காக வருகிறது. எழுத்தும் பேச்சும் ஒன்றையொன்று இட்டு நிரப்பக்கூடியவையே ஒழிய, ஒன்று மற்றதின் மூலம் அல்ல.

பேச்சு காலங்கடந்தபின் பேசுபவனும், கேட்பவனும் இன்றி, அதன் இன்மையை எழுத்தாக்கம் நிரப்புகிறது. எழுத்தாக்கம் பேச்சின் குறைநிரப்பி. அதாவது பேச்சை முழுமையடைய வைப்பது எழுத்தாக்கமே. எழுத்தாக்கத்தின் வழியாகவே பேச்சு அல்லது மொழி என்பது நிலைபெறுகிறது. எழுத்தாக்கமில்லாமல் மொழியில்லை. இதன்பொருள் ஒரு மொழிக்கு வரிவடிவ எழுத்து இல்லாமல் இருக்கலாம். ஆனால் அதன் இலக்கணமாக ஒரு ஒழுங்கமைப்பு அம்மொழியின் பேச்சை ஒழுங்கமைத்தபடி இருக்கும். தெரிதா அதை தொல்–எழுத்தாக்கம் என்கிறார். எல்லா மொழிக்கும் தொல்–எழுத்தாக்கம் என்ற ஒன்று அதன் உள் ஒழுங்கமைப்பாகவும், இயக்கமாகவும் அமைந்துள்ளது. பல மொழிகள் தங்களது மொழியில் வரிவடிவம் இல்லாமல் பிறிதொரு மொழியின் வரிவடித்தைப் பயன்படுத்தி வருகிறது. சான்றாக, பிலிப்ஃபைன்ஸ் மொழியான சுஹைவ்லி (ஆங்கில வரிவடிவம்), உருது (அரேபிய வரிவடிவம்) ஆகிய மொழிகளைச் சொல்லலாம்.

மேற்சொன்ன தெரிதிய கருத்தாக்கங்கள், வாசிப்பு முறைகள், உத்திகள் மிகவும் சுருக்கமாக அறிமுகப்படுத்தப்பட்டுள்ளது. கடினமான மொழிநடையும், தத்துவ இறுக்கமும், கருத்து ஓர்மையும் கொண்ட தெரிதாவின் சிந்தனைகளை இயன்றவரை

2 தமிழில் பிற்சேர்க்கை என்ற பொருளில் இவ்வாங்கிலச் சொல் பயன்பாட்டில் உள்ளது. தெரிதா இதை ரூசோ இரண்டு பண்புகளுக்கு, பதிலி மற்றும் சேர்க்கை என்ற பொருளில் பயன்படுத்துவதை சுட்டிக்காட்டியுள்ளார் தனது Off Grammatolgy நூலில்.

தமிழில் சொல்ல முயன்றிருக்கிறேன். இனி தொல்காப்பிய எச்சவியல் கோட்பாட்டுடன் அதை ஒப்பிட்டு, இரண்டிற்குமான பொருத்தப்பாடுகளை விளக்குவதன் வழியாக தொல்காப்பியத்தின் உத்திகளைப் புதியமுறையில் வாசித்து மீளாக்கம் செய்யலாம்.

பகுதி-2: தொல்காப்பிய எச்சக் கோட்பாடு
எச்சம் விளக்கமும், வரையறைகளும்

தொல்காப்பியத்தைப் பொதுவான மொழி குறித்த கோட்பாடுகள் மற்றும் தமிழ் மொழிகுறித்த சிறப்பு கோட்பாடுகள் என இரண்டாகப் பகுக்க வேண்டும் என்றும், அதில் எச்சவியல் சூத்திரங்களில் உள்ள பொது இலக்கணக் கூறுகளையும் குறிப்பிடு கிறார் சே.வை. சண்முகம் (2008, 33). அதற்கான விரிவான விளக்கங்களைத் தருகிறார். எச்சங்கள் பத்தில், சொல், குறிப்பு, இசை எச்சம் பொதுவிலக்கணம் சார்ந்தவை. மற்றவை சிறப்பிலக்கணம் சார்ந்தவையாக உரை செய்யப்பட்டுள்ளது.

சொல் இரண்டு வகைப் பண்புகள் கொண்டது: 1. முற்று என்பது அர்த்தம் முற்றுப்பெற்று தெரிபு வேறு நிலையில் நிற்பது; 2. எச்சம் எனப்படும் அர்த்தம் குறிப்பாக எஞ்சி நிற்பது. எனவே, பொருள் எஞ்சி நிற்பது எச்சம் என்றும், பொருள் முற்றுப்பெற்று நிற்பது முற்று என்றும் தொல்காப்பியம் முன்வைப்பதாகக் கொள்ளலாம். ஒரு வாக்கியத்தில் சொல்லின் பொருண்மை நிர்ணயமற்றது என்றால் எச்சம் எனவும், பொருண்மை பண்பாட்டால், சமூகத்தால் நிர்ணயிக்கப்பட்ட சொல் முற்று எனப்படுகிறது. சொற்களின் இயக்கவியல் பண்பை எச்சமும், நிலைத்தன்மையை முற்றும் குறிப்பதாகக் கொள்ளலாம்.

எச்சம் என்ற சொல்லிற்குப் பல பொருள்கள் உள்ளன. எஞ்சி நிற்பது, மிச்சம், பிறங்கடை, கால்வழி, மக்கள், மகன், எச்சில், பறவை மலம், ஒரு மணப்பண்டம், குறைவு, பிறப்பிலே வரும் குறை, குருடு, ஊமை, செவிடு, கூன், குறள், மா, மருள், உறுப்பில் பிண்டம் என்னும் எட்டு வகை ஊனம், எக்கியம், வேள்வி செல்வம், முன்னோர் வைப்பு, தொக்கி நிற்பது, உருபு முற்று எச்சங்கள் கொண்டு முடியும் பெயர் வினைகள், பெயரெச்ச வினையெச்சங்கள் (1997, 207). எஞ்சி நிற்பது, மிச்சம், குறை, தொக்கி நிற்பது, முன்னோர் வைப்பு, குறைவு, கால்வழி முதலியவை சுவடு, தடம் உள்ளிட்ட பொருண்மைகளுடன் உறவுகொண்டவை.

தக்கார் தகவிலர் என்பது அவரவர்
எச்சத்தால் காணப் படும். **(குறள்: 114)**

'எச்சத்தால்' என்றதன் பொருள் என்ன? எச்சம் என்னும் சொல்லுக்கு நேர் பொருள் மிச்சம் அல்லது விட்டிருப்பது என்பது. இப்பாடலில் எச்சம் என்பது ஒருவர் உயிர்நீத்த பின்னர் அவருக்கு எஞ்சி நிற்பது பற்றியது. இறந்த பிறகு மிச்சமாகும். பொன் பொருள், புகழ், பிள்ளைகள் இவற்றை எஞ்சி நிற்பனவாகக் கூறமுடியும். இவற்றுள், எச்சம் என்பதற்கு, பிள்ளைகள், புகழ் என்பவற்றைப் பெரும்பான்மை உரையாசிரியர்கள் இப்பாடலுக் கான உரையில் கூறியுள்ளனர். (http://kuralthiran.com/KuralThiran/KuralThiran0114.aspx)

செப்பம் உடையவன் ஆக்கம் சிதைவின்றி
எச்சத்திற்கு ஏமாப்பு உடைத்து **(குறள்: 112)**

'எச்சத்திற்கு' என்றால் என்ன? எச்சம் என்பதற்கு நேர் பொருள் எஞ்சி நிற்பது என்பது. எச்சம் என்ற சொல்லுக்கு, மிச்சம், மக்கள், பறவைமலம், குறைவு, செல்வம், முன்னோர் வைப்பு, புகழ், ஒரு வாசனைப் பண்டம் என்று பல பொருள் உண்டு. இங்கு கூறப்பட்டுள்ள எச்சத்திற்கு என்ற சொல் மக்களுக்கு என்ற பொருள் தருகிறதா? அல்லது புகழுக்கு என்பதைக் குறிக்கிறதா? இங்கு புகழ் என்ற பொருளைக் குறிக்கிறது என்கிறது உரைகள். (http://kuralthiran.com/KuralThiran/KuralThiran0112.aspx)

தொல்காப்பியம் 'எஞ்சுபொருட்கிளவி' என்ற ஒரு இலக்கண விதியை முன்வைக்கிறது. அதன் பொருள் எஞ்சி நிற்பதோர் பொருளையுடைய எச்சச் சொல் என்பதாகும். எஞ்சுபொருட்கிளவி என்பதற்கு உரையாசிரியர் தெய்வச்சிலையார் "சொல்லாதொழிந்த பொருளை இனிது விளக்குஞ்சொல்" (1930, 207) என்கிறார். சொல்லாதொழிந்த பொருள் என்பது தெரிதா முன்வைக்கும் சொல்லின் சுவடு அல்லது தடம் என்ற கருத்தாக்கத்துடன் ஒப்பு நோக்கத்தக்கது.

ஒரு சொல்லோ, சொல்லின் பொருளோ முழுமை பெறாமல் எஞ்சி நிற்பதை, பொருள் முழுமையடையாமல் குறைந்து நிற்பதை நிறைவு செய்ய சொல்லப்படுவது இலக்கணத்தில் எச்சம் என்னும் சொல்லால் குறிக்கப்படுகிறது. எஞ்சுதல் என்ற பொருளில் அதாவது சொல்லின் உபரியாக எஞ்சி நிற்கிற பொருளை எச்சம் என்பதாக அகலிக்கலாம். எச்சம் என்கிற சொல் தொல்காப்பியத்தின்

எழுத்து, சொல், பொருள் மூன்று அதிகாரங்களிலும் ஆளப் பட்டுள்ளது. தொல்காப்பியரிடமிருந்து எச்சம் குறித்த ஒரு கோட் பாட்டை உருவாக்க முடியும்

சொல் = பொருள் + சுவடு (= எச்சம் + மிச்சம்) என்ற விதியை உருவாக்கினால், சொல்லின் அழிப்பானால் சுவடு காட்டப்படும் இந்த எச்சத்தையும், மிச்சத்தையும் "சுவடு", "எச்சம்", "மிச்சம்" என்ற மூன்று பண்புகள் வழியாக மொழியை ஆராயும் ஓர் இலக்கியக் கோட்பாட்டை உருவாக்கலாம். தெரிதாவின் சுவடு, மிச்சமாக அர்த்தங்களின் குத்துக்கோட்டுத்தள (paradigmatic) வெளியில் வரலாற்றிலிருந்தும், எச்சமாக கலாச்சாரத்தின் கிடைத்தள (syntagmatic) வெளியில் உருவாக்கும் பொருள் கொள்ளுதலாக உள்ளது. இம்மூன்றையும் "அர்த்தங்களின் உபரி" என்ற ஒற்றைக் கருத்தாக்கமாக்கி ஒரு புதிய பொருளாக்க உத்தி யாக வரையறுக்கலாம் (2018, 109).

எச்ச வகைகள்

பிரிநிலை எச்சம், வினை எச்சம், பெயர் எச்சம், ஒழியிசை எச்சம், எதிர்மறை எச்சம், உம்–மை எச்சம், என்–எச்சம், சொல்லெச்சம், குறிப்பெச்சம், இசையெச்சம் என தொல்காப்பியம் எச்சத்தைப் பத்து வகையாகப் பகுத்துக் காட்டுகிறது. இவற்றில் முதல் ஏழும் சொற்களின் எச்ச விதிகளைப் பற்றிய சூத்திரங்கள் என்கிறார்கள் உரைக்காரர்கள். அதாவது இவை தமிழின் சிறப்பு இலக்கணச் சூத்திரங்கள் என்றாலும், ஒரு சொல்லின் எச்சப் பொருளை, மறைபொருளை அடையாளப்படுத்தும் சொற்களின் சுட்டிகளாக (index) கொள்ளலாம். இறுதியில் மூன்று எச்சங் களான சொல்லெச்சம், குறிப்பெச்சம், இசையெச்சம் ஆகியவையே சொல் எஞ்சியவை என்கிறார்கள் உரைக்காரர்கள். சொல்லெச்சம் கூறப்படும் வாக்கியத்துக்கு முன்னோ, பின்னோ வேறொரு பொருளைக் கொண்டிருக்கும். குறிப்பு எச்சம் குறிப்புச் சொல்லோடு கூடிய எச்சம். இசை எச்சம் இசைவான மற்றொரு பொருளை உணர்த்தும் எச்சம். இவற்றோடு எதிர்மறை எச்சம், ஒழியிசை எச்சம் என்பதையும் இணைத்து, இவை அனைத்தும் சொல்லின் தடம் அழிக்கப்பட்டதன் சுவடைக் காட்டி நிற்கும் சுட்டிகள் எனக் கொள்ளலாம்.

எச்சம் குறித்த நாவலர் சோமசுந்தர பாரதியாரின் உரை

தொல்காப்பிய உரையாசிரியர்கள் மீதான விமர்சனத்துடன், புத்துரை வழங்கிய நாவலர் சோமசுந்தர பாரதியாரின் எச்சம்

குறித்து கூறுபவை கவனப்படுத்த வேண்டியவை. எச்சத்தின் மொழியியல் சார்ந்த பொதுப் பண்பை அவர் உள்ளுறை, உவமம், சுட்டு, இறைச்சி ஆகிய கருத்தாக்கக் கூறுகளுடன் இணைத்து ஒரு விரிந்த பொருட்படலப் புத்துரை வழங்குகிறார். "உள்ளுறை என்பது புதைபொருள். சொற்களின் செம்பொருளன்றிக் 'கூற்றினகத் தடங்கிநின்று உய்த்துணரத் தோன்றும் மறைபொருளை உள்ளுறை, உள்ளுறை என்பது வெளிப்படையின்றிக் கூற்றினுள்ளே குறிப்பாய் உறைவது' (தங்குவது) எனப் பொருள்படும். எனவே, கூறிய சொற்பொருளின் புறத்தே குறிப்பிற் கொள்ளுமாறு கூற்றி னுள்ளே எஞ்சி நிற்கும் பிறிதொரு பொருளே உள்ளுறை அல்லது எச்சம் எனப்படும்" *(1997, 379)* என்கிறார்.

மேலும், "குறிப்பிற் கொள்ளும் உட்பொருள் சொற்களிலும் சொற்றொடர்களிலும் அமைதல் கூடும்" என்றும், "சொல்லெச்சக் குறிப்பியல்களைத் தொல்காப்பியர் சொற்படலத்தில் 'எச்சம்' 'குறிப்பு' எனப் பலவாறு சுட்டி விளக்கினார்" *(1997, 379)* என எச்சத்தின் பொருளை அகலிக்கிறார். அதை அவர் அடுத்த நிலைக்கு வளர்த்தெடுத்துச் செல்வது மிகவும் ஆர்வமூட்டும் செயலாகவும், அவரது புத்துரையின் நுண்மான் நுழைபுலத்தைக் காட்டுவதாக உள்ளது.

"சொற்றொடர்களாலமையும் செய்யுளில் புலவர் தங்கருத்தைப் பட்டாங்குக் கூறுவது தவிர, மறைபொருளாகத் துறைபல புனைந்து உய்த்துணரவைக்கும் உள்ளுறைகளைத் தொகுத்து அவை தம்மியல்பால் இருதிறப்படுமெனவும், கூறும் புலவர் குறிக்கோளால் ஐந்து வகைப்படுமெனவும் பொருட்படலத்தில் விளக்கியுள்ளார்." *(1997, 379)*

நாவலர் அவர்கள் செய்யுள் என்பது செய்யப்படுவது என்ற பொருளில் செய்யுள் மட்டுமின்றி இலக்கியத்தின் அனைத்தையும் குறிப்பதாகச் சுட்டுகிறார். இங்கு அவர் செய்யுளை ஆக்குவதில் உள்ளுறைச் செயல்பாடு குறித்து கூறுகிறார். "இனிச் செய்யுளை ஆக்கும் புலவனின் நோக்கங்கொண்டு உள்ளுறை ஐந்து வகைப்படும் என்பதைத் தொல்காப்பியர், 1. உடனுறை, 2. உவமம், 3. சுட்டு, 4. நகை, 5. சிறப்பெனக் கெடலரு மரபின் உள்ளுறை ஐந்தே" எனும் பொருளியல் 46ஆம் சூத்திரத்தால் விளக்கினார்.

(i) உடனுறை என்பது இறைச்சியாகும். ஒரு கூற்றில் வரும் சொற்களின் வெளிப்படைச் செம்பொருளின் வேறாய் அக்கூற்றில் உள்ளுறுத்திறுவது 'இறைச்சி' அல்லது

'உடனுறை' எனப்படும். 'இறுதல்', 'இறைச்சி' என்பன 'தங்குதல்' அதாவது 'அடங்கி நிற்பது' எனும் பொருள் தரும். எனவே, ஒரு கூற்றில் அதன் மொழிப் பொருளின் புறத்தே "திறத்தியல் மருங்கிற்றெரியுமோர்க்கே" உய்த்துணரப் புலனாகும் புதைபொருளை இறைச்சி எனவும், உடனுறை எனவும் வழங்குவர் பண்டைப் புலவர். அது, "இறைச்சி தானே பொருட் புறத்ததுவே" (சூ. 33). "இறைச்சியிற் பிறக்கும் பொருளுமாருளவே" (சூ. 34) "அன்புறு தகுந"... (சூ. 35) எனும் பொருளியற் சூத்திரங்களால் விளக்கப்படும்.

(ii) உள்ளுறை உவமமாவது, ஒப்பும் பொருளும் ஒருங்கு புலப்பட வரும் ஏனை உவமம் அல்லது செவ்வொப்பணி போலாது, கூறப்படும் கருப்பொருட் செய்தியினகத்தடங்கி, அச்செய்தியே ஒப்பாய், அது விளக்கும் பொருள் கூறாக் குறிப்பாய் உய்த்துணர்வோரால் மட்டும் அறிய நிற்பது.

(iii) சுட்டு என்பது ஒரு கூற்றின் வெளிப்படையான சொற் பொருளன்றி அக்கூற்றின் உள்ளுறையாகப் பிறிதொன்றைக் குறிப்பால் உணர்த்துவதாகும். கருதிய பொருளைக் கூற்றின் சொற்றுணைகொண்டே சுட்டுவதும், சொற் பொருளின் புறத்தே குறிப்பாலுணரச் சுட்டுவதும் எனச் சுட்டு இருவகைத்தாம். இவை,

(iv) சிறப்பென்பது, "புகழொடும் பொருளொடும் புணர்ந்தன் றாகி" வெளிப்பட விரியாது (124), கூற்றானன்றிக் குறிப்பால் உணர்த்தும் 'புகழொடு புணர்ந்த அங்கதச்' செய்யுளும்,

(v) 'நகை' என்பது பழிசுரக்கு மொழிகரந்து, வசையொடு வரும் அங்கதச் செய்யுளும், அது போல்வன பிறவுமாகும்." *(1997, 382–385)*

மேற்கண்ட விரிவான மேற்கோள்வழியாக சோமசுந்தர பாரதியாரின் புத்துரையில் உள்ளுரை, உடனுறை, உவமம், சுட்டு, சிறப்பு, நகை, இறைச்சி என்ற தொல்காப்பிய பொருள்கொள் முறையில் அடங்கியுள்ள நுட்பமான கூறுகளை எச்சம் என்ப தோடு இணைத்து விவரிக்கிறார். அவரது இப்புத்துரைக் குறித்து தமிழில் விரிவான மறுவாசிப்பு அவசியம். காரணம் தொல்காப்பிய உரைக்காரர்களின் உரையில் உள்ள பல வடவர் வழிவந்த பார்வை சிக்கல், தமிழின் ஆய்வுப்புலத்தை, தொல்காப்பியம் குறித்த ஒரு குதிரைபட்ட பார்வையை வழங்குவதாக மாற்றி

விடுகிறது. இன்றைய உலக தழுவியதான மொழியியல், குறியியல் உள்ளிட்ட ஆய்வுப் புலத்துடன் தொல்காப்பிய புத்துரை வழங்கப் பட வேண்டிய தேவையை உணர்த்துகிறது நாவலரின் புத்துரை.

எச்சம் குறித்த தொல்காப்பிய சூத்திரங்கள்

எச்சம் குறித்த தொல்காப்பிய சூத்திரங்கள், எச்சம் என்ற சொல்லாட்சியை தொலகாப்பியர் எழுத்து, சொல், பொருள் என்ற மூன்று அதிகாரங்களிலும் பயன்படுத்தியதை முன்பே சுட்டினோம். அவற்றை பட்டியல் இட்டு அவரது சொல்லாட்சிகளில் இருந்து எச்சவியல் குறித்த தொல்காப்பிய பிரதியின் கட்டமைப்பு என்ன என்பதை ஆராய்வது முக்கியம். அது இந்த உரையின் நோக்கிற்கு புறமானது என்பதால், இங்கு தேவையான தொல் காப்பிய சூத்திரங்கள் மட்டும் சுட்டி காட்டப்பட்டுள்ளது.

1. "பயனே மெய்ப்பாடு எச்ச வகை எனாஅ
   முன்னம் பொருளே துறை வகை எனாஅ
   மாட்டே வண்ணமொடு யாப்பு இயல் வகையின்"- செய். 1.

   (தொல்.1264)

"பயனென்றது சொல்லிய பொருளாற் பிறதொன்று பயப்பச் செய்தலை. மெய்ப்பாடென்றது சொற்கேட்டோர்க்குப் பொருள்கட் புலனாதலை. எச்சவகை யென்றது சொல்லப்படாத ஒழிபும் தழீஇக் கொள்ளச் செய்தலை: அது கூற்றும் என வருதலின்", "மாட்டென்றது அகன்றும் அணுகியுங் கிடந்த பொருள்களைக் கொண்டு வந்து தொடராகக் கூட்டி முடித்தலை" என்கிறார் நச்சினார்க்கினியர். எச்சம் சொல்லப்படாதது என்பதே நச்சி னார்க்கினியர் தரும் பொருள். செய்யுளியலில் எச்சம் ஒரு உத்தி யாக முன்வைக்கப்படுகிறது. பயன், மெய்ப்பாடு, எச்சம் மூன்றும் ஒரே வகைப்படுத்தலுக்குள் வருவதால், அவற்றின் எச்சப்பொருள், ஒருவகையில் பயன், மெய்ப்பாடு எச்சம் மூன்றும் மறைபொருளாக சொல்லுதல் என்றும் வாசிப்பில், அம்மறைப்பொருளை உணர்வதற்கான உத்தியும் எனலாம். அதேபோல் மாட்டு என்பது சொற்றொடர் ரீதியாக அகன்றும், அணுகியும் கிடந்த பொருளை தொடராக மாற்றி வாசிப்பதன் வழியாக பொருள்கொள்ளுதலே.

2. "எழுத்தொடுஞ் சொல்லொடும் புணரா தாகிப்
   பொருட்புறத் ததுவே குறிப்பு மொழியே" – செய். 172

   (தொல்.1437)

எழுத்தொடும் சொல்லொடும் புணராதாகிச் சொல்லினால் உணரப்படும் பொருளின் புறத்ததுவே குறிப்பு மொழி என்றவாறு (இளம். உரை). இங்கு குறிப்பு மொழி எழுத்தோடும் சொல்லோடும் புணராது பொருளைப் புறமாகக் கொண்டிருப்பது தெளிவாகிறது. வாசிப்பு புறவயத்தன்மையில், பிரதியின் அகக்கட்டுமானத்தை அறிவது என்பதே. அல்லது பிரதி பொருளைப் புறமாகக் கொண்டிருக்கும் என்பதன் வழியாக, பிரதியின் அகத்தளத்தில் இறுத்தப்பட்ட உள்ளுறைந்த பொருளை வெளிப்படுத்தும் ஒரு சுட்டியாகக் குறிப்புமொழி செயல்படுவதாகக் கொள்ளலாம்.

3. "சொல்லொடும் குறிப்பொடும் முடிவுகொ ளியற்கை
புல்லிய கிளவி எச்ச மாகும்" (செய். சூ. 198 தொல்.1463)

இச்சூத்திரத்திற்கு, "பொருள்முடிக்க வேண்டப் படும் பிறிதொரு சொல் எஞ்சி வருவது சொல்லெச்சம்" – எனவும், "பிறிதொரு சொல் வேண்டாமல் தானே நின்று சொற்பொருளன்றிப் பிறிதொரு பொருள் சுட்டுவது குறிப்பெச்சம்" எனவும் இருவகைத் தாம் எனப்பொருள் கூறுவர் பழைய உரைக்காரர், அவ்வெச்சங்கள் சொல்லளவில் அமைவன, சொற்படல எச்சவியலில் விளக்கப் பட்டுள்ளன" என்கிறார் சோமசுந்தர பாரதியார் *(1997, 381)*. அவ்வுரைக்காரர்களின் கருத்தை மறுக்கும் முகமாக இவ்விரு எச்சங்களும் (சொல்லெச்சம், குறிப்பெச்சம்) "வெவ்வேறின மென்பதே அவர் கருத்தென்று தெற்றென விளங்கும்." *(1997, 381)* என தனது மறுப்புரையை தொல்காப்பியரின் பல சூத்திரங்களைச் சுட்டி மறுக்கிறார். இவை செய்யுளியலில் வருவதால் "பொருளெச்சம்" என்பதையே குறிக்கும் என்கிறார் நாவலர். சொல்லதிகாரத்தில் பேசப்படும் எச்சவியல் சூத்திரங்கள், பொருளதிகாரச் செய்யுளில் வரும் எச்சம் ஆகியவற்றை ஒருங்கிணைந்த சிந்தனையாக, சொல்சார்ந்த எச்சங்கள், பொருள்சார்ந்த எச்சங்கள் எனப் பிரித்துணரும் பார்வையைத் தருகிறது நாவலரின் புத்துரை.

தொல்காப்பிய எச்சக்கோட்பாடு அல்லது எச்சவியல்

எச்சம் குறித்த இவ்வேறுபட்ட பார்வையை நாம் சொல்லெச்சம், பொருளெச்சம் என்பதாகப் பிரித்தறியலாம். பிரிநிலை தொடங்கி வரும் முதல் ஏழு எச்சங்களில், சொல்லற்ற எதிர்மறை எச்சம், ஒழியிசை எச்சம் என்பவை பொருள் கூறுவதைச் சார்ந்த ஒன்றாகவே கருதத்தக்கது. ஆக, தொல்காப்பிய எச்சவியலைப் பிரிநிலை, பெயர், வினை, உம்மை, என... என்கிற ஐந்து எச்சங்களும் சொல்லெச்சம் என்பதாகவும், எதிர்மறை, ஒழியிசை, சொல்,

குறிப்பு, இசை என ஐந்தும் பொருளெச்சங்கள் எனப் பிரித்தறியலாம்.

பொருளெச்சம் சார்ந்த இவ்வைந்தும், பொருள்கொள்ளுதலின் மற்றபிற உத்திகளான உள்ளுறையோடு இணைந்து உருவாக்குவதே எச்சம் என்கிற கருத்தாக்கமாகக் கொள்ளலாம். அதாவது, சொல்லின் உள்ளுறைந்த பொருளை அழித்து சுவடு காட்டுதலே பொருளெச்சம். அதாவது, செய்யுளில் ஆளப்படும் சொல்லானது, தன்னளவில் எஞ்சிய சொற்பொருளை மறைத்து, அழித்து குறிப்பால் சுவடு காட்டும் என்பதாக இதனை அகலிக்கலாம். இது தெரிதாவின் சுவடு, தடம் என்கிற கருத்தாக்கத்துடன் இணைத்தால் ஒரு முழுமையான எச்சவியல் குறித்த தொல்காப்பிய கோட்பாட்டுப் பார்வை ஒன்றைத் தரும்.

சொல்லெச்சம்	பொருளெச்சம்
பிரிநிலை எச்சம்	எதிர்மறை எச்சம்
பெயரெச்சம்	ஒழியிசை எச்சம்
வினையெச்சம்	சொல் எச்சம்
உம்மை எச்சம்	குறிப்பெச்சம்
என எச்சம்	இசையெச்சம்

தொல்காப்பிய எச்சவியல் – சொல்லதிகாரத்தில் சொல்லப் பட்ட எட்டு அதிகாரங்களில் சொல்லப்படாது எஞ்சியவை எச்சவியலில் சொல்லப்படுகிறது என்பதே, அதற்கான ஓத்து என்கிற அதிகாரத்தின் பெயர்க்காரணமாக விளக்கப்படுகிறது உரைக்காரர் களால். ஆனால் எச்சவியலால் பேசப்படும் இலக்கணம் பொது மற்றும் சிறப்பு என்கிற பிரிவில் எச்சவியலில் எது பொதுவான அகிலம்சார் மொழியியல் கோட்பாடுகள் என்றும், சிறப்பு என்கிற தமிழ் மொழியின் தனிச்சிறப்பான இலக்கண விதிகள் குறித்தும் கவனம் இவ்வுரையில் குவிக்கப்பட்டுள்ளது. தொல்காப்பியத்தின் எச்சவியல் என்பதை ஒரு மொழியின் பொதுப்பண்பிற்கான அகிலம்சார் கோட்பாடான, தெரிதாவின் TRACE (சுவடு, தடம்) என்கிற கருத்தாக்கத்துடன் இணைத்து ஒரு கோட்பாட்டாக்கமாக வடித்தெடுக்க முயற்சிக்கப்பட்டுள்ளது.

தொல்காப்பியத்தின் எச்சவியல் கோட்பாடு மொழியின் பொருளாக்க மறைவியக்கத்தைக் குறிப்பதாக விரித்துரைக்கலாம்.

தெரிதா சொல்லின் பொருளாக்கத்தை எச்சம் நிலையற்றதாக ஆக்கும் என்பதற்கு ஒப்ப தொல்காப்பியமும் எச்சம் என்பதை சொல்லின் பொருளைமீறி எஞ்சி நிற்பதை முன்வைக்கிறது. தெரிதா மொழியின் எச்சப் பண்பை ஒரு மெய்யிருப்பு சார்ந்த தத்துவப் பார்வை உருவாக்கும் பிரசன்னம் (மெய்யிருப்பு) என்பதன் சிக்கலைக் கட்டுடைத்தார். தொல்காப்பியர் மொழியின் எச்சப்பண்பு எப்படி மொழியைப் பொருண்மையானதாக ஆக்குகிறது என்பதற்கான உத்திகளை வரையறுத்துள்ளார். அதன் வழியாக தமிழ் மொழியை பொருண்மைமிக்கதாக, படைப்பூக்கம் மிக்கதாக செய்யுளியல் வழியாக ஒரு படைப்பு மொழியாக முன்வைத்தார்.

தொல்காப்பிய எச்சவிதிகளை இரண்டாக சொல்குறித்த விதிகளாக சொல்லெச்சம் என்றும், பொருள்குறித்த விதிகளாக பொருளெச்சம் எனப் பிரித்து, சொற்களின் சுவடுகளைத் தடம் கண்டு கட்டுடைத்து புதிய பொருள்களை பிரதிகளுக்கு உருவாக்க முடியும். தொல்காப்பியம் முன்வைக்கும் எச்சம் குறித்து விரிவான ஆய்வின் அடிப்படையில் தனியானதொரு மொழியில் கோட்பாடாக அதை நோக்க முடியும்.

பகுதி–3: தொல்காப்பிய எச்சக் கோட்பாட்டு வாசிப்பு

மேற்கண்ட தொல்காப்பிய எச்சவியல் மற்றும் தெரிதியக் கோட்பாட்டைப் பயன்படுத்தி சில பிரதிகளை வாசித்துக் காட்டியுள்ள எனது வேறு கட்டுரைகளில் இருந்து சில உதாரணங்களை பொருத்தப்பாடுக் கருதி இங்கு சுருக்கமாகத் தருகிறேன்.

அனார் கவிதை “உரித்தில்லாத காட்டின் அரசன்”

மலைகளுக்கப்பால்
சூரியனுக்குப் பதிலாக நீ எழுந்து
வளர்கிறாய்
பனிமூடிய முகடுகளை
விலக்கி அமர்ந்திருக்கிறாய்
கடும் பச்சை நிற, சுருண்ட தலைகளுடன்
அடர்ந்திருக்கிறது என் காதல் காடு
காட்டின் அரசனாகப் பிரகடனப்படுத்தி
ஒளிர்வுக்கிரணங்களால் நுனி வேர்வரை ஊடுருவி
தழுவிச் சிலிர்க்க வைத்து ஆட்சி செய்கிறாய்

வளைந்த பாதைகளில் நதியைப் போல இறங்கி உருள்கிறேன்
உன்னிடம் இறக்கைகள் இருக்கின்றன
எல்லா இடுக்குகளிலும்
என்னைக் கவ்விப் பறக்கிறாய்
காடு முழுவதிலும் மேய்கின்றன
நம் கவிதைகள்
உள் நுழைந்தவனின்
பிரகாசமும் பாடலும்
ரகசியப் பூட்டுக்களை திறக்கின்றன
இனி
அரசன் கீறிவிட்ட காயங்கள்
என் காடெங்கும் பூப்பெய்யும்
கமழும் அஸ்தமனம் வரை

கவிதையின் இறுதிவரிகள்தான் எச்சமாக நின்று, திறப்பு மொழியாக கவிதையின் ஆழ்தள அமைப்பைக் காட்டுகிறது. கீறிவிட்ட காயங்கள் என்ற வாக்கியம் நேரடி பொருளில் மட்டுமின்றி குறிப்பெச்சப் பொருளாக வேறொரு அமைப்பை வெளிப்படுத்துகிறது, கமழும் அஸ்தமனம் வரை என்பதால் வாழ்நாள்முழுவதும் பெண்–அகம் என்பது இந்த வதைபடு தலிதத்தை உட்செறித்துக் கொண்டு தன்னை இயல்பானதாகக் கட்டமைத்துக் கொள்கிறது. இதில் பூப்பெய்யும், கமழும் என்ற சொல்லாட்சிகள் எதிர்மறை எச்சமாக நின்று, எதிர்மறைப் இன்ப மாக கவிதை உணர்வை வெளிப்படுத்தி, மொழியைத் தலை கீழாக்குகிறது.

இக்கவிதையில் இரண்டு அமைப்புகள் உள்ளன. மேல்தள அமைப்பில் காதல் அதன் அதிப்புனைவின் பரவசம் வழியாக வாசிப்பாளன் கவிதையின் காதல் மென் உணர்வில் பயணிப்பதன் வழி வாசிப்பின்பம் நல்குவது. ஆழ்தள அமைப்பில் காதலின் உன்னத மொழியாடலில் பெண்ணின் உடலில் வதைதத்தலிதம் வலியாக பெண்–அகத்தை உள்ளடக்கப்பட்டத் தன்னிலையாகக் கட்டமைத்தல். அதற்கான திறப்புச்சொல்லாக அரசன் கீறிவிட்ட காயங்கள் என்ற சொல் எச்சமாக–எஞ்சுபொருள் கிளவியாக நின்று தடம்காட்டுகிறது. கீறுதல்–கமழ்தல் என்ற இருமை எதிர்வில்தான் இந்தக் கவிதையின் கட்டமைப்பு உள்ளது. அரசன் என்ற சொல்லாட்சி அதிகாரம் அடக்குதல் ஆளுதல் என்ற தடத்தில் கவிதையை வழிநடத்துகிறது. மேல்தள அமைப்பை

மொழித்தடங்களான இந்த முரண்கள் வழி தலைகீழாக்கினால் கவிதையின் புனைவின்பம் தகர்க்கப்பட்டு ஆழ்தளத்தைச் சொல்வதாகிறது.

காதல் என்ற நுட்பங்களின் வழி அல்லது அகப்பாடல்கள் வழி பெண்–தன்னிலை அகப்படுத்தப்பட்டு உள்ளடக்கப்பட்டதை இன்றைய மொழியில் நிகழ்த்திப் பார்க்கிறது இக்கவிதை. அரசன் என்ற சொன்மை, இறை என்ற பொருண்மையைக் கொண்டால் கவிதை ஒரு மெய்ப்பொருள் கவிதையின் தளத்தை அடைகிறது. மேற்பரப்பில் மெய்யுணர்வு, புனிதக்காதல், இறையின் பரிபூரண நிலை என்கிற சூஃபியிஸச் சட்டகத்திற்குள் வைத்து ஆழ்ந்த மெய்யுணர்வை பேசுவதாகவும் உள்தளத்தில் ஒரு பெண்–அகத்தை கட்டமைக்கும் மறை/இறை சட்டகத்தைக் கொண்டிருப்பதையும் இவ்வாசிப்பின்வழி உணரலாம். எச்சமாக பொருள் எதிர்மறை அமைப்பை வெளிப்படுத்துகிறது. புனிதக்காதல் வழி பெண் அகம் அடக்கப்பட்ட தன்னிலையாக அதுவே அதன் இன்பமாக மாறுகிறது.

இதில் அரசன் என்பதன் எச்சப்பொருளாக இறையும், மிச்சப் பொருளாக மனிதனும் என்ற பொருளில் கவிதையானது காதல், புனிதக்காதல், மெய்ப்பொருள் என்று வெவ்வேறு அர்த்தங்களைக் காட்டுவதாக உள்ளது. கவிதைக்குள் உள்ள மைய அமைப்பை அகழ்ந்து, அதன் திறப்புச் சொல்லின் எஞ்சிய பொருட்கள் வழியாக கவிதையை வெவ்வேறு பொருள்பட வாசிக்கலாம்.

எஸ். சண்முகத்தின் "ஈர்ப்பின் பெருமலர்" கவிதைத் தொகுப்பு

இத்தொகுப்பின் பெரும்பாலான கவிதைகள், பேருணர்ச்சியைத் தரும் காதல் கவிதைகள். பொதுவாக, தமிழ்க் கவிதைகளில் காதல் என்ற சொல்லின் எச்சமாக இருப்பது வேட்கை; மிச்சமாக இருப்பது பக்தி. சங்ககால அகப்பாடல்கள் என்று அறியப்பட்ட பாடல்கள் தொடங்கி, காதலைப் பாடும் சிலப்பதிகார கானல் வரிகள், காதலை பக்தியாக அல்லது பக்தியைக் காதலாக வெளிப்படுத்திய பக்தி இலக்கியங்கள். அண்ணலும் நோக்க, அவளும் நோக்கிய கம்பராமாயணக் காவியக் காதல், தற்காலக் கவிதைகளில் தொன்னூறு சதமானம் காதல் கவிதைகள் எனப் பாடிப் பாடி ஓயாத, பேசிப் பேசி சலிக்காத ஓர் உணர்வு காதல். அது கடவுளாகவும், புனிதமாகவும், கலவியாகவும், அன்பாகவும், நேசிப்பதாகவும் எந்த ஒரு பொருளை அதற்கு அளித்தாலும், அது அந்தப் பொருளை முழுமையாக சொல்லித் தீராததாக

இன்னும் மிச்சம் (remains) வைத்துக்கொண்டே உள்ளது. அதன் பொருள் முற்றுப்பெறாததாக எஞ்சிநிற்கும் பொருளை எச்சமாக (excess) வைத்துக் கொண்டுள்ளது. அந்த சொல்லிற்குக் கீழ் சொல்லப்படாத அல்லது சொல்லமுடியாத ஒன்றின் சுவடு (trace) இருந்துகொண்டே உள்ளது. அந்தச் சுவடு காதலை சொல்லும் போது, பக்தியையும், வேட்கையையும் எச்சமாகவும், மிச்சமாகவும் காட்டுகிறது.

இந்த மிச்சம், எச்சம், சுவடு என்ற மொழியின் பொருளை/ அர்த்தத்தை, பொருள் முற்றுப்பெறாது, தள்ளிப்போடும்/ வித்தியாசப்படும் குறித்தல் பண்பிலிருந்தே கவிதையின் மொழிதல் கிளைக்கிறது. இதனை "கவிதையாதல்" என்ற கவித்துவம் வெளிப் படும் மொழிக்குறியின் பண்பாக வரையறுக்கலாம். ஆக, கவிதையில் வரும் ஒரு சொல் சொன்மையால் (ஒலிக்கூற்றால்) பொருண்மையை (அர்த்தங்களை) அழித்தும், அகலித்தும் நகர்கிறது. அதாவது சொல்லின் பொருள் பிறிதொரு சொல்லாக உள்ளது. ஒரு குறிப்பானின் பொருள் பிறிதொரு குறிப்பனாக உள்ளது. குறிப்பான்களின் சங்கிலியாக பொருள்கொள்தல் என்பது நிகழ் கிறது. அதைப் பற்றிக்கொண்டே அர்த்த சங்கிலியைக் கட்டிச் செல்வது வாசிப்பாக மாறுகிறது. அதைத்தான் தொல்காப்பியர் "பொருட்குப் பொருட்தெரியின் அது வரம்பின்றே" என்கிறார்.

அர்த்த சங்கிலியை ஒரு குறிப்பிட்ட காலவெளியில் அல்லது தொல்காப்பியம் முன்வைக்கும் முதற்பொருளான நிலம்பொழுதில் நிறுத்தி சொல்லின் பொருளைப் பெறுகிறோம். அவ்வாறு பெறப்படும் பொருண்மையானது தனது பொருளை முழுமையாக வெளிப்படுத்த முடியாத நிலையில் அர்த்தங்களின் சுவடுகள் துலக்கம் பெற்று வெளிப்படுகிறது. இது கவிதையில் "மிச்சம்" மற்றும் "எச்சம்" என்கிற பொருள்கொள் பண்பாகக் காணப் படுகிறது. கவிதையில் ஒரு சொல் சுவடு காட்டும் எச்சம், மிச்சம் என்கிற பொருள்கள் (அர்த்தங்கள்), கவிதையின் பன்முக பொருளையும், உணர்வையும் எழுப்புவதாக உள்ளது. பக்தி என்ற சொல் சுவடு காட்டுவது அதனுள் புதையுண்டுள்ள காதல் மற்றும் வேட்கை என்கிற மிச்சம் மற்றும் எச்சமான பொருட்களே. அவையே பக்தியின் சொல்லில் அடங்கா, சொல்லவியலா ஒரு பரவச உணர்வாக்கமாக (affect) உள்ளது.

குறிப்பானாக ஒரு சப்த வடிவமான சொல்லாக உள்ள காதல், குறிப்பது ஒரு பண்பாட்டின், சமூகத்தின் பொருளாக்க நிலையில்

சொற்களால் நெய்யப்படும் உலகு

நிறுத்தப்பட்ட ஓர் அர்த்தமே தவிர, அது அதன் முழுமையான பொருளாக இருப்பதில்லை. தெரிதாவின் வார்த்தைகளில் சொன்னால் "inadequate, yet necessary" என்பதே. இத்தகைய சொல்லின் பண்பை ஹைடேக்கரும், தெரிதாவும் "sous rature" என்ற பிரஞ்சு சொல்லால் குறிக்கிறார்கள். இதை ஆங்கிலத்தில் "writing under erasure" என்பார்கள். தமிழில் அழிப்பின் அடியில் எழுத்து அல்லது அழிப்பாக்கமாக எழுதப்படுதல் எனலாம்.

காதல் ஒரு அப்பாலைக் குறிப்பீடு (Transcendental Signifier) என்றதொரு முற்றர்த்தம் நோக்கி, அதன் பலவித பொருளாம்சங்களை உருவாக்குவதே மேற்கொண்ட சொல்லின் மிச்சம், எச்சம் என்ற மூன்று கருத்தாக்கங்களின் மறைசெயலாக உள்ளது. இந்த மறை/செயலே கவிதையின் இருண்மைத்தளமாக மாறி, காதல் அக வெளியைக் கட்டும் அழகியல் புலமாக உருவாகுகிறது. அர்த்தங் களைச் சிதறடிக்கும் அல்லது துண்டிக்கும் ஒரு பெருணர்ச்சியை நோக்கி நகர்த்தும் கூருணர்ச்சியைத் தூண்டக்கூடியதாக உள்ளது.

தமிழவனின் "சரித்திரத்தில் படிந்த நிழல்கள்" நாவல்

தமிழவனின் இந்நாவல் பாலிம்–செஸ்ட் என்கிற அழித்தெழுதும் உத்தியைக் கொண்டு எழுதப்பட்ட நவீன தமிழக அரசியல் வரலாறு பற்றிய நாவல். இந்நாவல் நினைவில் தெகிமோலா இன வரலாற்றை எழுதியுள்ளது. அதன் உள்ளே வேறொரு உண்மை வரலாறு மறதியாக உள்ளது என்பதே. இன்றைய அரசுகள் இப்படியாக தனக்கான வரலாற்றை எழுதி, உள்ளிருக்கும் உண்மை வரலாற்றை மறைக்கின்றன. இதை ஒரு நாவலாக எழுதிக்காட்டியுள்ளார் தமிழவன்.

பிராய்டு தனது உளவியல் கோட்பாட்டை விளக்கப் பயன் படுத்திய மாய எழுத்தட்டை (Mystic Writing-Pad) போன்றதே பாலிம்செஸ்ட் உத்தி. இதை மாஜிக்–சிலேட் என்பார்கள் நம் ஊரில். இது வேக்ஸ் தடவப்பட்ட ஒரு கனமான அட்டையின் மேல் ஒரு நெகிழித்தாள் (plastic paper) மூடப்பட்ட குழந்தைகளுக் கான எழுத்துப் பயிற்சிக்கான ஒரு விளையாட்டுப் பொருள். நெகிழித்தாளின் மீது எழுதினால், அது அடியில் உள்ள வேக்ஸில் பதிவுற்று எழுத்தை வாசிக்க முடியும். அந்த நெகிழித்தாளை எடுத்தால் எழுத்து மறைந்துவிடும். மனித உளம் என்பது ஒரு மாய எழுத்தட்டை போன்றது என்கிறார் பிராய்ட்.

சமூகத்தில் புழங்கும் மனித உடல், தேவையானவற்றை எழுதி, தேவையற்ற நிலையில் அழித்துவிடுகிறது, ஆனால் அழிக்கப்பட்ட

சுவடுகள் நனவிலியாக பதிவுறுகிறது என்கிறார். நமது நினைவு என்பது மாயசிலேட்டில் உள்ள மேலேட்டைப் போன்றது, மறதி என்பது பின்புறம் உள்ள சுவடு அட்டைப் போன்றது. அனுபவங்கள் நினைவாகப் படிவதும், புதிய ஒன்றால் மறதியாக உள்ளடியாக படிந்துவிடுவதும் என்பதாக இச்செயல்பாடு உள்ளது. தொல்காப்பியம் காட்டும் பொருளெச்சம் என்று மேலே விளக்கிய எச்சங்களும், உள்ளுறையும், இறைச்சியும் பனுவலின் (பிரதியின்) நனவிலி தளத்தை (அதாவது உள்ளார்ந்துள்ள அடுக்கை) வெளிப்படுத்தும் ஒரு பனுவலாக்க வினை.

தெரிதா பிராய்டின் மாய எழுத்தட்டை என்ற உருவகத்தைத் தனது சிதைவாக்க மொழியில் கோட்பாட்டிற்குப் பயன்படுத்து கிறார். ஒரு மாய எழுத்தட்டையில் மேலே உள்ள எழுத்தட்டைக்குப் பின்புறமுள்ள வாக்ஸ் போல நமது முந்தைய மொழியின் புலன் உணர்வு உருவாக்கப்பட்டுள்ளது. மொழி முந்தைய வடுக்களைக் கொண்டது. அதாவது மொழியின் அலகுகளான சொற்கள், அதற்கான நினைவுகளை மாய எழுத்தட்டையில் பல காலங்களில் எழுதப்பட்டு மறந்த சுவடுகளைக் கொண்டது. அதனால்தான் பொருளுக்குப் பொருள் என்பது வரம்பற்றதாக உள்ளது. சொல் என்பது பல பொருள் (அர்த்த) அடுக்குகளைக் கொண்டது. இம்மாய அட்டையின் மேலே எழுதப்பட்ட எழுத்து என்பது வரலாற்றின், கால அடுக்கின் பல அழிக்கப்பட்ட, மறந்த எச்சங்களை உள்ளடக்கியிருக்கும்.

இந்த எச்சங்களை அறிவதற்கான ஒரு உத்தியை தொல்காப்பிய எச்சவியல் கோட்பாடு நமக்குத் தருகிறது. ஒரு பனுவலின் (பிரதியின்) உள்ளடுக்கிலுள்ள எதிர்மறை எச்சம் எதிர்மறைப் பொருளையும், மறைக்கப்பட்ட, அழிக்கப்பட்ட சொல்லின் எச்சம், ஒடுக்கப்பட்டுள்ள பிறிதொரு பொருளையும், மறைக்கப்பட்டவற்றை வெளிப்படுத்துவதாக குறிப்பெச்சம் குறியமைப்பாகவும் செயல் படக்கூடியவை. இவ்வாறாக, தொல்காப்பிய எச்சவிதிகள், தெரிதிய கருத்தாக்கங்கள் வழியாக, ஒரு புதியதொரு பனுவல் வாசிப்பு உத்தியைத் தருகிறது.

பயன்பட்ட நூல்கள்

1. Derrida, Jacques: Of Grammatology, 1997, (Tr. Gaytri Chakravorty Spivak), The Johns Hopkins Univercity Press, Baltimore and London.

2. Bradley, Arthur: Derrida's Of Grammatology, 2008, Edinburgh University Press, Edinburgh.

3. Gaston, Sean: Maclachlan, Ian (Ed.): Reading Derrida's Of Grammatology, 2011, Continum International Publishing Group, New York.

4. Norris, Christopher: Derrida, 1987, Harvard University Press, USA.

5. Derrida, Jacques: Limited INC, 1988. Northwestern University Press, USA.

6. Lucy, Niall: A Derrida Dictionary, 2004, Blackwell Publishing, UK.

7. வெள்ளைவாரணன் கா., 1989, தொல்காப்பியம் செய்யுளியல் உரைவளம், மதுரை காமராசர் பல்கலைக் கழகம், மதுரை.

8. வெள்ளைவாரணன் கா.,1994, தொல்காப்பியம் மரபியல் உரைவளம், மதுரை காமராசர் பல்கலைக் கழகம், மதுரை.

9. சண்முகம் செ.வை., 1985, மொழியும் எழுத்தும், அனைத் திந்திய தமிழ்மொழியியற் கழகம், சிதம்பரம்.

10. சண்முகம் செ.வை., 2008, சொல்லிலக்கணக் கோட்பாடு தொல்காப்பியம் – முதல் தொகுதி, உலகத் தமிழாராய்ச்சி நிறுவனம், சென்னை.

11. சண்முகம் செ.வை., 1980, எழுத்திலக்கணக் கோட்பாடு, உலகத் தமிழாராய்ச்சி நிறுவனம், சென்னை

12. மணவாளன் அ.அ., 1995, இருபதாம் நூற்றாண்டின் இலக்கியக் கோட்பாடுகள், உலகத் தமிழாராய்ச்சி நிறுவனம், சென்னை.

13. சுப்ரமண்ய சாஸ்திரி பி.எஸ். 1930, தொல்காப்பியச் சொல்லதிகாரக் குறிப்பு, வெளியீடு பி.எஸ். கணேசா சாஸ்திரி, திருச்சி.

14. நாவலர் சோமசுந்தர பாரதியார் ச., 1997, தொல்காப்பியர் பொருட்படலப் புத்துரை, நூல் தொகுதி–2, வசுமதி பதிப்பகம், சென்னை.

15. செந்தமிழ் சொற்பிறப்பியல் பேரகரமுதலி – Vol.1 Part.III, 1997, உலகத் தமிழாராய்ச்சி நிறுவனம், சென்னை.

16. சிவலிங்கனார் ஆ., 1988, தொல்காப்பியம் உரைவளம் சொல்லதிகாரம் எச்சவியல், உலகத்தமிழாராய்ச்சி நிறு வனம், சென்னை.

17. சிவலிங்கனார் ஆ., 1997, தொல்காப்பியம் உரைவளம் பொருளதிகாரம் செய்யுளியல் பகுதி–1, உலகத்தமிழாராய்ச்சி நிறுவனம், சென்னை.

18. சிவலிங்கனார் ஆ., 1998, தொல்காப்பியம் உரைவளம் பொருளதிகாரம் செய்யுளியல் பகுதி–4, உலகத்தமிழாராய்ச்சி நிறுவனம், சென்னை.

19. நாரங்க், கோபிசந்த், 2005, அமைப்பியல் பினஅமைப்பியல் மற்றும் கீழைக் காவியஇயல், சாகித்ய அகாதெமி, சென்னை.

20. ஜமாலன், 2018, பிரதியில் கிளைக்கும் பிம்பங்கள், காலக்குறி, சென்னை.

பயன்பட்ட கட்டுரைகள்

1. Coward, Harold G. (1991) "Speech Versus Writing" In Derrida and Bhartrhari, Philosophy East and West Vol. 41, No.2, pp.141-162.

2. Claudia Braga Andrade, (2016), Derrida's writing: Notes on the Freudian model of language, Psicologia USP, Vol. 27-No.1, pp.96-103.

3. Bagiu, L. (2009). Writing in Deconstruction vs Speech in Structuralism (Jacques Derrida vs Ferdinand de Saussure). Transilvania, XXXVII (CXIII)(8), pp.79-87.

4. Raghuramaraju A. (2017), Two Forms of the Word, the Spoken and Written Derrida, Pre-Platonic Writing West and Speaking India, IKF, Mumbai

(03.10.2019)

4
அரசியல் நீக்கப்பட்ட மார்க்வெஸ், அழகியல் நீக்கப்பட்ட போர்ஹேஸ்

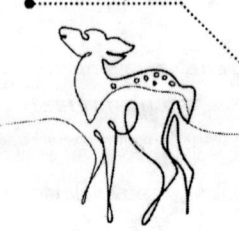

தமிழில்: லத்தீன்-அமெரிக்க மொழிபெயர்ப்பு

மொழிபெயர்ப்பின் அரசியல்

"பூமியெங்கும் ஒரே பாஷையும், ஒரேவிதமான பேச்சும் இருந்தது." (வச.1), அதனால் மக்கள் ஒரு சமவெளியைக் கண்டு அங்கு குடியேறி, சுட்ட செங்கல் தயாரிக்கக் கற்று. தாங்கள் சிதறிவிடாமல் அங்கேயே தங்கி ஒரு மிகப்பெரிய கோபுரத்தை உருவாக்கி, தங்கள் பெயரை நிலைநிறுத்திவிட முயன்றார்கள். அப்போது கர்த்தர், "நாம் இறங்கிப்போய், ஒருவர் பேசுவதை மற்றொருவர் அறியாதபடிக்கு, அங்கே அவர்கள் பாஷையைத் தாறுமாறாக்குவோம் என்றார்" (வச.7)" பூமியெங்கும் வழங்கின பாஷையைக் கர்த்தர் அவ்விடத்தில் தாறுமாறாக்கினபடியால், அதன் பேர் 'பாபேல்' எனப்பட்டது; கர்த்தர் அவர்களை அவ் விடத்திலிருந்து பூமியின் மீதெங்கும் சிதறிப்போகப் பண்ணினார்" (வச.9) என்கிறது ஆதியாகமம் அதிகாரம் 11-ல் உலகில் பல மொழிகள் தோன்றியதைப்பற்றி பைபிளின் பாபேல் கோபுரம் குறித்த தொன்மக் கதை, அதாவது ஒரே இடத்தில், ஒரே மொழிப் பேசிய மக்கள் கூட்டம், கடவுளுக்குச் சவாலாக ஒரு பெரும் கோபுரத்தை உருவாக்கி, தங்கள் பெருமையை நிலைநிறுத்த முயன்றபோது, அவர்களைப் பல்வேறு நிலப்பகுதிக்குச் சிதறடித்து பலமொழிகள் பேசும்படியும், ஒருவர் பேசுவது ஒருவருக்கு புரியாதபடிக்கும் செய்துவிட்டார். இதில் இரண்டு செய்திகள் உள்ளது. ஒன்று ஒற்றை மொழி என்பது ஒரே மக்கள் கூட்டத்தை உருவாக்கி, கடவுளைச் சவாலுக்கு அழைக்கும் என்பதால் பல மொழிகளை உருவாக்கி மக்கள் ஒற்றுமை சிதறடிக்கப்பட்டது

என்பது. மற்றது, உலகமெங்கும் கடவுள் அரசாட்சிக்கு உட்பட்டது என்பதும், பல்வேறு மொழிகள் கடவுளால் உருவாக்கப் பட்டது என்பதும், உலக அரசாட்சி பற்றிய ஒற்றை மத ஆதிக்கக் கனவிற்கான அடிப்படையும் உள்ளது. ஆக, கடவுள் மொழி வழியாகவே மக்கள் கூட்டத்தை ஒன்று மற்றதை அறியாதபடி சிதறடிக்கிறார். இதனை கட்டுடைத்தால், மொழிபெயர்ப்பு வழியாக ஒரு ஒற்றை உலகை கட்டுவது என்பது கடவுளின் அதிகாரத்திற்கு சவால் விடும் செயல் என்பதே. ஆக மொழி களால் சிதறடிக்கப்பட்ட உலகு, மொழிபெயர்ப்புகளால் ஒருங் கிணைக்கப்படுகிறது. இதன் மறுதலையாக மொழிபெயர்ப்புகளே இவ்வுலகை ஒற்றையுலகாக படைத்தன என்பது மிகைக் கூற்றாகாது.

பிரஞ்சு தத்துவ சிந்தனையாளரும், கட்டுடைத்தல் முறை யியலை உருவாக்கியவருமான ழாக் தெரிதாவின் "ஆப் கிரமட்டாலஜி" (இலக்கணவியல்) நூலை ஆங்கிலத்தில் மொழி பெயர்த்த பின்காலனிய சிந்தனையாளரான, இந்திய-பெங்காளி யான காயத்ரி சக்ரவர்த்தி ஸ்வைபக் தனது "மொழிபெயர்ப்பின் அரசியல்" (The Politics of Translation) என்ற கட்டுரையில், மொழி பெயர்ப்பு என்பது அர்த்தங்களைப் பெயர்ப்பதில்லை, மாறாக, அர்த்தங்களைக் கட்டமைக்கும் செயல்பாடாக இருப்பது, மற்ற வரின் சுயத்திற்கான சுவடை பிரதிபலிக்கக்கூடியதாக, மொழி பெயர்த்தல் என்பதே மூலப்பிரதியை வாசித்தலாக உள்ளது என்கிறார். மொழிபெயர்ப்பு எப்படி ஒரு அரசியல் செயலாக அமைகிறது, உலகம் எப்படி முகவர்களால் உருவாக்கப்படும் என்ற கருத்தியலைத் தருவதாக உள்ளது என்பதை நான்கு பகுதிகளாகப் பிரித்து விவரிக்கிறது அக்கட்டுரை.

பொதுவாக, மொழிபெயர்ப்பு என்பதைவிட மொழியாக்கம் என்பது ஓரளவு மொழிபெயர்த்தலின் படைப்பாக்கத்தை வெளிப் படுத்தும் சொல். மொழியாக்கம் மூலமொழிக்கும், மொழிமாற்றம் செய்யப்படும் மொழிக்கும் இடையில் உருவாகும் ஒருவகை இடப்பெயர்ச்சி. அதாவது இரண்டு நிலங்களும் பிரதிகளின் வழியாக இணைக்கப்பட்டு, ஒன்றுகலந்து கலப்பின மற்றும் பன்முகப் பண்பாட்டிற்கான அடிப்படைகளை உருவாக்கும் ஒருவகை அரசியல் செயல்பாடு. நிலங்களைப் பிணைத்தலோடு மொழியாக்கம் வினைப்படுகிறது. காலனிய உருவாக்கத்தின் அடிப்படைகளில் ஒன்று மொழியாக்கம். குறிப்பாக இந்தியாவின்

வேதகால சிந்தனைமுறை வடமொழி மொழியாக்கப் பிரதிகள் வழியாக அனைத்து மொழிகளிலும் தனது ஆதிக்கத்தை நிறுவியுள்ளது கண்கூடு. மொழியாக்கம் இரண்டு மொழிகளுக் கிடையிலான அதிகார உரையாடல். இந்த உரையாடலின் ஓர் உச்ச வடிவமே உலக காலனியமாதல்.

ஆக, மொழிபெயர்ப்பிற்கும் காலனிய அரசியலுக்குமுள்ள உறவு முக்கியமானது. குறிப்பாக பின்காலனிய சிந்தனை மொழி பெயர்ப்புகளை ஒருவித பண்பாட்டுக் கலப்பாகவும், அதிகாரத் திற்கான கருவியாகவும் பார்க்கிறது. காலனியப்படுத்தப்பட்ட நாட்டு மக்களை ஆளுகை செய்வதற்கான தொழில்நுட்பத்தை அறிய மொழிபெயர்ப்பைப் பயன்படுத்துகிறது. பின்காலனியம் என்ற நூலை எழுதிய ராபர்ட் யங், ஒரு முழு அத்தியாயத்தையே மொழிபெயர்ப்புகள் என்ற தலைப்பில் எழுதியுள்ளார். (அந்நூல் அடையாளம் பதிப்பில் அ. மங்கை அவர்களின் மொழியாக்கத்தில் வெளிவந்துள்ள ஒரு முக்கியமான அறிமுக நூல்.) அந்நூல் குறித்து எனது "பெயர்த்து உருவாக்கப்பட்ட பின்காலனிய நிலங்கள்" என்ற அறிமுகக் கட்டுரையில் எழுதிய ஒரு குறிப்பை இங்கு தருகிறேன் தொடர்புடையது என்பதால்.

அந்நூல் "இயல்–7ல் மிகவும் புதிதான ஒரு கருத்தாக்கத்தை பின்காலனிய கோட்பாட்டு அடிப்படையில் விவரிக்கிறது. அது மொழிபெயர்ப்புகள் என்பதுதான். இங்கு பிரதிகள் மொழி பெயர்க்கப்படுவதால் எப்படி ஒரு பண்பாடு கட்டமைக்கப்படுகிறது. அக்கட்டமைப்பு எப்படி ஒரு மனிதனைக் காலனியத்திற்கு மொழி பெயர்க்கிறது என்பதை விவரிக்கிறது. பிரதிகளும், மனிதர்களும் ஒன்றிணைக்கப்படும் காலனிய அரசியல் வெளிப்படுவதைச் சொல்வதாகிறது. மொழிபெயர்ப்பின் அரசியல் பின்காலனிய அறிவுருவாக்க அரசியலின் ஒரு முக்கிய பகுதியாகும். உண்மை யில் ஒரு உலகை அல்லது நாட்டை அல்லது நிலத்தை கண்டடைவது என்பது அந்த நிலத்தைத் தனது நிலத்திற்கு ஏற்ப மொழிபெயர்ப்பதாகவே நடைபெறுகிறது. காலனிய அறிவை இன்னும் குறிப்பாகச் சொன்னால் உலக அறிவை உருவாக்கியது மொழிபெயர்ப்புகள்தான். இன்றைய ஆப்பிரிக்க–ஆசிய– லத்தீன்–அமெரிக்க மனிதன், காலனியத்தால் மொழிபெயர்க்கப் பட்ட மனிதனே. இந்திய காலனியமாக்கலில் துபாஷிகளின் பங்கும், அவர்களில் பெரும்பாலானவர்கள் உயர்சாதியினராக, குறிப்பாக பார்ப்பனர்களாக இருந்ததும், இந்திய தேசிய அமைப்பு

கட்டப்பட்டதன் பின்னுள்ள அறிவுச் செயல்பாட்டின் முக்கியத்துவத்தை உணர்த்தும். இந்தியராகிய நாமும் உயர்சாதி துபாஷிகளால் மொழிபெயர்க்கப்பட்டவர்களே.

மொழிபெயர்ப்பு அதிகாரப் படிநிலைகளைக் கொண்டது. பெயர்க்கப்பட்ட பிரதியைவிட மூலம் சிறப்பானது என்பதை உள்ளர்த்தமாகக் கொண்டது. காலனியம் மொழிபெர்த்த மனிதனைவிட, காலனியத்திற்கு முந்தைய 'மூல'மனிதன் சிறப்பானவன் என்பதுபோன்ற கருத்தாக்கமாக பின்காலனியம் புரிந்து கொள்ளப்படுவது அபாயகரமானது. இந்த அபாயம் மத–அடிப் படைவாத சக்திகள் உருவாக்கும் 'லட்சிய மனித உடல்' என்பதில் வெளிப்படுவது. பின்காலனியச் சிந்தனையைப் பயன்படுத்துவதில் உள்ள இந்த 'மூலம்', 'சுயம்', 'ஆதிக்குடி', 'மண்ணின் மைந்தன்' போன்ற கருத்தாக்கங்கள் எல்லாமே காலனியத் தன்னிலைக்கான பிறராக்குதல் (otherization) அடிப்படையில் உருவானதே என்பதை கவனத்தில் கொள்ளவேண்டும். இவற்றைத் தூக்கிப்பிடிப்பது பின்காலனிய அரசியலாகாது என்ற எச்சரிக்கை உணர்வு அவசியம். காலனியத்திற்கு முந்தைய மக்களின் அறிவு கையகப் படுத்தப்பட்டு அது காலனியத்தால் மொழிபெயர்க்கப்பட்டதாக உள்ளது என்பதையே இங்கு நாம் கவனத்தில் கொள்ளவேண்டும். உண்மையில் மொழிபெயர்ப்பாக (translation) இது நிகழவில்லை, பெயர்த்து–உருவாக்குதலாகவே (trans-creation) இது நடைபெற்றது. இந்நிகழ்வைப் புரிந்துகொள்ள நாம் டெல்யுஸ்–கத்தாரியின் நிலமயமாக்கல் (territorialize), நிலநீக்கமாக்கல் (de-territorialize), மறுநிலமாக்கல் (re-territorialize) என்கிற வட்ட சுழற்சிமுறையும், அது எப்படி ஒரு உடலின் உருவாகுதலாக (becoming) மாறுகிறது என்கிற ஆய்வைக்கொண்டே புரிந்துகொள்ள முடியும். இதை சுருக்கமாகவே இங்கு பெயர்த்துஉருவாக்குதல் என்று குறிப்பிடு கிறேன். இது சுருக்க அறிமுகம் என்பதால் இந்நூலில் இது பேசப் படவில்லை. இது தனியாக விரிவாக விளக்கப்பட வேண்டிய மற்றொரு ஆய்வாகும் என்பதை குறித்துக் கொள்ளலாம்."

அதாவது, மொழியாக்கம் உலக அறிவையும், பண்பாட்டையும், தனது நிலத்திற்குள் பெயர்த்துப் பயிரிடுவதான ஒரு செயல்பாடு. பொதுவாக, உலகு என்பது பிரதிகளால் கட்டப்படும் ஒன்றுதான். இப்படியான ஒரு உலகுசார்ந்த எண்ண உருவாக்கம் மொழியாக்கம் வழியாகவே உருவமைகிறது. மொழியாக்கம் என்ற சொல்லோ ஒரு மொழிப்பிரதி, பிறிதொரு மொழிப்பிரதியில் மறுஆக்கம் செய்யப்படுவதைக் குறிக்கிறது. ஆக, மூலமொழியின் பிரதி,

மொழியாக்கம் செய்யப்பட்ட பிரதியின் சூழலில் அமைத்தே வாசிக்கப்படுகிறது என்பதால், அதன் பொருள்கொள்ளல் வழியாக இரண்டு பண்பாடுகளின் செயல்–எதிர்ச்செயல் (interaction) முக்கியமானதாகிறது. தமிழில் நிகழ்ந்த லத்தின்–அமெரிக்க மொழியாக்க வரலாற்றின் வழி தமிழில் லத்தின்–அமெரிக்க இலக்கியம் ஏற்படுத்திய செயல்எதிர்ச் செயல்களை இங்கு குவிமையப்படுத்திப் பார்க்கலாம்.

லத்தீன்–அமெரிக்க நாடுகளின் அரசியல் பின்புலம்

லத்தீன்–அமெரிக்கா என்பது தென் அமெரிக்கா என்று அழைக்கப்பட்ட இன்றைய வட அமெரிக்காவின் தென் பகுதியிலுள்ள தனித்ததொரு கண்டம். அர்ஜெண்டினா, பொலிவியா, பிரேசில், சிலி, கொலம்பியா, கோஸ்டா–ரிகா, கூபா, டொமினிகன் குடியரசு, ஈகுவடார், எல் சால்வடோர், குவாத்தமாலா, எயித்தி, கோண்டுரசு, மெக்சிகோ, நிகரகுவா, பனாமா, பிராகுவே, பெரு, உருகுவே மற்றும் வெனிசுலா ஆகியவை இலத்தீன்–அமெரிக்காவின் பகுதிகளாக உள்ளன. கொலம்பஸ் இந்தியா என்று நினைத்து கண்டுபிடித்த தீவுக்கூட்டங்களே இன்றைய லத்தீன்–அமெரிக்கா[3]. லத்தீன்–அமெரிக்காவின் காலனியக் கொடும் வரலாறு கொலம்பஸ் கண்டுபிடித்த அக். 12, 1492–ல் தொடங்குகிறது.

அவர்கள் கப்பலில் வந்தார்கள்
அவர்கள் கையில் பைபிள் இருந்தது
எங்களிடம் நிலம் இருந்தது
கண்ணைமூடி பிரார்த்திக்கச் சொன்னார்கள்
பிரார்த்தித்தோம்
கண்ணைத் திறந்தோம்
எங்களிடம் பைபிள்
அவர்களிடம் நிலம்

என்று லத்தீன்–அமெரிக்க மக்களின் அவர்களது அடிமை வாழ்வும், காலினிய நாட்டின் மீதான கோபம் ஒரு வேடிக்கையான கவிதையாக வெளிப்படுகிறது. புனிதமறைநூல்களைத் தந்துவிட்டு, அவர்கள் நிலத்தைப் பிடுங்கிய வரலாற்றின் அவல எள்ளலே இக்கவிதை. "ஆங்கிலேயர்கள் புலம்பெயர்ந்த பூர்வகுடிகளை விரட்டி வேட்டையாடிய வட அமெரிக்கப் பகுதிகள் 'ஆங்கில அமெரிக்கா' என்றும், லத்தீன் மொழியை வேராகக் கொண்ட

3 ஆர்.விஜய்சங்கர், லத்தீன் அமெரிக்கா நம்பிக்கையின் கீற்று..., பாரதி புத்தகாலயம், சென்னை, 2008, பக்.3

ஸ்பானிய மொழிபேசும் காலனிய ஆதிக்கக்காரர்கள் ஆக்கிரமித்த தென் அமெரிக்க பகுதிகள் "லத்தீன்–அமெரிக்கா" என்றும் அழைக்கப்பட்டன[4].

தமிழில் லத்தீன்–அமெரிக்க மொழிபெயர்ப்பு வரலாறு

லத்தீன்–அமெரிக்க கதைகளின் மொழியாக்க வரலாறு, தமிழ் சிறுபத்திரிக்கை மரபிலிருந்தே உதயமாகிறது. தமிழ் சிறுபத்திரிக்கை மரபே இன்றுவரை லத்தீன்–அமெரிக்க இலக்கியத்தை உயர்த்திப் பிடித்து, அதன் பாதிப்பில் பல கதைசொல்லும் உத்திகளை மாற்றியமைத்துக் கொண்டுள்ளது.

17–ஆம் நூற்றாண்டின் இறுதியில் எழுதப்பட்ட மிகைல் செர்வாண்டிஸின் "டான் கிஹோட்டே" என்ற ஸ்பானிய நாவல் மிக முக்கியமாக உலக எழுத்துமுறையில் ஒரு பெரும் மாற்றத்தை உருவாக்கிய நாவல். அது ஸ்பானிய நாவல் என்றாலும், லத்தின்–அமெரிக்க இலக்கியத்தைச் சேர்ந்ததல்ல. ஆனால் அதன் உள்ளடக்கம் உருவாக்கிய வரலாறு, புனைகதை உள்ளிட்டவற்றின் நம்பகத்தன்மை வாசிப்பில் உருவாக்கப்பட்டதே என்பதையும் புனைவிற்கும், உண்மைக்குமுள்ள எல்லைக்கோட்டை அழித்தல், வரலாற்றைப் பகடி செய்தல் என்கிற புதியதொரு எழுத்துமுறையை உருவாக்கியது. அந்த எழுத்துமுறையோடு தொடர்புகொண்டவை யாக உருவானதே லத்தீன்–அமெரிக்க இலக்கியம். குறிப்பாக, போர்ஹேஸிடம் செர்வாண்டிஸின் பாதிப்புகள் இருந்தது. வாழ்வின் அற்புதக்கணங்கள், மாயங்கள், பகுத்தறிவிற்கு அப்பாற் பட்ட நிகழ்வுகள், காரணகாரியமற்ற அனுபவங்கள் என ஒரு மந்திரத்தன்மைக் கொண்ட, வரலாற்றைப் பகடி செய்யும் எழுத்தின் வழி யதார்த்த உலகின் ஒழுங்கைக் குலைப்பதுவே இவ்வெழுத்துகளின் அடிப்படை. யதார்த்தம் கட்டமைக்கப்பட்ட ஒரு புனைவு என்பதைப் புனைவதே இவர்களது பாணி எனலாம். செர்வாண்டிஸ் நாவலின் சுருக்கப்பட்ட தமிழ் மொழிபெயர்ப்பு 1964–ல் கே.வி. முத்தையாவாலும், 1969–ல் என். முத்தையாவாலும் மொழியாக்கம் செய்யப்பட்டு வெளிவந்துள்ளது. இந்நாவலின் டான் குயிக்ஸாட் (இரண்டு பாகங்கள்) உலகின் முதல் நவீன நாவல் என்ற தலைப்புடன் சிவ. முருகேசன் மொழியாக்கத்தில் முழுமையாக சந்தியா பதிப்பகம் 2013–ல் வெளியிட்டுள்ளது.

1963–ல் லத்தீன்–அமெரிக்க இலக்கியத்தின், உலக, நவீன, பின்நவீன இலக்கியத்தின் குறியீடாகவும் கருதப்படும் ஜார்ஜ் லூயி

4 மேற்படி நூல் பக். 6

போர்ஹேஸின் 'பாபிலோனிய லாட்டரி' என்ற சிறுகதை க. நா.சு.–வால் மொழிபெயர்க்கப்பட்டு, அவருடைய இலக்கியவட்டம் சிறு பத்திரிக்கையில் வெளிவந்துள்ளது[5]. 1971–ல் பிரமிள் மொழி பெயர்ப்பில் போர்ஹேஸின் 'வட்டச் சிதைவுகள்' கசடதபற என்ற சிற்றிதழில் வெளிவந்தது. உலக இலக்கியத்தின் ஒரு உச்சமாக, அதிஅற்புத கதைசொல்லியாகக் கருதப்படும் போர்ஹேஸ்தான் தமிழ் லத்தீன்–அமெரிக்க இலக்கியத்தின் தொடக்கம்.

1982–ல் காப்ரியா கார்சிய மார்க்வெஸ் தனது 'ஒரு நூறு வருஷத்து தனிமை' என்ற நாவலுக்கு நோபல் பரிசுபெற்றவுடன், தமிழில் குறிப்பாக மீட்சி, படிகள் போன்ற பத்திரிக்கைகள் லத்தீன்–அமெரிக்க இலக்கியத்தின்மீது கவனம் செலுத்தின என்பதைக் குறிப்பிடுகிறார் மொழியாக்குஞர் ஆர். சிவக்குமார் அவர்கள்[6].

1982–ல் செகுவேரா கவிதைகள் என்ற தொகுப்பு மொலினா, தேன்மொழி, யமுனா ராஜேந்திரன் ஆகியோரது மொழியாக்கத்தில் வெளிவருகிறது. 1983–ல் அமரந்தா என்கிற விசாலாட்ஷி அவர்களால் மார்க்வெஸின் 'ஒரு செவ்வாய்க்கிழமை பகல்தூக்கம்' படிகள் இதழில் வெளியிடப்பட்டது. பிறகு அதே கதை ஆர். சிவக்குமாரால் மீட்சியில் வெளிவந்தது. இதே காலகட்டத்தில் வெ.மு. பொதியவெற்பன் அவர்கள் பாப்லோ நெருதாவின் சில கவிதைகள் மொழிபெயர்ப்புகளையும் "சிலிக்குயிலுக்கு செங் கவிதாஞ்சலி" என்ற தொகுப்பாக வெளியிட்டார், தனது புத்தக பதிப்பகத்திற்கு சிலிக்குயில் என்ற பெயரையும் வைத்திருந்தார். தமிழில் பாப்லொ நெருதாவின் புரட்சிகரக் கவிதைகள் 1970–முதல் மொழியாக்கம் வழியாகப் பரவலாக அறியப்பட்டது என்பதைக் குறிப்பிட வேண்டும். ஈரோடு தமிழன்பன், இரா. வெங்கடாசலபதி ஆகியோர் தனியாக நெருதா கவிதைகளை நூலாக வெளியிட்டுள்ளனர். இதைத் தவிர பலரும் நெருதா கவிதைகளைத் தமிழில் மொழிபெயர்த்து நிழல் வெளியீடாகவும் வெளிவந்துள்ளது. கவிஞர் சுகுமாரனின் மொழியாக்கத்தில் நெருதா கவிதைகள் வெளிவந்துள்ளது. மச்சு பிச்சு என்ற நெருதா வின் நீள்கவிதை 2003–ல் வீ. நடராஜ், கண்ணன் இருவரது மொழியாக்கத்தில் வெளிவந்துள்ளது.

1986–ல் மீட்சி புக்ஸ் வெளியீடாக வந்த ஆர். சிவக்குமாரால் தொகுக்கப்பட்ட "லத்தீன்–அமெரிக்க சிறுகதைகள்" என்கிற

5 எஸ். சிவக்குமார் முன்னுரை பக்.33, சொர்க்கத்தின் அருகிலிருந்து வந்தவன், அமரந்தா, 2017

6 மேற்படி நூல்.

தொகுப்பே தமிழ் இலக்கிய உலகில் லத்தீன்–அமெரிக்க இலக்கியத்திற்கான ஒரு முக்கிய தொடக்கமாக அமைந்தது. அதைத் தொடர்ந்து லத்தீன்–அமெரிக்க கவிதைகள், சிறுகதைகள் தமிழில் மொழியாக்கத்தின் ஒரு பகுதியாக மாறியது எனலாம். தமிழில் வெளிவந்த லத்தீன்–அமெரிக்க சிறுகதைகளின் முதல் தொகுப்பு இதுவே. இத்தொகுப்பே மிகச்சிறப்பானதொரு அறிமுகத்தைத் தமிழில் தந்தது.

“இந்திய மரபு மனத்தோடு – அதன் தொன்மையிலும், வெளிப்பாட்டு முறையிலும் – ஆச்சரியப்படத்தக்க ஒப்புமைகளை உடைய ஒரு கண்டத்தினுடைய ஓர் இலக்கிய வடிவத்தின் சில அண்மைக்கால போக்குகளை வெளிப்படுத்துகிறது இந்நூல். கலை, கலாச்சாரம், சமூகம், புவியியல் போன்ற துறைகளில் காணப்படும் அவ்வொப்புமைகளின் வேர்களைத் தேடும் ஆய்வு. நம்மைப் பல புதுப் பிரதேசங்களுக்கு இட்டுச் செல்லக்கூடும்... இது மாதிரியான முயற்சிகள் தொடரும்போதுதான் தமிழில் இது அதன் வகையில் முதல்நூல் என்பதால் உண்டாகும் பெருமிதத்தை நியாயப்படுத்த முடியும்” என்ற பிரகடனத்துடன் வெளிவந்த இத்தொகுப்பு ஒரு முன்மாதிரியான சரியான இலக்கியப் பார்வையை வெளிப்படுத்துவதாக அமைந்தது. இதில் போர்ஹே, ஜோவோ கிமேரஸ் ரோஸா, யுவான் ருஃல்போ, முரேணு, ஆக்டோவியா பாஸ், மரியோ பெனடெட்டி, கார்லோஸ் ஃபுயண்டஸ், காப்ரியா கார்சியா மார்க்வெஸ் எனப் பரவலாக அறியப்பட்ட லத்தீன்–அமெரிக்க எழுத்தாளர்களது கதைகள் தொகுக்கப்பட்டிருந்தது. இது தமிழில் லத்தீன்–அமெரிக்க இலக்கியத்திற்கு மட்டுமின்றி, பிறமொழி இலக்கியத்தை மொழி யாக்குவதில் செலுத்தப்பட வேண்டிய கவனம், பிரதிநிதித்துவம் ஆகியவற்றிற்கு ஒரு முன்னுதாரணமான தொகுப்பு என்றால் அது மிகையாகாது. அடுத்த ஆண்டே, அதாவது 1987–ல் அமரந்தா அவர்களின் மொழியாக்கத்தில் ‘அன்று செவ்வாய்க்கிழமை அதை நான் எப்படி மறக்க முடியும்?’ என்ற தொகுப்பு வெளிவந்தது. அதே ஆண்டு காஞ்சிபுரம் நாராயணன் அவர்களால் ‘மரம்’ என்ற தொகுப்பு வெளியிடப்பட்டது. அதைத் தொடர்ந்து லத்தீன்–அமெரிக்க சிறுகதைகள் பெரும்பாலான சிற்றிதழ்களில் வெளிவரத்துவங்கின.

1992–ல் கோணங்கியின் கல்குதிரை இதழ் தற்கால உலகச் சிறுகதைகள் அடங்கிய தொகுப்பாக வெளிவந்தது. அதில் லத்தீன்–அமெரிக்க எழுத்தாளர்களான போர்ஹேஸ், கோர்த்தசார், பியாந்தஸ், பாஸ்தோஸ் உள்ளிட்ட வெனிசுலா, பிராகுவே,

அர்ஜெண்டினா எழுத்தாளர்களின் கதைகள் வெளிவந்தன. 1994-ல் விஜயகுமாரால் மொழியாக்கம் செய்யப்பட்டு வர்ஷா பதிப்பகத்தால் வெளியிடப்பட்ட 'மற்ற மரணம்' என்ற தொகுப்பு, 2019-ல் டிஷ்கவரி புக் பேலஸால் இரண்டாம் பதிப்பாக வெளியிடப்பட்டுள்ளது. 1995-ல் கல்குதிரை காப்ரியா கார்சியா மார்க்வெஸ் சிறப்பிதிழை வெளியிட்டது. லத்தீன்-அமெரிக்க இலக்கியத்தின் முக்கியமான ஆளுமையான மார்க்வெஸ் குறித்த பரவலான அறிமுகத்தை இவ்விதழ் உருவாக்கியது. மார்க்வெஸின் சிறுகதைகள், நேர்காணல்கள், குறுநாவல்கள் ஆகியவற்றுடன் மார்க்வெஸ் குறித்த கட்டுரைகள் அடங்கிய ஒரு முக்கியமான தொகுப்பாக வெளிவந்தது. மார்க்வெஸின் நாவலான "One Hundred Years of Solitude"-ஐ "ஒரு நூற்றாண்டுக்கால தனிமை வாசம்" என்ற பெயரில் அதன் முதல் அத்தியாயம் நாகார்ஜுனனால் மொழியாக்கம் செய்யப்பட்டு வெளிவந்தது. புதுஎழுத்து இதழ் காப்ரியா கார்சியா மார்க்வெஸ் சிறப்பிதழ் வெளியிட்டது.

1997-ல் அமரந்தா அவர்களால் நிழல் வெளியீடாக மார்த்தா த்ராபாவின் 'நிழல்களின் உரையாடல்' என்ற நாவல் வெளிவந்தது. 2017-ல் காலக்குறியால் செம்மைப்படுத்தப்பட்ட இரண்டாவது பதிப்பாக வெளிவந்துள்ளது. தமிழீழப் போரைப்போல அர்ஜெண்டினாவில் நடந்த ராணுவ சர்வாதிகார எதிர்ப்புப் போரால் காணாமல் போனவர்கள் பற்றிய ஓர் உரையாடல் வடிவில் எழுதப்பட்ட முக்கியமான அரசியல் நாவல். 1997-ல் செகுவேராவின் உலகப் புகழ்பெற்ற 'பொலிவியின் நாட்குறிப்பு' அமரந்தா அவர்களால் மொழியாக்கம் செய்யப்பட்டு தாமரைச் செல்வி வெளியீடாக வந்தது. அதே நூல் 2001-ல் இரண்டாம் பதிப்பாக வெளிவந்தது. அதன் திருத்தப்பட்ட செம்மைப் பதிப்பாக 2012-ல் காலக்குறி வெளியிட்டது. ஆனால், அதன் பதிப்புரிமையை கண்ணதாசன் பதிப்பகம் பெற்றிருந்ததால், அச்சிடப்பட்ட அனைத்து பிரதிகளும், கண்ணதாசன் பதிப்பகம் கூறியபடி வெட்டி குப்பையில் வீசப்பட்டது. பதிப்புரிமை அரசியல் தமிழில் சொல்லவே வேண்டியதில்லை. வாய்ப்புள்ளவர்கள் வியாபார நோக்கில் பதிப்புரிமை பெற்றுக்கொண்டு நூலை வெளியிடாமல் காலந்தள்ளுதல், அல்லது மிக மோசமாக வெளியிடுதல் போன்ற பணிகளைச் செய்து வருகின்றனர்.

1999-ல் யுவான் ரூல்ஃபோவின் 'எரியும் சமவெளி' எஸ். பாலசச்சந்திரன் அவர்களால் மொழியாக்கம் செய்யப்பட்டு வெளிவந்தது. 2000-த்தில் தேர்ந்தெடுக்கப்பட்ட போர்ஹே சிறு

கதைகளின் தொகுப்பு பிரம்மராஜன் அவர்கள் மொழியாக்கத்தில் ஸ்நேகா பதிப்பகத்தில் வெளிவந்தது. தேர்ந்தெடுக்கப்பட்ட 20 கதைகளைக் கொண்ட தொகுப்பு. அதன் முகவுரையில், இதில் விடுபட்டவற்றை இரண்டாவது சிறுகதைத் தொகுதி வரும்போது சரிசெய்துவிட முடியும் என்று கூறியுள்ளார்[7]. ஆனால், 2017-ல் வெளிவந்த "போர்ஹேஸ்" என்ற தலைப்பிலும் "ஹோர்ஹே லூயிஸ் போரஹேஸ்" என்ற உட்தலைப்பிலும் 'யாவரும்' பதிப்பகம் வெளியிட்ட தொகுப்பில், முதல்பிரதி குறித்த எந்த குறிப்பும் இல்லை. ஆனால், இத்தொகுப்பில் கூடுதலாக 6 கதைகள், கட்டுரைகள், கவிதைகள் என போர்ஹேஸ் குறித்து தமிழில் வெளிவந்த செம்மைப்படுத்தப்பட்டதொரு பதிப்பாக வெளியிட்டுள்ளார்.

2001-ல் செர்கியோ ரெமிரேசின் 'எங்கள் தந்தையரைப் புதைப்பதற்கு' கலைச்செல்வன் மொழியாக்கத்தில் வெளிவந்தது. அதே ஆண்டு எஸ் பாலச்சந்திரன் மொழியாக்கத்தில் யுவான் ருல்ஃபோவின் 'பெட்ரோ பராமோ' என்ற நாவல் வெளிவந்தது. 2003-ல் எம்.எஸ். (மா. அரங்கநாதனின் அண்ணன்) அவர்கள் மொழிபெயர்ப்பில் 'ஆட்டுக்குட்டிகள் அளிக்கும் தண்டனை' என்ற ஃபெர்ணான்டோ ஸோரன்டினோவின் சிறுகதைகள் மொழியாக்கப்பட்டு காலச்சுவடு பதிப்பகம் வெளியிட்டுள்ளது. ஆக்டோவியா பாஸின் கவிதைகளை கள்ளழகர் மொழியாக்கம் செய்து வ.உ.சி. நூலகம் வெளியிட்டது.

2006-ல் லதா ராமகிருஷ்ணன் அவர்கள் தொகுத்து என்சிபிஎச் வெளியீடாக 'கியுபாவின் இலக்கியத்தடம்' நூல் வெளிவந்தது. இந்நூலில் கியுபா அரசியல், சமூகம், இலக்கியம் என்கிற பல பரிமாணங்களைத் தொகுத்தும், மொழியாக்கம் செய்தும் வெளியிட்டுள்ளார். அலேஹோ கார்பெந்தியரின் 'இரவைப்போல' என்ற சிறுகதை அதில் மொழியாக்கம் செய்யப் பட்டுள்ளது. இதே ஆண்டு ராஜகோபால் அவர்களின் மொழி யாக்கத்தில் 'இந்த நகரத்தில் திருடர்களே இல்லை' என்ற தொகுப்பை நிழல் வெளியிட்டுள்ளது. காலச்சுவடு பொான் சின்னத்தம்பி முருகேசன் மொழியாக்கத்தில் உலகில் அதிகமாக விற்பனையாயின, மொழியாக்கம் செய்யப்பட்ட பாவ்லோ கொய்லோவின் 'ரசவாதி' நாவலை வெளியிட்டது.

2011-ல் காப்ரியேல் கார்சியா மார்க்வெஸின் 'பெரிய சிறகுடைய ஒரு வயோதிக மனிதன்' என்ற குறுநாவல் புரிசை

7 பிரம்மராஜன், போர்ஹே கதைகள், 2000,ஸ்நேகா, சென்னை

துரைசாமி கண்ணப்ப தம்பிரான் அவர்களால் நாடகப் பிரதியாக்கப்பட்டு போதிவனம் வெளியீடாக வெளிவந்தது. 2012-ல் அர்துரோ வான் வாகனோவின் 'மௌனவதம்' என்ற நாவல் எஸ். ராமானுஜம் மொழியாக்கத்தில் கருப்புப்பிரதி வெளியீடாக வந்தது. 2013-ல் மார்க்வெஸின் 'தனிமையின் நூறு ஆண்டுகள்' நாவல் காலச்சுவடு வெளியீடாக ஞாலன் சுப்ரமணியன் – சுகுமாரன் மொழியாக்கத்தில் வெளிவந்தது. 2016-ல் அருமை செல்வம், அசதா மொழியாக்கத்தில் மார்க்வெஸின் 'முன்கூறப்பட்ட சாவின் சரித்திரம்' நாவல் காலச்சுவடால் வெளியிடப்பட்டது.

2017-ல் அமரந்தாவினால் மொழியாக்கம் செய்யப்பட்ட 33 லத்தீன்-அமெரிக்க சிறுகதைகளின் தொகுப்பு காலக்குறி-யாழ் புத்தகம் வெளியீடாக வந்துள்ளது. அதன் முன்னுரையில் ஆர். சிவக்குமார் குறிப்பிடுவதைப்போல "லத்தீன்-அமெரிக்கக் கண்டத்தின் சிறுகதை இலக்கியம் அதன் பிரதிநிதித்துவத்தை இத்தொகுப்பு மூலம் முழுமையாக எட்டியுள்ளது". 1986-ல் வெளிவந்த மீட்சியின் லத்தீன்-அமெரிக்க சிறுகதைத் தொகுப்பில் துவங்கிய லத்தீன்-அமெரிக்க என்கிற இலக்கிய இயக்கம் 2017-ல் வெளிவந்த இந்த சிறுகதை தொகுப்பின் வழியாக தனது பிரகடனத்தை நிறைவேற்றிக் கொண்டுள்ளது என்றால் மிகையாகாது.

'சொர்க்கத்தின் அருகிலிருந்து வந்தவன்' தொகுப்பிற்கு எழுதப்பட்டுள்ள அமரந்தாவின் ஆசிரிய உரையும், ஆர். சிவக்குமார் அவர்களின் முன்னுரையும், போர்ஹேஸ் நூலிற்கு பிரம்மராஜன் எழுதியுள்ள முன்னுரையும் ஓரளவு லத்தீன்-அமெரிக்க வரலாற்றை, இலக்கிய ஆக்கங்களை, போர்ஹேஸின் முக்கியத்துவத்தை விரிவாகப் பேசுகின்றன. அதில் ஆர். சிவக்குமார் குறிப்பிடும் பல மொழியாக்க நூல்களின் பதிப்பு வருடப்பிழைகள் உள்ளன. என்றாலும், அம்முன்னுரை மிக முக்கியமாக லத்தீன்-அமெரிக்க தமிழ் மொழியாக்க வரலாறு பற்றியதொரு தொகுப்பைத் தருகிறது. 2018-ல் இரண்டு முக்கியமான லத்தீன்-அமெரிக்க நாவல்கள் வெளிவந்துள்ளன. 1. கார்லோஸ் புயந்தஸின் 'ஆர்தேமியோ க்ரூஸ்சின் மரணம்' மொழியாக்கம் ஸ்ரீதர் ரங்கராஜ் வெளியீடு – எதிர். 2. அகஸ்டோ ருவா பஸ்டோஸின் 'போர் தொடர்கிறது' மொழியாக்கம் எஸ். பாலச் சந்திரன் வெளியீடு – சிந்தன் புக்ஸ்.

தமிழில் லத்தீன்-அமெரிக்க இலக்கிய மொழிபெயர்ப்புகளில் குறிப்பிடத்தகுந்த பங்களிப்பை செய்தவர்களில் சில பெயர்கள்

இவ்வரலாற்றில் நினைவுகூரப்பட வேண்டியது அவசியம். இதழ்கள் மீட்சி, காலக்குறி, நிழல், கல்குதிரை. மொழியாக்குநர்கள் பிரம்மராஜன், ஆர். சிவக்குமார், அமரந்தா, கலைச்செல்வன், நாகார்ஜுனன், (விடியல்) எஸ். பாலசந்திரன், விஜயகுமார், ராஜகோபால், லதா ராமகிருஷ்ணன், புதிய மொழியாக்குஞர்களான அசதா, ஜியார்ஜ் சாமுவேல், ஸ்ரீதர் ரங்கராஜன். இதில் சிலபெயர்கள் விடுபட்டிருக்கலாம். எனது பார்வைக்கு உட்பட்ட, நான் தேடி சேகரித்த, தமிழில் லத்தீன்–அமெரிக்க இலக்கிய மொழியாக்கம் செய்யப்பட்ட நூல்களை வருடரீதியாக அட்டவணைப்படுத்தியுள்ளேன் (அந்த அட்டவணை இதில் இணைக்கப் பட்டுள்ளது). அதில் பெரும்பாலானவை வரிசைப்படுத்தப் பட்டுள்ளன.

தமிழில் லத்தீன்–அமெரிக்க மொழிபெயர்ப்புகளின் தாக்கம்

சற்றே உற்றுக் கவனித்தால். தமிழில் லத்தீன்–அமெரிக்க மொழியாக்கம் என்பதில் இரண்டு போக்குகளை கவனிக்க முடியும். 1. லத்தீன்–அமெரிக்க இலக்கியங்களின் கதைமுதல்வாதப் போக்கு. அதாவது கதைசொல்லும் உத்தி, கதையின் அநேர்க் கோட்டுத்தன்மை, மாயயதார்த்தம், வெட்டி ஒட்டும் பாணி உள்ளிட்டவற்றை முதன்மைப்படுத்தும் போக்கு. போர்ஹேஸ், ஆக்டோவியா பாஸ், மார்க்குவெஸ், கோர்த்தசார், யுவான் ரூல்ஃபோ, மரியா வர்கஸ் லோசா, கார்லோஸ் பியான்தஸ். 2. அரசியல்முதல்வாதப் போக்கு. லத்தீன்–அமெரிக்க இலக்கியங் களின் அரசியல் உள்ளடக்கம், அதன் வெளிப்பாட்டுத் தன்மை, மையமாக அரசியல் எதிர்ப்பு இலக்கியப் போக்கான நேரடி கதைசொல்லுதல் மற்றும் இலக்கிய சாட்சியம் (testimony literature) என்கிற வகைமை. பாப்லோ நெருதா, செகுவேரா, பிடல் காஸ்ட்ரோ, மார்த்தா த்ராபா, செர்ஜியோ ரெமிரோஸ், ஹோசே மார்த்தி, அலோஹோ கார்பெந்தியர். இவ்விரண்டு வகைமைகளில் முதல்வகையின் குறியீடாக போர்ஹேஸ்ஸை ஒரு பிம்பமாகக் கொண்டால், இரண்டாம் வகைமையின் குறியீடாக சேகுவேராவை ஒரு பிம்பமாகக் கொள்ளலாம்.

இவ்விரண்டு போக்குகளும் தமிழில் லத்தீன்–அமெரிக்க இலக்கிய மொழியாக்க வரலாற்றின் மையமான போக்குகள் எனலாம். இப்போக்குகள் தமிழில் நிலவிய சிற்றிதழ் சார்ந்த இலக்கியப் போக்குகளை மாற்றியமைத்த 80–களின் அமைப்பியல் சிந்தனை அறிமுகத்துடன் தொடர்புடையது. கலை கலைக்காவே

என்கிற மேட்டிமைவாத, பார்ப்பனியக் அழகியல்சார்ந்த கலைக்கோட்பாட்டிற்கு எதிராக, கலை மக்களுக்காகவே என்கிற அரசியல் கலை இலக்கியப் போக்கு உருவாகி 40–கள் தொடங்கி வளர்ந்து இரு பிரிவுகளாகச் செயல்பட்டு வந்தது. ஒன்று அழகி யலை முதன்மைப்படுத்தியது என்றும், மற்றது அரசியலை முதன்மைப்படுத்தியது என்றும் முத்திரையிடப்பட்டன. இம்முத்திரைகள் உருவம், உள்ளடக்கம் என்ற பிரிவுகளாக உரையாடப்பட்டுக் கொண்டிருந்த காலங்களில்தான், அதாவது 80–களில், அறிமுகமான அமைப்பியலால் இவ்வாதங்கள் உருக்குலைந்து ஒன்றுகலந்து, கலை மக்களுக்கானதுதான் என்றாலும், அது ஒருவகையில் சமூகத்தைக் கட்டமைக்கும் பிரதியியல் செயல்பாடு என்பதாக, கலையின் சமூத்தன்மை அதன் அழகியல் தன்மையோடும் இணைந்ததொரு கருத்தாக்க மாக வெளிப்பட்டது.

இந்தக் கோட்பாட்டுச் சூழலைப் படைப்பியக்கத்தில் ஆழப் படுத்தியது லத்தீன்–அமெரிக்க இலக்கியங்கள். இது புதியதொரு அரசியல் அழகியல் கலந்த இலக்கிய உத்திகளைத் தமிழ் கதை சொல்லுதலில் மாற்றியமைத்தது. அதோடுகூட உலக இலக்கி யத்தில் இத்தகைய பின்நவீன உத்தி சார்ந்த கலை இலக்கி யங்களின் மொழியாக்கத்திற்கான தேடலையும் தேவையையும் உருவாக்கியது. இந்தேவையின் ஒரு வெளிப்பாடாக, வாசகர்களின் வாசிப்பு புலம் என்பது உலக இலக்கியங்களின் பரிச்சயத்தால் விரிவடைந்தது. இதைத் தமிழில் பல பதிப்பகங்கள் பயன் படுத்திக்கொண்டு பல்வேறு உலக இலக்கியங்களை, நாவல்கள், சிறகதைகள், கவிதைகள் என மொழியாக்கத்தில் கவனம் குவித்தன. இன்று பெரும்பாலான பதிப்பகங்கள் முக்கியத்துவம் தந்து பல உலக இலக்கியங்களைத் தேடித் தேடி மொழியாக்கம் செய்வதற்கான பின்புலத்தை உருவாக்கியதில் லத்தீன்–அமெரிக்க மொழியாக்கத்திற்குப் பெரும் பங்கு உண்டு.

ரஷ்யா, அமெரிக்கா உள்ளிட்ட நாடுகளின் செவ்வியல் இலக்கிய மொழிபெயர்ப்புகள் வழமையான நேர்க்கோட்டு யதார்த்தவாத இலக்கிய ஆக்கங்களையே மையப்படுத்தியபோது, லத்தீன்–அமெரிக்க மொழிபெயர்ப்புகளே தமிழின் அநேர்க் கோட்டு, மாயயதார்த்தம் உள்ளிட்ட பன்முகப்பட்ட கதை சொல்லுதலை உருவாக்கியது. தமிழின் படைப்பு புலத்தில் ஒரு பாய்ச்சல் இதனால் நிகழ்ந்தது. இதனை "மாந்திரீக யதார்த்தவாதப்

படைப்பாளிகள் சிறிய குழுவினர் எனினும் அவர்கள் வலுவுடன் நவீனத் தமிழில் காலூன்றியுள்ளனர்" என்கிறார் ஆய்வாளர் ந. முருகேசபாண்டியன் (பக். 152 – ந. முருகேச பாண்டியன் – தமிழ் மொழிபெயர்ப்பில் உலக இலக்கியம் – 2004 – தி பார்க்கர்)

லத்தீன்–அமெரிக்க மொழிபெயர்ப்புகள் தமிழில் புதிய கதை யாடல் உருவாக்கத்தை நிகழ்த்தியது. யதார்த்தவாதம், இயல்பு நவிற்சி உள்ளிட்ட நவீனத்துவம் உருவாக்கிய கதைசொல்லலை மாற்றி, அநேர்க்கோட்டு, மாயயதார்த்தம், வரலாற்றை அழித் தெழுதும் பிரதி, இடையீட்டுப் பிரதிகள் எனப் பல புதிய கதைசொல்லும், மண்ணின் மரபிற்கேற்ற தன்மையைக் கொண்டுவந்தது. 1985-ல் வெளியான தமிழவனின் "ஏற்கனவே சொல்லப்பட்ட மனிதர்கள்", லத்தீன்–அமெரிக்க இலக்கியத் தாக்கத்தில் உருவான தமிழின் முதல் நாவல். நாஞ்சில் நாட்டின் மொழிப்போர், அதை ஒட்டி நிகழ்ந்த பிரிவினை என அந்த சரித்திரத்தை பாட்டியின் கதைசொல்லல் பாணியில் எழுதி வெளிவந்த தமிழின் முதல் மாயயதார்த்த நாவல். அவரது "சரித்திரத்தில் படிந்த நிழல்கள்" தமிழ் அரசியல் வரலாற்றை அழித்தெழுதும் உத்தியில் எழுதப்பட்ட மற்றொரு நாவல்.

இப்படியாக லத்தீன்–அமெரிக்க கதைசொல்லும் உத்திகளால் பாதிக்கப்பட்ட குறிப்பான சில தமிழ்ப் படைப்பாளிகளையும், நினைவில் உள்ள படைப்புகளின் பெயரையும் குறிப்பிடலாம். எம்.டி. முத்துக்குமாரசுவாமி (ஸில்வியா சிறுகதைகள்), பிரேம், ரமேஷ் பிரேதன், கோணங்கி (பட்டுப்பூச்சிகள் உறங்கும் மூன்றாம் ஜாமம், உப்புக் கத்தியில் மறையும் சிறுத்தை, பாழி, பிதிரா.) பா. வெங்கடேசன் (தாண்டவராயன் கதை; பாகிரதியின் மதியம்.) எம்.ஜி. சுரேஷ் (அட்லாண்டிஸ் மனிதன், அலெக்சாண்டரும் தேநீர் கோப்பையும்.) ஜி. முருகன் (மின்மினிகளின் கனவுக்காலம்), ராகவன் (கலாவள்ளி மற்ற கதைகள்), டி. கண்ணன் (கல்வெட்டுச் சோழன்), சாருநிவேதிதா (எக்சிஸ்டென்சியலிஸமும் பேன்சி பனியனும்), கௌதம சித்தார்த்தன், குமாரசெல்வா (உக்கிலு), பாலசுப்ரமணியன் பொன்ராஜ் (துரதிர்ஷ்டம் பிடித்த கப்பலின் கதை, கனவுமிருகம்), எஸ். ராமகிருஷ்ணன் (தாவரங்களின் உரையாடல்), பாலைநிலவன் (எம்ஜியாரும் காரல் மார்க்ஸும்), குமார் அம்பாயிரம் (ஈட்டி).

இவர்களில் சிலர் நாங்கள் லத்தீன்–அமெரிக்க கதைசொல் உத்திகளின் பாதிப்பில் எழுதவில்லை, சுயம்புவாக படைத்தளித்

தோம் என்று கூறக்கூடும். படைப்பு சுயம்புவானதாக வெளிப் படுவதில்லை. அது இயங்கும் மரபிலிருந்தே உருவாகிவருகிறது. அவ்வகையில் லத்தீன்–அமெரிக்க கதைசொல் உத்திமுறை என்பது லத்தீன்–அமெரிக்க சமூகத்தைப்போல இனநினைவுகொண்ட தமிழ் சமூகத்தின் பழமரபுக் கதையாடல் வழி பெற்றதாகவும், அதனை வெளிப்படுத்தும் புதுவடிவம் லத்தீன்–அமெரிக்க இலக்கிய வடிவில் பெற்றதாகவும் கொள்ளலாம். லத்தீன்–அமெரிக்க இலக்கிய வடிவம் தமிழில் எளிமையாக அடையாளம் கண்டு உள்வாங்கு வதற்கான படைப்பாக்க உளவியலாக நமது தமிழ் சங்கமரபு மற்றும் காப்பியக்காலம் உருவாக்கிய பின்னணிகளைக் கவனத்தில் கொள்ளலாம்.

தமிழில் லத்தீன்–அமெரிக்க மொழிபெயர்ப்புகள் குறித்த கருத்துகள்

“லத்தீன்–அமெரிக்க நாடுகளில் செல்வாக்குப் பெற்றுள்ள காப்ரியல் கார்சியா மார்க்வெஸ், போர்ஹே போன்றோரின் படைப்புகள் எண்பதுகளில் சிற்றிதழ்கள் மூலம் தமிழ் மொழி பெயர்ப்பில் தொடர்ந்து வெளியிடப்பட்டன. இதனால் மாந்திரீக யதார்த்தம் எனப்படும் போக்குத் தமிழுக்கு அறிமுகமானது. மேலும் கதையினை நேர்க்கோட்டிற்கு மாற்றான நிலையில் (Non-Linear) விவரிக்கும் புதியவகைப்பட்ட எழுத்துமுறை தமிழில் செல்வாக்குச் செலுத்தத் தொடங்கியதன் காரணமாக, ஏற்கனவே மரபு வழியில் எழுதிக் கொண்டிருந்த எழுத்தாளர்கள்கூட புதிய எழுத்து முறையைப் பின்பற்றத் தொடங்கியுள்ளனர்” என்கிறார் தமிழ் மொழிபெயர்ப்புகள் குறித்த தனது நூலில் ந. முருகேச பாண்டியன். *(பக். 152 – மேலது நூல்)*

பேரா. வீ. அரசு அவர்கள் அமரந்தாவின் மொழிபெயர்ப்பில் வெளிவந்த “நிழல்களின் உரையாடல்” நாவல் அறிமுகக் கூட்டத்தில் லத்தீன்–அமெரிக்க இலக்கிய அரசியல் குறித்து விவரிவாகப் பேசினார். அதில் அவர் குறிப்பிட்ட ஒரு கருத்து முக்கியமானது “கல்குதிரை நண்பர்கள் நினைப்பதைப்போல மார்க்குவெஸ் அல்ல அல்லது அவர்களது மனப்படிமத்தைப் போன்ற ஒருவர் மட்டுமே அல்ல” என்றும் மார்க்குவெஸ் கியுபப் புரட்சியில் கலந்துகொண்ட அரசியல் செயல்பாடுகள் பற்றியும் குறிப்பிடுகிறார். இங்கு லத்தீன்–அமெரிக்க இலக்கியத்தை உயர்த்திப் பிடிப்பவர்கள், அந்நாட்டின் அரசியல், அழகியல் இணைவு குறித்து புரிந்துகொள்வது அவசியம்.

தமிழில் லத்தீன்–அமெரிக்க மொழியாக்க இலக்கியத்தை முன்னெடுத்த முன்னோடிகளில் ஒருவரான பிரம்மராஜன் அவர்கள் கட்டுரை ஒன்றில் கூறுவது மிக முக்கியமான கருத்தாகும். "இன்னும் ஒரு முக்கிய கவனிப்பை இங்கே வாசகர்களுக்கு முன்வைக்க வேண்டிய அவசியமிருக்கிறது. இந்த நவீனத்துவத்தை (நான்லீனியர், மெட்டாஃபிக்ஷன், மேஜிக்கல் யதார்த்தம், இத்யாதி) அறைகுறையாகப் புரிந்துகொண்டு எழுதிக் கொண்டிருக்கும் கதாச் சுருள்காரர்களும், புது எழுத்து மொழிக்காரர்களும் எப்பொழுதுமே முதலில் தம் ஆதர்ச எழுத்தாளர்களாக முன் வைப்பது போர்ஹேவையும் மார்க்வெஸ்ஸையும். போர்ஹேவை ஆங்கிலத்தில் படித்தவர்களுக்கு முதலில் ஒன்று தெரியும். அவர் மொழிநடை தெள்ளத் தெளிவானது. அரைவேக்காடு வாக்கியங்கள் இல்லாதது. உருவகப் படிமங்களால் அடைசலுறாதது. மார்க்வெஸ்ஸைப் பொறுத்தவரை அவர் மொழி ஆங்காங்கே கவிதையைத் தொட்டுச் செல்லும் தன்மையுடையதாய் இருப்பினும், மிகச்சிறந்த கதைசொல்லியாக விளங்குபவர். கதை சொல்வதற்குப் பதிலாக வெறும் மொழிச்சட்டகத்தை வைத்து விடுபவர் அல்லர்." (https://meetchi.wordpress.com/about-me/poet-malathys-review-of-nadod-imanam/)

ஆக, தமிழில் லத்தீன்–அமெரிக்க இலக்கிய மொழி பெயர்ப்புகள் மேற்குறிப்பிட்ட இரண்டு குழுக்கள் வழியாக வெளிப்படுகின்றன. ஒன்று அழகியலை முதன்மைபடுத்தும் அரசியலற்ற போக்கு. மற்றது அரசியலை முதன்மைப்படுத்தும் அழகியலை இரண்டாம் பட்சமாகக் கருதும் போக்கு. அவர்கள் போர்ஹேஸ் என்ற மந்திரத்தையும், மற்றவர்கள் செகுவேரா என்ற மந்திரத்தையும் உச்சரிப்பவர்களாக உள்ளனர். சுருக்கமாக உருவகப்படுத்தினால், தமிழில் அரசியல் நீக்கம் செய்யப்பட்ட மார்க்வெஸ், அழகியல் நீக்கம் செய்யப்பட்ட போர்ஹேஸை முன்வைக்கும் மேற்கண்ட நிலை மாறவேண்டும். சரியான சமூவியல் சார்ந்த, அரசியல் சார்ந்த, தத்துவம் சார்ந்த அழகியலோடு தமிழ் இலக்கியம் உருவாக வேண்டும் என்பதையே லத்தீன்–அமெரிக்க இலக்கிய மொழியாக்க வரலாறு உணர்த்துகிறது.

லத்தீன்–அமெரிக்க இலக்கியங்களில் அங்குள்ள அரசியல் சூழலில், அரசு ஒடுக்குமுறையில் ஒரு மறைவியக்க உத்தியாக மாய யதார்த்தவாதத்தைப் பயன்படுத்தி தங்கள் விமர்சனங்களை முன்வைத்தார்கள் என்றால், தமிழில் அதை ஒரு அரசியலற்ற

அழகியல் உத்தியாக மட்டுமே பயன்படுத்தும் போக்கே அதிகம் உள்ளது. லத்தீன்–அமெரிக்க இலக்கியத்திலிருந்து கற்கவேண்டியது அதன் அரசியலும், அழகியலும் ஒன்றை ஒன்று ஈடுசெய்து/ கொண்டு வாசிப்பில் உருவாக்கும் உணர்வாக்கத்தையே.

(23.09.2019 அன்று சென்னை பல்கலைக்கழகத்தில் நடந்த சாகித்ய அகாதமி மொழிபெயர்ப்பு நாள் கருத்தரங்கில் வாசித்த உரைக் குறிப்புகள் கட்டுரையாக எழுதப்பட்டுள்ளது.)

(20.02.2020)

பின்னிணைப்பாக, இத்துடன் இந்த ஆய்வில் கண்டடைந்த நூல்களின் பட்டியல் காலவாரியாகக் கொடுக்கப்பட்டுள்ளது. இது கிடைத்த தரவுகளின் அடிப்படையில் உருவாக்கப்பட்ட பட்டியலே. இதில் விடுபடல்கள் இருக்கலாம். இருப்பினும் அதனைச் சரியான தரவுகளுடன் இணைத்தால் பட்டியல் இன்னமும் விரிவடையக் கூடும்.

பின்னிணைப்பு

வருடம்	வ.எண்	நூல் பெயர்	ஆசிரியர்	மொ.பெ.	பதிப்பகம்	படைப்பு
1980	1	மெக்ஸிகோவின் சுருக்கமான வரலாறு	(பலர்)	ஜி. அருள்	நேஷனல் ஆர்ட்ஸ் அகாதமி, டெல்லி	வரலாறு
1982	2	செகுவேரா கவிதைகள்	செகுவாரா	மொலினா, தேன்மொழி, யமுனா ராஜேந்திரன்	வெளிச்சம் வெளியீடு, கோவை	கவிதை
1983	3	வரலாறு என்னை விடுதலை செய்யும்	பிடல்கேஸ்ட்ரோ	வீ. பா. கணேசன்	பாரதி புத்தகாலயம், சென்னை	வரலாறு
1986	4	லத்தின் அமேரிக்கச் சிறுகதைகள்	தொகுப்பு	ஆர். சிவக்குமார்	மீட்சி புக்ஸ், ஊட்டி	8 சிறுகதைகள்
1987	5	அன்று செவ்வாய்க் கிழமை அதை நான் எப்படி மறக்க முடியும்	டாரஸ், ரால் பெரஸ், பிறர்..	அமரந்தா	என்சிபிஎச், சென்னை	8 சிறுகதைகள் 2 கட்டுரைகள்
1987	6	மரம்	தொகுப்பு		காஞ்சிபுரம் நாரயணன்	சிறுகதைகள்
1992	7	தற்கால உலகச் சிறுகதைகள்	கல்குதிரை 10	(பலர்)	கல்குதிரை	சிறப்பிதழ்

வருடம்	வ.எண்	நூல் பெயர்	ஆசிரியர்	மொ.பெ.	பதிப்பகம்	படைப்பு
1994	8	மற்ற மரணம்		விஜயகுமார்	வார்ஷா, மதுரை	சிறுகதைகள்
1995	9	காப்ரியல் கார்ஸியா மார்கவெஸ் சிறப்பிதழ்	கல்குதிரை 12	(பலர்)	கலகுதிரை	சிறப்பிதழ்
1997	10	நிழல்களின் உரையாடல்	மார்த்தா த்ராபா	அமரந்தா	தாமரைச் செல்வி, சென்னை	நாவல்
1997	11	பொலிவிய நாட்குறிப்பு	சேகுவேரா	அமரந்தா	தாமரைச் செல்வி, சென்னை	தன்வரலாறு (நாட்குறிப்பு)
1999	12	எரியும் சமவெளி	யுவான்ரூல்ஃபோ	எஸ். பாலச்சந்திரன்	விடியல், கோவை	சிறுகதைகள்
2000	13	போர்ஹே கதைகள்	ஜோர்ஜ் லூயி போர்ஹே	பிரம்மராஜன்	ஸ்நேகா, சென்னை	சிறுகதைகள்
2001	14	மொழியின் ஒளித் துளி	இராபர்ட் ஜீவராய்	ப. குணசேகர்	பண்பு பதிப்பகம், கோவை	கவிதைகள்
2001	15	பெட்ரோபரோமா	யுவான்ரூல்ஃபோ	எஸ். பாலச்சந்திரன்	விடியல், கோவை	நாவல்
2001	16	பனியும் நெருப்பும்	தொகுப்பு		நிழல், சென்னை	சிறுகதைகள்
2002	17	சேகுவேரா வாழ்வும் மரணமும்	ஜோர்ஜ் ஜி. காஸ்டநாடா	எஸ். பாலச்சந்திரன்	விடியல், கோவை	வரலாறு

வருடம்	வ.எண்	நூல் பெயர்	ஆசிரியர்	மொ.பெ.	பதிப்பகம்	படைப்பு
2002	18	எங்கள் தந்தையரைப் புதைப்பதற்கு	செர்ஜியோ ரமிரோஸ்	கலைச்சல்வன்	நிழல், சென்னை	நாவல்
2003	19	மச்சு பிச்சு	பாப்லோ நெரூதா	வி. நடராஜ், கண்ணன்	விடியல், கோவை	கவிதைகள்
2003	20	ஆட்டுக்குட்டிகள் அளிக்கும் தண்டனை	ஃபெர்ணான்டோ ஸோரன்டினோ	எம்.எஸ்	காலச்சுவடு, நாகர்கோவில்	சிறுகதைகள்
2003	21	ஹோஸெ மார்த்தி		அமரந்தா	புதுமலர், ஈரோடு	வாழ்க்கை வரலாறு
2003	22	ஆக்டேவியா பாஸ் கவிதைகள்	ஆக்டேவியா பாஸ்	கள்ளழகர்	வ.உ.சி. நூலகம்	கவிதைகள்
2005	23	எதிர்ப்பும் எழுத்தும்	துணை தளபதி மார்க்கோஸ்	எ பாலச்சந்திரன்	விடியல், கோவை	வரலாறு
2006	24	மூன்றாவது கரை	கியூபாவின் இலக்கியத்தடம்	லதா ராமகிருஷ்ணன்	என.சி.பிஹெச்.	இலக்கியத்தடம்
2006	25	இந்த நகரத்தில் திருடர்களே இல்லை	தொகுப்பு	ராஜகோபால்	நிழல், சென்னை	சிறுகதைகள்
2006	26	ரசவாதி	பாவ்லோ கொய்லோ	பொன் சின்னதம்பி முருகேசன்	காலச்சுவடு, நாகர்கோவில்	நாவல்
2007	27	கடைசி உயிலும் கடைசி வாக்குமூலமும்	ரோக்டால்டன், சேகுவேரா, ஏரியல் டோர்ப்மென்	யமுனா ராஜேந்திரன்	உயிர்மை / தாமரைச் செல்வி, சென்னை	சிலி கவிதைகள்

வருடம்	வ.எண்	நூல் பெயர்	ஆசிரியர்	மொ.பெ.	பதிப்பகம்	படைப்பு
2009	28	புரட்சிக்காரனின் புல்லாங்குழல் இசை	ஹொரசே மார்த்தி	புதுவை ஞானம்	என்.சி.பி.ஹெச்	கவிதைகள்
2009	29	மனநல மருத்துவர்	மச்சதோ தெ அசீஸ்		சந்தியா, சென்னை	
2011	30	பெரிய சிறகுடைய ஒரு வயோதிக மனிதன்	காப்ரியேல் கார்சியா மார்க்கேஸ்	புரிசை துரைசாமி கண்ணப்ப தம்பிரான்	போதிவனம், சென்னை	நாடகம்
2012	31	மௌன வதம்	அர்துரோ வான் வாகனோ	ராமானுஜம்	கருப்பு பிரதிகள், சென்னை	நாவல்
2012	32	மோட்டார் சைக்கிள் டைரி	சேகுவேரா		வ.உ.சி. நூலகம், சென்னை	வரலாறு
2013	33	நீல நாயின் கண்கள்	தொகுப்பு (4 ல.அ. ஆசிரியர்கள்)	அசதா	நாதன், சென்னை	சிறுகதை தொகுப்பு
2013	34	தனிமையின் நூறு ஆண்டுகள்	காப்ரியேல் கார்சியா மார்க்கேஸ்	ஞாலன் சுப்ரமணியன் சுகுமாரன்	காலச்சுவடு, நாகர்கோவில்	நாவல்
2016	35	லத்தீன் ஆமெரிக்காவின் வெட்டுண்ட ரத்தநாளங்கள்	எடுவர்டோ காலியானோ	ப.கு. ராஜன்	பாரதி புத்தகாலயம், சென்னை	அரசியல் வரலாறு
2016	36	ஜபெடிஸ்டா மெக்ஸிபிவின் புரட்சிகரை இயக்கம்	கஸ்டவோ எஸ்டெவா	நிழல்வண்ணன்	அடையாளம்	அரசியல் வரலாறு

வருடம்	வ.எண்	நூல் பெயர்	ஆசிரியர்	மொ.பெ.	பதிப்பகம்	படைப்பு
2016	37	முன்கூறப்பட்ட சாவின் சரித்திரம்	காப்ரியேல் கார்சியா மார்க்கேஸ்	அருமை செல்வம், அசதா	காலச்சுவடு, நாகர்கோவில்	நாவல்
2017	38	நிழல்களின் உரையாடல்	மார்த்தா த்ராபா	அமரந்தா	நிழல், சென்னை	நாவல்
2017	39	போர்ஹெஸ்	ஹோர்ஹே லூயிஸ் போர்ஹெஸ்	பிரம்மராஜன்	யாவரும், சென்னை	சிறுகதை, கவிதை, கட்டுரை
2017	40	சொர்க்கத்தின் அருகிலிருந்து வந்தவன்	தொகுப்பு	அமரந்தா	காலக்குறி, யாழ் புத்தகம்	சிறுகதைகள்
2017	41	என் நினைவில் சே	அலெய்டா மார்ச்	அ. மங்கை	அடையாளம்	நினைவுக் குறிப்பு
2018	42	ஆர்தேமியோ க்ரூஸ்சின் மரணம்	கார்லோஸ் புயந்தஸ்	ஸ்ரீதர் ரங்கராஜ்	எதிர், பொள்ளாச்சி	நாவல்
2018	43	போர் தொடர்கிறது	அகஸ்டோ ருவா பஸ்டோஸ்	எஸ். பாலச்சந்திரன்	சிந்தன் புக்ஸ், சென்னை	நாவல்
	44	இது வேறு செப்டம்பர் 11	அயெந்தே மரணம்நெரூடா நூற்றாண்டு		குறிஞ்சி, ஈரோடு	தொகுப்பு
	45	போர்ஹே சிறப்பிதழ்	லயம்		லயம், சென்னை	சிறப்பிதழ்

5

நீரின் மறதியை நினைவுகூரும் கவிதைகள்

"மொழியின் சொல்லும் ஓசையும்
கவிதையின் முதல் பெருங்காமம்"
– பிரேம் 'சொல்லெறிந்த வனம்'
முன்னுரையிலிருந்து (சொல்: 13)

பிரபஞ்சத்தில் தீராக் காதலையும், கட்டற்ற அன்பையும் நிலைநிறுத்த இடைவிடாது புதியதொரு ஆயுதத்துடன் கொலை செய்து பழகவேண்டும் என்றும், எண்ணற்ற எதிர்க் கொலைகளின் வழியாக மட்டுமே அதை நிலைநிறுத்த முடியும் என்று சொல்வது வினோதமான கருத்தியலாக இருக்கலாம் ஆனால் அதனைக் கவிதையில் வாசிக்கும்போது அழகியலாகத் தோன்றுகிறதே ஏன் என்ற கேள்வி பிரேமின் ஒரு கவிதையை வாசிக்கும் பொழுது எழுந்து மற்றொரு கவிதையில் மறைந்து வேறொரு கேள்வியாக மாறித் தொடர்கிறது.

கொலை மறுத்தலும், கொலை வெறுத்தலும் கொலை வேட்டலின் விளைவு என்பதை, கவித்துவ வடிவில் வாசிப்பதற் கான தளமாக உள்ளவை பிரேமின் கவிதைகள். உருவமாதல், உருவு சமைத்தல், உருதிரிந்து வாழ்தல், உரு மறைத்து அலைதல் போன்ற உருவ மற்றும் உருவிலி நிலைகளைக் கவிதையாக்கம் செய்த கிரணம் (பிரேதா) கவிதைகளின் தொடர்ச்சியாக வெளி வந்துள்ளது பிரேமின் சமீபத்திய இரண்டு கவிதைத் தொகுதிகள். கிரணம் கவிதைகளில் இருளும் இருண்மைகளும் என்றால் இந்தக் கவிதைகளில் அதிக வெளிச்சமும் வெப்பமும் இணைந்திருக்கிறது, மொழியிலும் உருவகத்திலும் கூட.

பிரபஞ்சத்தைக் கட்டமைத்த எண்ணற்ற துகள்களோடு உடலின் உயிரணுக்கள் உறவுகொண்டுள்ளன என்பதால், நாம் எண்ணற்ற துகள்களின் சிதறலாக, சிதைவுகளாக மாறிவிடாமல் இருக்கவும், அதிகாரத்தின் வழியாகத் தொகுக்கப்பட்ட புலன்

94 ஜமாலன்

களால் கட்டப்பட்ட உடலுக்குள் ஒடுங்காத பலவித உடல்கள் பற்றி அறியவும் அவர்களது கவிதைகளை நாம் வாசிக்க வேண்டும். அவர்களது என்றால், இருமையாக இல்லாமல் ஒருமையாக நின்று பன்மையாகப் பேசிய பிரேதா பிரேதன், பிரேம் ரமேஷ் என்ற பெயரில் எழுதிய நண்பர்கள் இருவரைக் குறிப்பிடுகிறேன்.

எண்ணற்ற உடல்களிலும், தமிழ்க் கவிதைகளின் பல வடிவங் களிலும், பல குரல்களிலும், பல நடைகளிலும், பல பாணிகளிலும், பல மொழியமைப்பிலும், பல இடப்பின்னணிகளிலும் எழுதிப் பார்க்கப்பட்ட கவிதைகள் அவர்களுடையது. 1986 கால கட்டத்தில் பிரேதா என்ற பெயரில் கிரணம் இதழ்களில் வெளிவந்த கவிதைகள் அப்படித்தான் தமிழ்க் கவிதை உலகின் கவித்துவ சொல்லுதல் முறையிலும், பேசப்பட்ட பொருளிலும் பெரும் உடைச்சலை, பின்னத்தை, மாற்றத்தை உருவாக்கியது. கிரணம் கவிதைகள் என்று அப்போது குறிப்பிடப்பட்ட அக்கவிதைகள் சமூகத்தில் பேசப்படாமல் மௌனத்தில் உறைந்து இறுகிய பகுதிகளை உடைத்து வெளியேற்றி, தமிழ்க் கவிதைகளில் ஒரு தளமாற்றத்தை உருவாக்கியது. இது எந்த வகையிலும் மிகைப்படுத்தப்பட்ட கூற்று அல்ல.

“உருவாக்கம் அழகு; உருவாக்கம் இன்பம், பின்நவீனக் கவிதை பொருளழிவின் திளைப்பு, தான் அற்ற நிலையறிதலின் பெருங்களிப்பு, அதனையே எனது கிரணம் கவிதைகளில் (1986 -89) பிரேதா என்ற பெயருடன் நிகழ்த்திக் காட்டினேன்” என்று முன்னுரையில் குறிப்பிடும் பிரேம், அக்கவிதைகளில் எழுதிக் காட்டிய பொருண்மைகளைப் பட்டியலிடுகிறார். “தொன்மைக் கவிதையியல், தீமையின் அழகியல், பித்துநிலை பெருங்கொண் டாட்டம், பாலியலின் இருநிலைத் துன்பியல், தானழிதலின் மொழி நிகழ்வு எனப் பலவற்றைக் கவிதைகள் வழி தமிழுக்கு அறிமுகப்படுத்தியிருக்கிறேன்” என்கிறார். அப்போது பிரேம் தனித்து எழுதி வெளியிட்ட நெடுங்கவிதைகள் பிரேதா என்ற பெயரில் வெளிவந்தன. பிறகு எழுதிய கவிதைகள் தொகுப்புகளாக இருவர் பெயரில் வெளிவந்தன.

இந்த வகையான கவிதைகள் தமிழில் முதன்முதலாக வெளிப்பட்டபோது பழைமைவாத பார்வையில், பிராமண அழகியலில், கலை முதன்மைவாதச் சிந்தனையில், அரசியல் மறுப்புவாதத்தில் திளைத்த குறுங்கலைக் கொண்டாடிகளின் கலைப் புனித கட்டமைப்புகள் ஆட்டம் கண்டன. அரசியல்

இலக்கியத்தை மறுப்பதற்கான இலக்கிய அரசியல் செய்தவர்கள் வழக்கம் போல உரையாடலற்ற மௌனம் காத்தனர். சிலர் மேம்போக்கான பாராட்டு தெரிவித்தனர் இரண்டு வகையிலும் தமிழின் பெரும் மௌனத்திற்குள் புதைத்தார்கள் கிரணம் பிரதிகளை. அதற்குப் பிறகு வெளிவந்த கவிதைத் தொகுப்புகள் மட்டும் அதிகம் பேசப்பட்டன.

கடந்த சில ஆண்டுகளாக பிரேம் தனித்து அதிகமாக எழுதியவை கருத்தியல்கள், ஆய்வுகள், அரசியல் எழுத்துகள் கட்டுரைகளின் தொகுப்புகளாகத் தொடர்ந்து வெளிவந்தன. நேரடி அரசியலை முன்வைத்த எழுத்துகளை இயக்க இதழ்களில் எழுதிய எழுத்துகளை வாசித்த சிலர், பிரேமிற்கு படைப்பிலக்கியம் எழுத வராது என்ற ஒரு பேச்சைத் தம் குழுவுக்குள் பரப்பத் தொடங்கியிருந்தனர். அதற்கு முன் வெளிவந்த இருபது கவிதை களும் இரண்டாயிரம் ஆண்டுகளும், கருப்பு வெள்ளைக் கவிதை, பேரழகிகளின் தேசம், சக்கரவாளக் கோட்டம், கொலை மற்றும் தற்கொலை, நாவற்கொம்பு போன்ற தொகுதிகளைப் படிக்காமல் வெறும் பெயரை மட்டும் வைத்து இலக்கியம் பேசும் நபர்களின் குரல் அது. அந்தக் கருத்துப் பதிவை அடித்துத் தகர்க்கின்றன அவரது 'நந்தன் நடந்த நான்காம் பாதை' (2020) கதைத்தொகுதியும், அதனுடன் வெளிவந்த 'சொல்லெறிந்த வனம்' (2020) இப்போது வெளிவந்துள்ள 'புறாத் தோட்டம்' கவிதைத் தொகுதிகளும்.

மனிதமையவாத மனிதவியல் பிரபஞ்சத்தின் அடிப்படை அலகு மனித உடல்தான் என்பதையும், மனித உடலால் மட்டுமே இவை அளக்கப்படுகின்றன என்பதையும் அதனைக் கடந்து உள்ளவை பற்றி மொழி அறியப்படாமலேயே இருக்கும் என் பதையும் வெளிப்படுத்திய அந்த எழுத்துகள் தமிழ்க் கோட்பாட்டுச் சிந்தனையிலும் ஒரு பாய்ச்சலைச் சாதித்தது. மனித உடலே மையமற்றது என்பதையும், அதன் ஒவ்வொரு அலகும் அதி காரத்தின் நுண்வேதிமங்களால் கட்டப்பட்டுள்ளது என்பதையும் வெளிப்படுத்திய கவிதைகள் அவை.

கவிதைகளின் சங்ககால, அறநெறிக்கால, காப்பியகால, பக்தி கால, தேசிய இயக்க கால, திராவிட இயக்க கால என்ற மைய நீரோட்ட நேர்க்கோட்டு கால அலைவரிசையில் நிற்காமல், உடலின் விளிம்புகளை, சமூகத்தின் ஓரங்களை, பின்னப்பட்டவை களைப் பேசத்தொடங்கிய கவிதைகள் இவை. தமிழ் இலக்கிய வரலாற்றில் ஓர் உடைச்சலை உருவாக்கிய அந்த எழுத்துகள், தமிழில் அதிகம் விவாதிக்கப்படாமல் முடக்கப்பட்டது என்பது

தமிழின் நுண்வாசிப்பு வெறுக்கும், புதுமை மறுக்கும் அரசியலுக்கு ஒரு சான்று என்றே சொல்லலாம்.

தமிழ் மரபு வரிசையை எடுத்தாலும், சங்க மரபு, அறநெறி மரபு, காப்பிய மரபு, சித்தர் மரபு, பக்தி மரபு, தேசிய மரபு, திராவிட மரபு என்ற மரபுகளில் புறந்தள்ளப்பட்ட, மறைக்கப்பட்ட விளிம்புநிலை மரபை ஒரு பேசுபொருளாக மாற்றியதில் கிரணம் மற்றும் அதனைத் தொடர்ந்து வந்த கவிதைத் தொகுப்புகளுக்கு முக்கிய பங்கு உண்டு.

தமிழவன் முன்னெடுத்த அமைப்பியல் மரபில் தொடங்கிய போதிலும் பாலியல் அரசியல், உடலரசியல் சார்ந்த கோட்பாட்டுச் சிந்தனைகளையும் எழுத்துகளையும் முன்னுக்குக் கொண்டுவந்த எழுத்துகள் பிரேமுடையது, இதன் பங்களிப்பு முக்கியமானது. இதனை வலியுறுத்தக் காரணம், இம்மரபு இன்று ஒரு போக்காக மாறி பலவடிவில் கிளைத்திருந்தாலும், அதன் பெருமதியை முழுதுமாக மறைத்து, தானியக்கம் (தனிச் சுயம்பு) கொள்ளும் போக்கே தமிழ் இலக்கிய உலகில் அதிகம். குறிப்பாக தன் முனைப்பும், தற்குழுச்சார்பும், தற்பெருமையும், இலக்கிய அரசியலும் நிறைந்ததாக மாறிவிட்ட தமிழ்ச் சூழலில் நிகழ்ந்த ஒரு வரலாற்றியக்கத்தைச் சுட்டிக் காட்ட வேண்டியது காலத்தின் தேவையாக உள்ளது.

1989இல் 'எக்சிஸ்டென்சியலிசமும் பேன்சி பனியனும்' நாவலுக்கு பிரேம் எழுதிய முன்னுரை என்னளவில் மிக முக்கிய மான ஒன்று என்றால், 2019ல் 'சொல்லெறிந்த வனம்' கவிதை நூலுக்கு எழுதியுள்ள முன்னுரை அவரது கவிதைகள், எழுத்தி யக்கம் குறித்த ஒரு பிரகடனம் என்றே சொல்லலாம். தனது எழுத்தியக்கம் தொடங்கிய முறை, கவிதைகள் குறித்த அவரது அறிதல், புறநிலையாக உள்ள சமூகம் குறித்த புரிதல், தனது அரசியல் இயக்கம் எனப் பல தளங்களைப் பேசுகிறது அம் முன்னுரை. "ஏட்டை எடுத்து எதை எழுதினாலும் அது தொன்மக் கவிதையுடனும் வன்முறை அழகியலுடனும் பித்த அழகியலுடனும் தொடர்புருவம் கொள்வதை யார்தான் தடுக்க முடியும்" என்று கூறும் முன்னுரை வரிகளை அவரது கவிதைகள் குறித்த ஒரு எடுத்துரைப்பாகவே கொள்ளலாம்.

பொதுவான கவிதை குறித்த அவரது பார்வை முக்கியமானது. "கவிதையின் மையம் அழிந்ததை அறிந்த புலனில் இருந்து கவிதை நிகழ்த்தப்படுகிறது. கவிதையின்மையின் இயல்பை விளக்கும்

மொழி வடிவம்தான் இன்றைய கவிதை. அது இயல்பிலேயே எதிர்க்கவிதை. யாப்பு, பாவினம், சந்தம், ஒலியழகு என எதனையும் அது பயன்படுத்தலாம். அல்லது எதுவும் இல்லாமல் புதிய சில கவிதை வடிவங்களை உருவாக்கலாம். அது இணைநிலைப் பிரதியாகவோ எதிர்நிலைப் பிரதியாகவோ மாறலாம்." இந்த வரையறையை, இதன் வகைமைகளை முழுமையாக இந்த இரு கவிதை நூல்களிலும் முயற்சித்துப் பார்க்கிறார் பிரேம்.

கவிதை நூலின் அரசியலைக் குறித்து பேசும் முன்னுரை, "மாற்றங்களை அழித்து மனிதர்களின் மூளைகளை ஆயுதக் கிடங் காக்கிய இன்றைய மானுட அரசியலுக்குள் உயிருடன் இருப்பதே பெரும் கலகம், தினம் சில கொலைகளைச் செய்யாமல் இருப்பதே பெரும் புரட்சி, மனித மாமிசம் புசிக்காமல் இருப்பதே பேரன்பு எனக் கேட்கும் குரலை முற்றிலுமாக ஒதுக்கிவிட முடிவதில்லை" எனச் சொல்கிறது. அந்தக் குரலின் பதிவுகள்தான் இக்கவிதைகளில் ஒலிக்கும் பல குரல்கள். மானுட விடுதலைக்கு முன்பாக, மானுட இருப்பே கேள்விக்குறியாகி, மனிதர்கள் மதத்தின் பெயரால் மனித மாமிசம் உண்ணும் 'விலங்கு நிலைக்கு' மாறிவிட்ட சமூகத்தில், ஒரு புதிய மொழியை உருவாக்க வேண்டிய தேவையை முன்மொழிவதாக இவரது கவிதைள் உள்ளன.

"இஸ்லாமிய குடியிருப்பு ஒன்றை நோக்கித் தீப்பந்தங்களுடனும் கொடுவாளுடனும் ஓடிய கூட்டத்தில் பத்து வயதும் முடியாத இரண்டு மூன்று சிறுவர்களைப் பார்த்துப் பதுங்கித் தப்பித்து உயிர் பிழைத்திருக்கிறேன் ஒரு முறை. இருந்தும் இப்பொழுது எழுதிக் கொண்டிருக்கிறேன்" எனத் தன் அனுபவமாகச் சொல்லும் இந்த வரிகளின் பின்னுள்ள பரிதவிப்பும் தப்பிப் பிழைப்பது அரிதானதாக மாறிய வாழ்நிலைகளின் அலைக் கழிப்பும் இக்கவிதைகளாக மாறியுள்ளன. சிறார்களிடமும் கட்டமைந்துவிட்ட இந்துத்துவ பாசிச உளவியல் என்ற சமூக நோய்க்கூறை பதிகிறது இந்த வரி. "இருந்தும்" என்று சொல்லும் எச்ச உம்மை வாழ்தலின் வலியை, அவலத்தை முகத்தில் அறைந்து சொல்கிறது. தமிழ் மொழியின் இந்த நுட்பமும் வலிமையும் இவ்விருத் தொகுப்புகளின் கவிதைகளில் நிரம்பியுள்ளது. தொல்காப்பியம் கூறும் உம்மை எச்சம் என்பது இப்படி யானதொரு சொல்லவியலா மௌனத்தை அசைத்து வாசிப் பிற்குள் இறக்கும் 'எஞ்சுப் பொருட் கிளவியாக' நிற்கிறது.

கவிதை, புனைவு, கட்டுரை எனத் தொடர் படைப்பியக்கத்தில் இருந்த பிரேம் கவிதையையும் புனைவையும் நிறுத்தி வைக்கத்

தொடங்கிய 2007க்கு பின் 2019இல்தான் தனது 'சொல்லெறிந்த வனம்' என்ற 'சொல்லெறிந்த, சொல்லெரித்த, சொல்லுறைந்த, சொல்பெருகும் வனம்' என்ற நான்கு பகுதிகளைக்கொண்ட கவிதை நூலுடன் தனது புதிய கவிதைப் படைப்பியக்கத்தை மறுபடியும் தொடங்குகிறார்.

சொற்களால் ஆன பிரபஞ்சத்தில் சொற்கள் மட்டுமே அதீத மான போதை தரக்கூடியவை என்பதுடன், இறைமை கதை யாடல்களிலும்கூட ஆதியிலே இருந்தது சொற்களே. மதங்களும், சமயங்களும், புதிய நம்பிக்கைகளும் தாங்கள் கண்டறிந்த, உருவாக்கிய சொற்களின் களிப்பில் திளைத்து, பிரபஞ்சத்தில் சொற்களை எறிந்து, சொற்களை உறையச்செய்து, சொற்களைப் பெருக்கி இந்த உலகை இறை மைய உலகாக படைத்தளித்தன. உலக மதங்கள், சமயங்கள் அனைத்தும் சொற்களைப் பெருக்கி யதன் வழியாகவே தங்களது இறைமையை நிலைநிறுத்துகின்றன.

பின்னர் வந்த தொழிற்புரட்சியும் அரசியல் புரட்சிகளும் நவீன உலகம் மனிதவியல் பிரபஞ்சத்தைப் படைக்க, கடவுளைப் புதைத்து அதன்மேல் மனிதனை நிரப்பி, சொற்களை மனிதம் சார்ந்ததாக மாற்றி, மனிதமைய உலகை உற்பத்தி செய்தது. தகவல் தொழில்நுட்பப் புரட்சிக்குப்பின் மனித மையம் சிதைவுற்ற, சொற் களைப் பெருக்கவும் குறுக்கவும் கட்டுப்படுத்தவும் கண்காணிக்கவும் ஆன தகவல் மைய உலகம் பரவலாக்கப்பட்டது. இதுதான் பின்நவீன நிலை எனக் குறிக்கப்படுகிறது. இதன் ஒரு கவிதை யாக்கம் எதிர்க் கவிதையாக, இணைநிலைக் கவிதைப் பிரதியாக வடிவம் கொள்கிறது.

சொற்களே கவிதைகளின் மூலம். உரைநடை வடிவம் வாக்கியத்தை அடிப்படையாகக் கொண்டது. வாக்கியம் தர்க்கம் சார்ந்தது. சொற்கள் ஒலித்தல் என்கிற அதர்க்க வெளிப்பாடு அல்லது உடல்நிலை வெளிப்பாட்டைக் கொண்டவை. இத்தகைய வெளிப்பாட்டுத்தன்மை என்ற சொற்களின் மாந்திரீகம் அல்லது மந்திரத்தன்மையே கவிதைகளுக்கான அடிப்படை. தொல்காப்பியம் "நிறைமொழி மாந்தர் ஆணையிற் கிளந்த/மறைமொழி தானே மந்திரம் என்ப" (தொல்: 1484) என மந்திரம் குறித்து கூறுகிறது. தமிழ் மரபில் அறம் பாடுதல் என்ற செயலும்கூட, நிறைமொழி மாந்தரின் சொற்கள் மந்திரத்தன்மைக் கொண்டது என்ற நம்பிக்கை பாற்பட்டதே. இஸ்லாமிய திருமறை குரான் "ஆகுக" என்றால் ஆகிவிடும் என்கிறது. கிறித்துவ திருமறை 'பைபிள்' வார்த்தை மாம்சமானது என்கிறது. இந்திய பிராமணிய

வேதாந்தங்கள் கூறும் 'அட்சரம்' எழுத்து அழிவற்றது என்ற பொருளைக் கொண்டது. சைவ சித்தாந்தம் நாதபிரம்மம் என்கிறது. நம்பிக்கைகள் அனைத்திலும் சொற்கள்தான் அடிப்படை. அந்தச் சொற்களில் புழங்கும் கவிஞர்கள் தனது சொல்லற்ற மௌனத்தையும் கூட சொல்வழிக் காட்சியாக்கி கவிதையாக உணர்வை எழுப்பக் கூடியவர்கள். சொற்களின் மந்திரத்தன்மை சொற்களின் உலகைக் கட்டும் ஆற்றல் குறித்த ஓர் உருவகமாகக் கருதத்தக்கது. சொற் களுக்குப் பொருள் அடர்வைக் கூட்டும் ஒரு மொழியியக்கச் செயல்பாடே கவிதை.

பிரேம் கவிதைகளில் சொற்கள் மிகவும் நுட்பத்தன்மை கொண்டதாக ஆழம்படுகின்றன. அவரது கவிதை, புனைகதை என்ற படைப்பியக்கத்தில் சொற்களின் மீதான காதலும், ஈர்ப்பும் அதீத தன்மை கொண்டதாக, அதன் அடுக்காக அமைந்துள்ள வரலாற்றை அகழ்ந்து, அதன் தொன்மைத் தன்மையை வெளிப் படுத்துவதான தேடலுடன் கூடியவை.

பின்நவீன மொழியில் சொன்னால், மொழிவிளையாட்டு என்பதை நிகழ்த்திப் பார்க்கும் தன்மை கொண்டவை. சொற்கள் பாடப்படும் சூழமைவின் நிகழ்புலத்தின் ஆட்ட விதிகளால் அர்த்தப்படுத்தப்படுபவை. சிறார்களின் போர் விளையாட்டில் கையிலுள்ள ஒரு சிறு கோல் கத்தியாக கூர்முனை பளபளக்க வீசப்படுவதும், அது வெட்டி வீழ்த்துவதும் நிகழ்வது போல ஆட்டவிதிக்கு ஏற்ப சொற்களின் வெளிப்பாடு உருவமைகிறது.

'வலிமறத்தல்' (சொல்:81) என்ற கவிதை ராணுவத்தால் பிடிபட்டவனாகத் தன்னை ஆக்கிக் கொண்ட ஒருவனின் எடுத்துரைப்பாக வெளிப்படுகிறது.

"அதுவரை நான் பார்த்திருந்த குருவிகள்
ஒவ்வொன்றாய் நினைவில் வர
ஒவ்வொன்றுக்கும் ஒரு பெயரிடத்தொடங்கினேன்
வலியற்ற எனது மரணத்தின் நாட்கள் தொடங்கின"

என ஒரு திரைப்படக் காட்சியாக முடிகிற அக்கவிதை தனக்குப் பின் பெருங்கதை ஒன்றைக் கொண்டுள்ளது. அதனை ஒவ்வொரு வரியும் தொலைதூரக் காட்சி போலக் காட்டி நகர்கின்றன. இது ஒரு சான்று மட்டும்தான்.

ஒவ்வொரு கவிதையும் இப்படியான ஒரு ஆதல் (becoming) தன்மையுடையதாக உள்ளன. இவரது கவிதைகளின் முக்கிய

பண்பு பிறராதல் (becoming other) என்பதுதான் எனப் பல கவிதைகள் உணர்த்துகின்றன. எண்ணற்ற மறுக்கப்பட்ட பிறரைக் கவிதைகள் வழியாக வாசிக்கவும், பார்க்கவும் ஆன ஒரு சொற்காட்சிக் கூடமாக உள்ளன இவ்விரு கவிதை தொகுப்புகளும். "சூல் கொண்ட விலங்குகளின் மூச்சிளைப்பிற்குள் / நெளிந்தபடி கிடக்கின்றன ஈனப்படாத கன்றுகள்" (சொல்: 25), இப்படியாக ஈனப்படாத பல கன்றுகளின் வலியுடன் பிறப்பெடுத்து தனது வலியை வாசிப்பில் கடத்துகின்றன இக்கவிதைகள்.

பெரும்பாலான கவிதைகள் இந்திய தலைநகர் தில்லி இந்துத்துவ பாசிசத்தின் தலைநகராக மாறிவிட்டதைப் பதிவு செய்கின்றன. அதற்குள் மக்கள் மௌனமாக துயருவதைக் குறியீடாகவும், உருவமாகவும் சொல்கின்றன. அது இந்திய நிலத்தில் அனைத்துப் பகுதிகளையும் நினைவூட்டவும் செய்கின்றன. பாசிசத்திற்கு எதிரான உருவகங்களை, பாசிசத்தின் பல்வேறு நுண்அலகுகளை, நுண்செயல்களைக் கவிதையாக்கியுள்ளது இத்தொகுதி. பாசிசத்தின் கொலை நிகழ்த்தலுக்கு எதிரான, கொலை மறுத்தலை வெளிப்படுத்தும் கவிதைகள் இவை.

"பின்வந்து மோதிக் கவியும் அலையுள்
முன்னலையை மறைத்துக் கொண்டு
ஓயாமல் தொடரும் நீரின் மறதியுடன்

திசைக்கொன்றாய் இழுக்கும்
பகைப் புற்றின் எறும்புகளுக்கிடையில்
அலைபடும் புழுவின் குற்றுயிர் நெளிவுடன்"

எனத் தொடரும் கவிதையில் "நீரின் மறதியுடன்" (சொல்: 24) என்ற சொல் ஒரு படிமமாக வெளிப்படும்போது, நிகழ்கால அரசியலில் நினைவு / மறதி என்பதன் புரிதலில் ஆளப்படுவதாக வெளிப்படுகிறது. மதங்களின், அரசியலின் நினைவும் / மறதியும் உருவாக்கிய ஒரு எடுத்துரைப்பு விளையாட்டே வரலாறு என்பதை, நினைத்தலின் வலியும், மறத்தலின் இதமுமாக பிரேமின் மொத்த கவிதைகளின் உள்சட்டகமும் உள்ளது. லக்கானின் புகழ்பெற்ற கூற்றான 'நனவிலி என்பது மற்றமையின் சொல்லாடலே' ('the unconscious is the discourse of the other') என்பதை நிகழ்வுகளாக்கிப் பல மற்றமைகளின் சொல்லாடலாக எழுதப்பட்டுள்ளன இக்கவிதைகள்.

கவிதையின் உருவாக்கமும் கவிதையாகும் ஒருவகை மீமெய்யியல் (meta-poetry) வடிவில் சில கவிதைகள் எழுதப்

பட்டுள்ளன. கவிதைகளில் வாசிப்பாளரின் பங்கேற்பைக் கோரும் கவிதைகள், மொழிபெயர்ப்பு என்ற தோற்றத்தில் எழுதப்பட்ட கவிதைகள், இயற்கையின் அதீத வர்ணனையைக் கொண்ட கவிதைகள், பேரழகைக் கொண்டாடும் கவிதைகள், காதல், ஊர்வலம், போர்வெறி, சூலம் ஏந்திய புதியவகை உயரிகள், அஞ்சி நடுங்கும் பெண்கள், சிறார்கள், 22 குண்டுகளால் துளைக்கப்பட்ட முகம் என்னும் கணிப்பொறி விளையாட்டு எனப் பல கவிதைகள் வெவ்வேறு உருவாக்க வடிவில், மரபுகளில், தமிழில் புழங்கும் கவிதைக்காரர்களின் எழுத்துருக்களில் எனத் தொகுப்பிலுள்ள கவிதைகள் ஒவ்வொன்றும் பெரும் பயிற்சிக்கான களமாக அமைந்துள்ளன.

'இணைநிலைப்பிரதி எனக் கொள்வார் கொள்க' என்ற குறிப்புடன் எழுதப்பட்டுள்ள 'நகுலன் அளித்த பரிசு' கவிதை,

"நினைவுப்பாதை பற்றிய பேச்சின் நடுவில்
முகத்தில் புன்னகை தோன்றியது
குட்டியை அவரிடம் தந்தபோது தயங்கியவர்
பயணத்தின் முடிவில் ஒருவன்
அளிக்கும் பரிசு என்றேன்
வாங்கி மடியில் வைத்துக் கொண்டார்"

என நாய்க்குட்டியைக் குறியீடாக்கி நகுலனிடம் தருவதும், மீண்டும் உணர்வு மாறியபின் பெறுவதுமான நிகழ்வைச் சொல்கிறது.

கவிதைகளில் திடீரென ஒலிக்கும் சங்ககாலக் குரல், நகரத்தின் இரைச்சல், புறாக்களின் கேவல் எனப் பல ஓசைகள் கேட்டுக் கொண்டிருக்கும் கவிதைகள். "பொன்னணி வரகும் பூவணில் வால் தினையும் உன்னையழைத்த இப்பருவத்தில்தான் தொடங்கியது" என்ற வரிகளைக் கொண்ட 'தோழியர் கூற்று' (சொல்: 132-36) சங்க அகப்பாடலைப் போலச்செய்து மொழிவிளையாட்டை நிகழ்த்தும் ஒரு பின்நவீன உத்தியாக விரிகிறது. பசலை, அகவன் மகள், புலிக்கொன்றை, அணங்கு தீண்டல், வேலன் வெறியாட்டம் எனச் சங்ககாலப் பின்னணியில் எழுதப்பட்ட ஒரு பிரிவுத்துயர் கவிதை.

அணிலாடு முன்றில் என்கிற சங்ககாலச் சொல் 'அணிலாடு கனவு' என்ற நம்காலச் சொல்லாக ஒரு கவிதையில் படர்கிறது. சங்ககாலத் தலைவியின் தற்காலச் சித்திரிப்பு தன்பால் புணர்வின் வேட்கையாக, மற்றொரு முறை தன் அம்மா காதல் வசப்படுவதை சிணுங்கியபடி கடிதம் கூற, அணிலோடு நிகழும் அந்த வேட்கை

களின் பாய்மம், ‘கிம் கி டுக்’ படம் பார்த்தல் என ஒரு சங்ககாலத் தலைவி தற்கால அணிலாடும் கண்ணாடி சன்னல்களில் அடைபட்டுக் கிடக்கிறாள்.

“ஒட்கா வாசனையுடன்
அவள் தந்த முத்தங்களை
முகம் திருப்பி மறுத்துவிட்டு
கவிழ்ந்து படுத்துக் கொண்டாள்
அறைமுழுக்க அணில்கள்
அவிழ்ந்த உடையெல்லாம் அணில் வால் கொத்துக்கள்.
உடலெங்கும் பூந்தூவிப் புயல் வீச்சு.
போகும் போது அவள் தந்துவிட்டுச் சென்ற
அணில் குட்டியை உள்ளங்கையில்
பொத்தி வைத்து உறங்க வைத்தாள்.” (சொல்:139)

இப்படியான கவிதைகளில் விரித்துப் பொருள்கூற ஏராளம் உள்ளது. ஆனால் கவிதையின் அந்த மறைமொழித் தந்திரம் கெட்டுவிடக் கூடும். தொல்காப்பியர் சொன்ன ‘மறைமொழி தானே மந்திரம் என்ப’ என்பதற்கு மாற்றாக, ‘மறைமொழி தானே தந்திரம்’ என்று, மறைமொழிகளைத் தந்திரமாக உள்மறைத்து மெல்ல ஒலியெழுப்ப வைக்கின்றன இவ்வகைக் கவிதைகள்.

தில்லி நகரின் தன்அனுபவக் கதையாடலாக வெளிப்படும் கவிதைகளில் பெருநகர பாசிசத்தின் கொலைவெறி மூர்க்கம் ஏற்படுத்தும் நடுக்கம் கவிதைகளில் தீவிரமாக வெளிப்படுத்தப் பட்டுள்ளது. ‘யமுனையில் மிதங்கும் சடலம்’, தசைகள் உருகும் நிணவாசத்தை அப்படியே காற்றில் வீசிச் செல்கிற கவிதை. தில்லியின் காற்றுமாசைப் பேசும் கவிதை, சாலையோர வாழ் வாசிகளின் துயரப்பாடலாக ஒலிக்கிறது. ‘சொல்லெறிந்த வனம்’ என்ற கவிதைக் காட்டில் பறந்துகொண்டிருந்த புறாக்கள் ஒரு குறியீட்டு நிலையைப் பெற்று ‘புறாத் தோட்டம்’ கவிதையில் அலைவுறுகின்றன.

‘புறாத் தோட்டம்‘ கவிதைகளில் மகாபாரதக் காப்பியம், யேசு காவியம், இந்துத்துவமயமான புதுதில்லி என்கிற தலைநகர் வாழ்வு எனப் பாலையாகிப்போன வாழ்வின் அரசியலின் பல வடிவங்கள் பேசப்படுகிறது. கவிதைகளின் “முத்தமும் புரட்சியும்” இணைவதின் வேட்கைப் பெருவெளி கவிதையாக்கமாக, கவித்துவ உள்சட்டகமாக இருக்கிறது.

"நான் உங்களுக்குச் சமாதானத்தைத் தர வரவில்லை
போரைக் கற்றுத்தர வந்திருக்கிறேன்.
உங்கள் அன்புக்குரியவர்கள்
கொலை செய்யப்படும் போது
ஒதுங்கி நின்று அழுதுகொண்டிருக்காதீர்கள்."

என்ற வரிகளைக் கொண்ட "தோழன் பிறத்தல்" கவிதை பாலன் ஏசுவின் பிறப்பு குறித்த தொன்மக் கட்டுடைப்பைச் செய்கிறது என்றால், "படகோட்டும் பெண்களின் பாஞ்சாலி பாடல்கள்" மகாபாரதப் பெருமரபை மீனவ இனக்குழுத் தொடங்கி, பல்வேறு இந்திய இனக்குழுக்களின் சிறுமரபுப் பாடலாக மாற்றுகிறது.

"இது படகோட்டும் பெண்களின் பெருங்கதைப் பாடல்;
வியாசன் யாரும் இதனை வெளியில் சொல்வதில்லை."

எனக்கூறும் இக்கவிதை, மகாபாரதக் கதையின் தொடக்கப் புள்ளியில் மீனவப்பெண், மீனவக்குலம் உருமாறி உள்வயப்படுத்தலில் தொடங்கி "கர்ணா அளித்தே பழகியவன் நீ இனி பெற்றே களிப்பாய்" என கர்ணன் துரோபதி உறவு குறித்த வேட்கைப் பெருவெளி விரிவாக முடிகிறது.

ஒருவகையான எதிர்க்காப்பியத் தன்மையுடன் காப்பியங்கள் பெருமரபாக மாறுவதன் வழியாக, சிறுமரபுகள் விளிம்பிற்குத் தள்ளப்படுகின்றன என்பதை நிகழ்த்தும் கவிதைகள் இவை. இவை சில சான்று மட்டும், இப்படி இந்தியப் பெருமரபை மையம் சிதைப்பதும், அதன் உள்ளொடுங்கிய சிறுமரபுகளைக் கிளைத்துக் காட்டுவதுமாக உள்ளன இத்தொகுப்பின் சில கவிதைகள்.

தர்க்கரீதியாகப் பார்த்தால் சிறுமரபுகளே உண்மையில் புழக்கத்தில் உள்ளன. பெருமரபுகள் அந்தந்தக் கால அதிகார வெளியால் கட்டப்படுவதே. இன்று நாம் படிக்கும் பெருமரபுகளான காப்பியங்கள், இதிகாசங்கள் எல்லாம் சிறுமரபாக தோன்றியவையே. சமூகப் பரவலாக்கத்தின் வழியாக அதிகாரத்தைப் பெற்றவுடன், அவை பெருமரபாக முன்வைக்கப்படுகின்றன. அதனால்தான் டெல்யுஸ்–கத்தாரி சிறுவாரி இலக்கியத்தையும் (minor literature), சிறுவாரி மரபையும் (minor tradition) புரட்சிகரமானது என்கிறார்கள்.

'காதல் கற்கும் பெருநகரம்' என்ற கவிதை தில்லி வாழ்க்கை பாசிசமாதலின் விளைவுகளைப் பதிவுசெய்கிறது. அத்துடன்,

"தில்லி அச்சுறுத்துகிறதா அணைத்துக் கொள்கிறதா
அது அவரவர் நிறத்தைப் பொருத்தது"

என அதன் இன்னொரு பகுதியையும் சொல்கிறது. அது புறாக்களின் நகரம் என்று அடிக்குறிப்பு குறிப்பிடுகிறது. புறா சமாதானத்திற்கான, அமைதிக்கான குறியீடு என்பதைவிட தகவல் பரிமாற்றத்திற்கான குறியீடாக, வெவ்வேறு நிலத்தை, வெவ்வேறு பண்பாட்டை ஒன்றுகலத்தலின் குறியீடாக, அடையாளம் கடந்து அலையும் வாழ்வின் உருவகங்களாக மாற்றுகின்றன இத் தொகுதியில் உள்ள பல கவிதைகள்.

இக்கவிதைகளில் ஒலிக்கும் பெருநகரின் குரல் முக்கியமானது. புறாத் தோட்டம் என்ற தொகுப்பின் கடைசி கவிதையில்கூட புறா இயற்கையின், தொன்மையின் ஒரு குறியீடாக வருகிறது. புறாக்கள் செத்துவிழும் ஒரு பெருநகரை, விழித்தபடி, வெறுத்த படி பார்த்துநிற்பதே இன்றைக்கான நானாக மாறியுள்ளது.

"அமைதிதான் எத்தனை பயங்கரமானது.
சொல்லுவதற்கு முன்னும்
சொல்லி முடித்த பின்னும்
மீறும் இந்த அமைதியைப் போல"

என்று முடியும் "அமைதியாக இருக்கிறது உலகம் எப்போதும் போல" என்ற கவிதை உருவாக்கும் அமைதிக்கான போர் பயங்கரம் நிரம்பிய 'பேரமைதி'யைத் தரக்கூடியதாக உள்ளது.

'நெடுநல் வேட்கை' என ஒரு கவிதை காலமும், இடமும் ஒரு முத்தத்திற்கு பின் மாறிவிடுவதை நுட்பமாக எடுத்துச் சொல்கிறது. மகாகவி பற்றிய கவிதை ஒன்று,

"எழுதிப் பாருங்கள் நான் சொல்வது புரியும்
எழுதுகிறவன் கவிஞன்
எழுதும் கவிதைகளை
அவ்வப்போது எரித்துவிடும் தெம்புள்ளவன் மகாகவிஞன்."

என்று முடிகிறது. இதுபோன்ற பகடிகள் நிறைந்த பல வரிகள் இத்தொகுப்பில் உள்ளன.

ஒருவகையான சுயஎள்ளல் அல்லது சுயபகடி என்பதும் பின்நவீன நிலையின் ஒருவகை உணர்வாக்கம் (affect) ஏற்படக் கூடியதாக, பல கவிதைகள் உள்ளன. நிறைய கவிதை வரிகளைத்

தனியாக எடுத்துக்காட்டி அவற்றின் கவித்துவத்தை விவரித்து எழுதலாம். அந்த அளவு நுட்பமான வரிகளை எழுதிக்காட்டியுள்ளார் பிரேம்.

கதைகளாக எழுதப்பட்ட சில கவிதைகள் இத்தொகுப்பில் முக்கியமானவை.

"புக்கோவ்ஸ்கி தினம் குடிப்பானாம்
சில நாட்களில் கவிதையும் எழுதுவானாம்
குடிப்பதை அவனிடமிருந்து கற்றுக் கொண்டவர்கள்
கவிதை எழுதுவதைக் கற்றுக் கொள்ளவில்லை
எனப் பிரேதா சொன்னாள்."

எனப் பிரேதா பிரேம் உரையாடலாக சில கவிதைகள். கவிதைக் கதைகளாக உணர்வுகளைப் புறத்தே நின்று பார்த்து, அகத்தை ஒரு புறப்பொருளாக அல்லது பேசுபொருளாகக் கொண்ட சொற்களால் நிகழ்த்த முனைகிற கவிதைகள் சில.

'உறவுகள் புதையும் மண்' புறாக்களின் கதையைப் பேசுகிறது. இதில் வருவது ஒரு கற்பனை உருவக் குரல் என்றால்,

"கங்கையை முடிவைத்து கலை நிலவைத் துணைவைத்து
அம்கையில் அழல் வைத்து"

என்ற வரிகளைக் கொண்ட 'புறம் எரியப் புலம்பல்' பதிக வடிவில் எழுதப்பட்ட பக்திகால மரபுக்குரல்.

"கவிதையின் சிக்கல் மட்டுமல்ல
காதலின் சிக்கலும் தெரியவில்லை அவனுக்கு.
இது இந்தியில் எழுதப்பட்ட ஆண்கவிதை."

என முடியும் கவிதை 'போக்கெல்லாம் பாலை', இது நவீனக்குரல் ஊடிழைப் பிரதியாக (intertextual) வெளிப்படும் கவிதை. "அணிலாடல் அகப்பாடல்" சங்ககாலக் குரலில் தோழியின் கூற்றாக எழுதப்பட்ட கவிதை. சொல்லெறிந்த வனத்தில் எழுதப் பட்ட அணிலாடு கனவின் தொடர்ச்சியாக இதனை வாசிக்கலாம், ஆனால்,

"அத்தனை மென்மை உணர்ந்ததில்லை
ஆணில் ஆணா பெண்ணா தெரியவில்லை."

எனச் சொல்லும் வரிகள் கொண்ட இது, வேறு ஒரு அகப் பாடலின் நாடகம்.

‘கொலைவெறுத்தல்’ கவிதையில், பாசிசத்தின் “கொலைகளை நிறுத்தும் கொலைத்தொழில் பழகு” என்று சொல்லும் கவிதை, குடியுரிமை திருத்தச் சட்டத்தின் கலவரத்தை விவரிக்கிறது. ‘புறாத் தோட்டம்’ ஒரு இந்தியப் பெருநகரின் குறியீடாகி, இன்று புறாக்கள் நாய்களால் கொல்லப்பட்டு, அத்தோட்டம் அழிவதைப் பதியும் கவிதைகளைக் கொண்டுள்ளது. இக்கவிதைகள் மரண விழைவாக மாறிப்போன வாழ்வு, இருத்தலின் வலி, கலவரங்களின் ரணம் எனத் தற்காலப் பாசிசத்தின் குரூர, கொடூர சூழலைக் காட்சியாக்குகின்றன. செந்தமிழுக்கு மாற்றாக கருந்தமிழ் குறித்து ஒரு கவிதை விவரிக்கிறது. நிறங்களின் அரசியலைப் பேசும் அக்கவிதை, கருப்பையும், நீலத்தையும் விடுதலை நிறங்களாகக் காட்டிச் செல்கிறது.

இவ்விரு தொகுப்புகளிலும், நாமிழந்த இயற்கை வாழ்வு குறித்த ஏக்கம், உணர்வாக, பகடியாக, சுய எள்ளலாகப் பல வடிவங்களில் வந்துபோகிறது. மேலே சுட்டிக் காட்டியப்படி கவிதைகளின் பேசுபொருள் எல்லாம் மற்றமைகளின் குரலாகவே ஒலிக்கின்றன. குறிப்பாக சங்ககால, பக்திகால, தற்காலக் கவிதை நடைகளைப் போலச் செய்யும் உத்தி, மாறுவடிவ மொழி இக் கவிதைகளின் வாசிப்பில் மிகவும் புதியதொரு மலர்ச்சியைத் தருகிறது.

பல கவிதைகளில் உள்மறைந்து வரும் கதைகள் பேரதிர்ச்சியைத் தருவதாக உள்ளன. கவிதைகளின் அடிக்குறிப்புகள் இத்தொகுப்பில் உள்ள கவிதைகளின் உணர்வியக்கத்தை முற்றிலும் கேள்விக்கு உட்படுத்தி, சில சமயங்களில் உணர்நிலையை மாற்றி, மீண்டும் வேறு பொருளில் வாசிக்க வைக்கும் ஒருவகை மீமெய் கவிதைத் தன்மையைத் தருவதாக உள்ளன. தமிழில் முழுக்க முழுக்க பின்நவீன உணர்வுநிலைகள் இயங்கும் கவிதைகளாக இவ்விரு தொகுப்புகளையும் என்னால் வாசிக்க முடிகிறது. 1986-90 காலகட்டத்தில் நான் சந்தித்த பிரேமின் கவித்துவ உத்வேகத்தை காணும் மகிழ்ச்சியுடன் இந்த இரு தொகுப்புகளையும் வாசிக்கிறேன்.

(05.09.2020)

6

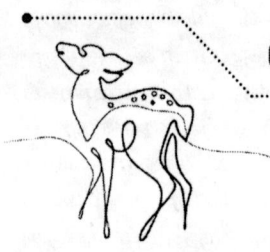

கவிதையும் ஜனநாயக அரசியலும் வனப்பேச்சி முன்மொழியும் குடிமை சமூக அரசியல்

ஜனநாயக மற்றும் குடிமைச் சமூக அரசியல் குறித்து விரிவாக பேச வேண்டும். சுருக்கமாகவேனும், இரண்டிற்குமான தொடர்பையும், தற்போதுள்ள இந்திய அரசியல் சூழலில் அவற்றை எப்படி புரிந்துகொள்வது? என்பதையும் சொல்லி கவிதைகளுக்குள் நுழையலாம்.

அம்பேத்கர் ஜனநாயக அரசியலான சமத்துவம் குறித்து கூறும்போது, இந்தியாவில் நிலவுவது படிநிலை சமத்துவம் என்கிறார். படிநிலை சமத்துவம் அம்பேத்கரின் மிகமுக்கியமான இந்திய அரசியல் சொல்லாடலுக்கான ஒரு கருத்தியல் பங்களிப்பு. அதாவது, இந்திய பிராமண மனுதர்ம வர்ணப் படிநிலையானது ஜனநாயகம், சமத்துவம் ஆகிய மேற்கத்திய கருத்தாக்கத்தை உள்வாங்கி, பழைய வகைப்பட்ட படிநிலையாக. செயல்படுகிறது என்கிறார். ஒரு வர்ணத் தொகுப்பு, தனக்குகீழ் ஒரு வர்ணத் தொகுப்பை அடக்குவது. தனது வர்ணத் தொகுப்பிற்குள் சமத்துவம் ஜனநாயகத்தை பேணுவது. இது ஓர் அதிகார படிநிலை. இதுதான் இந்தியாவில் செயல்படும், மிஷல் பூஃகோவின் வார்த்தையில் சொன்னால், ஆளுகை தொழில்நுட்பம் (governance technology). இந்தியாவில் ஜனநாயகம் என்பது ஒருவகை ஆளுகை தொழில்நுட்பமாக, படிநிலை சார்ந்த ஒன்றாக உள்ளது. அதனால் சமூகநீதியும், சமத்துவமும் அற்ற ஒரு ஜன நாயகமாக உள்ளது. ஜனநாயகம் உள்ளார்ந்த பண்பாக இல்லாமல், ஒரு அரசியல் உத்தியாக மட்டுமே உள்ளது.

அடுத்து இந்தியாவில் குடியாண்மை சமூகம் உள்ளதா? என்ற கேள்வி முக்கியமானது. Civil Society என்ற கருத்தாக்கம் Civic என்பதிலிருந்து வருவது. Civic என்றால் நாகரீகம் என்று பொருள். இதை சரியாகப் புரிந்துகொள்ள ஓரியண்டலிஸம் முன்வைக்கும் அரசியலைப் புரிந்துகொள்ள வேண்டும். அதாவது குடியாண்மை சமூகம் நாகரீகம் என்ற கருத்தாக்கத்தின் மேல் கட்டப்பட்டது. நாகரீகம் மேற்கத்தியம் முன்வைக்கும் ஒரு நுண்அரசியல் அதிகாரம். அதன்வழியாக, நம்மை, நமது கீழ்த்திசை நாடுகளை நாகரீகமற்றதாகக் கட்டமைத்து, அதை நாகரீகப்படுத்தும் பெரிய அண்ணனாகக் கருதிக்கொள்கிறது மேற்கத்தியம் மற்றும் அமெரிக்க ஏகாதிபத்திய அரசுகள். ஆக, குடியாண்மைச் சமூகம் என்கிற 'சிவில் சொஸைட்டி' காலனியம் தந்த ஒரு சமூகக் குழு அமைப்பு. அது மேற்கத்திய மாதிரியான நாகரீகம் மற்றும் பகுத்தறிவின்மேல் கட்டப்பட்டது. அடிப்படையில் இந்திய மக்கள் தொகுப்பானது பகுத்தறிவு சார்ந்த ஒன்றாக உள்ளதா? என்கிற கேள்வி உள்ளது. பகுத்தறிவற்ற, மூடநம்பிக்கைக் கொண்ட சாமியார்களால் ஆளப்படப்போகும் தேசத்தில் இக்கேள்வி சாதாரணமாகக் கடந்து செல்லும் ஒன்றாக உள்ளது என்பதே இன்றைக்கான ஓர் அரசியல் அவலம்.

குடியாண்மை சமூகம் குறித்து அடவி என்ற இதழில் நான் நான்கைந்து கட்டுரைகள் எழுதியுள்ளேன். அதில் இப் பிரச்சனைகள் விரிவாக உரையாடப்பட்டுள்ளது. அதனால், சுருக்கமாக எனது தனிப்பட்ட கருத்து இந்தியாவில் இருப்பது குடியாண்மை சமூகம் அல்ல. மனுதர்மத்தால் கட்டமைக்கப்பட்ட மனுவாத சமூகம். இதனை மனுதர்ம சமூகம் என்று சுருக்கமாக அழைக்கலாம். இது ஒருவகை பகுத்தறிவற்ற, பழம்மதம்சார்ந்த பிராமணிய குழு அமைப்பை, பிற சாதியக் குழுக்களுக்குள் இறக்கி செயல்படும் ஒரு வர்ணப் படிநிலை அமைப்பு.

இங்கு ஜனநாயகம், சமத்துவம், சகோதரத்துவம், சுதந்திரம் உள்ளிட்ட குடியாண்மை சமூகத்திற்கான முதலாளிய முழக்கங்கள் அப்படியே இந்த வர்ணப் படிநிலைக்கு ஏற்ப உள்வாங்கப்பட்டு நடைமுறைப் படுத்தப்படுகிறது. அம்பேத்கர், பெரியார் ஆகியோருக்கு இந்த உள்ளோட்டப் பார்வை இருந்தது. அவர்கள் பிராமணர்களை ஒரு ஆதிக்க வர்க்கமாகவே கருதி தங்கள் கருத்தாக்கத்தை முன்வைத்துள்ளார்கள். பிராமணர்களுக்கு வர்க்கமும் சாதியும் ஒன்றே என்பதையும், இதுவரை மாறாத

ஒற்றை மேல்நிலை அதிகார வர்ணமாகவே உள்ளனர் என்பதும் கவனத்தில் கொள்வது நலம்.

'எம்பயர்' (The Empire), 'மல்டிட்யுட்' (Maltitude) என்ற இந்நூற்றாண்டிற்கான முக்கியமான அரசியல் நூல்களை எழுதிய ஆண்டணியோ நக்ரி, மைக்கேல் ஹார்டட் போன்ற மார்க்சியர்கள் உலக அளவில் குடியாண்மை சமூகம் என்பது உலர்ந்து உதிர்ந்து கொண்டிருப்பதையும், தற்போதைய சமூகத்தை பின்னைய குடியாண்மை சமூகம் (post-civil society) என்கிறார்கள். இப் 'போஸ்ட் சிவில் சொசைடி'யை இந்திய அரசியல் சூழலில் வைத்து நூல்கள் எழுதுகிறார் ஜவர்கலால் நேரு பல்கலைக்கழகப் பேராசிரியர் அஜய் கோடோவர்த்தி. எனவே குடியாண்மை சமூகம் குறித்த அரசியலுக்குள் உள்ள சிக்கல்கள் தீவிரமான ஆய்விற்கு உரியவை. தற்போது இந்திய அரசியல் சூழலில் பெருகிவரும் இந்துத்துவ பாசிச அரசியலில், ஜனநாயம், சுதந்திரம் உள்ளிட்ட குடியாண்மை சமூக உணர்வுகள் குறைந்தபட்சமாக அனுமதிக்கப் பட்ட நிலைக்கூட முற்றாக மறுக்கப்படுகிறது. சற்று ஒருபடி மேலாகப்போய் அழிக்கப்படுகிறது.

ஆக, அழிக்கப்பட்டுக் கொண்டிருக்கும் ஜனநாயக அரசியல், குடியாண்மை சமூகம் உள்ளிட்ட கருத்தாக்கங்கள் குறித்து மிக விரிவாகப் பேச வேண்டும் என்பதைச் சொல்லி, அதில் தமிழச்சி தங்கபாண்டியன் அவர்களின் கவிதைப் பொறுத்தப்பாடுகளை தொடர் உரையாடலில் பேசலாம்.

"பிழையற்ற இலக்கணத்திலும்
பெருகி வரும் சத்தத்திலும்
ஒரு காலம்.
குறியீட்டு உத்திகளிலும்
நவீன, பின் நவீன புனைவுகளிலும்,
கட்டுடைத்தலிலும்,
'இயங்'களிலும் இக்காலம்

இதுதான் தமிழச்சி அவர்களின் "அவர்கால"க் கவிதைச் சூழல் குறித்த வாக்குமூலம். தற்காலம் என்று சொல்லாமல் அவர்காலம் என்று குறிப்பதற்குக் காரணம், அவரவர் புரிதலில் உருவமைத்துக் கொள்ளும் காலவெளி என்பதால்தான். இதில் உள்ள "கோட்பாட்டுக் காய்ச்சலை" விட்டுவிடலாம். முன்னுரையில் பிரம்மராஜன் படைப்பாளராக அதைக் குறித்து சிலாகித்துள்ளார். பொதுவாக

கோட்பாட்டையும், திறனாய்வையும் புறக்கணிக்கும் படைப்புலக ஆன்மாக்களால் நிறைந்ததொரு உலகம் தமிழ் இலக்கிய உலகம். "அரசில் இலக்கியம்" அற்ற ஒரு சமூகத்தில் "இலக்கிய அரசியலே" கோலோச்சும். அதனால் இலக்கியத்தையே அரசியலாக வாசிக்க வேண்டிய ஒரு சூழலே உள்ளது என்பதை இங்கு பதிய வைக்க விரும்புகிறேன்.

நடக்கின்ற திருவிழாவில்
நல்லவேளை வழிதவறிப் போய்விட்டது
என் கவிதை,
உடைகளற்ற குழந்தைமையென. (வன.பக்.25)

தமிழச்சி அவர்களின் கவிதைத் திருவிழாவில் காணாமல்போன உடைகளற்ற குழந்தமை. உடைகளற்ற குழந்தையா? குழந்தமையா? என்கிற இலக்கணம் சார்ந்த அல்லது கருத்தியல் (concept) சார்ந்த கேள்வி உள்ளது. உடைகளற்ற குழந்தை சாத்தியம், அதைக் குழந்தமை என்று ஏன் எழுதுகிறார்? என்று யோசித்தால், அவரது கவிதைகளின் அடிப்படை குறித்த ஒரு சட்டகம் கிடைக்கும். பொதுவாக குழந்தமையின்மீது அவருக்கு ஒரு பேரேக்கம் அவரது கவிதை நெடுகிலும் உள்ளது. அப்பேரேக்கத்தின் ஒரு வெளிப்பாடே அவரது கவிதையின் 'நோஸ்ட்டால்ஜிக்' தன்மை. இடைவெட்டாக நினைவிற்கு வருவது கிரேக்க இலக்கியம் குறித்து கார்ல் மார்க்ஸ் குறிப்பிடும்போது, அவை இன்றும் வாசிக்க இனிமையாக இருப்பதற்குக் காரணம், இலக்கியத்தின் குழந்தமையில் உருவானவை என்பதே. இலக்கியம் என்பதை மனிதகுல வளர்ச்சியோடு கருதும்போது, இலக்கியத்தின் குழந்தைப் பருவத்தில் உருவானவை அவை என்கிறார். இந்தியாவில்கூட மகாபாரதம், ராமாயணம் போன்றவை நமக்கு ஏற்படுத்தும் வாசிப்புப் பரவசம் என்பது, அதன் இந்திய இலக்கியப் பிரதியாக்கத்தின் குழந்தைப்பருவத்தில் உருவானவை என்பதால்தான். ஆக, குழந்தமை என்பது ஒரு பண்புநிலையே தவிர, பழைமை ஏக்கம் அல்ல.

'நோஸ்டால்ஜி' என்பது ஒரு பின்நவீனம் சார்ந்த உணர்வு என்கிறார் மார்க்சியரும், பின்நவீனக் கோட்பாட்டாளருமான பிரடரிக் ஜேம்ஷன். அது கடந்த காலம் பற்றிய ஒரு கூட்டு மனநிலையின் வேட்கை என்றும், அது தனது கடந்தகாலத்தை மறுஉருவாக்கம் செய்வதன் வழியாக வரலாற்றில் இடையீடு செய்யும் ஓர் அரசியல் செயல்பாடு என்கிறார். தமிழச்சியின் கவிதைகளில் உள்ள அவரது கடந்த காலம் பற்றிய ஏக்கம்

நகர்மயமாகிவிட்ட தன்னிலையின் ஒரு கூட்டுநினைவாக வெளிப் படுவது, அதன் ஒரு குறியீட்டு வடிவமே வனப்பேச்சி என்கிற கிராமதேவதை. வனப்பேச்சியை சிறுதெய்வம் என்பதைவிட சிறுவாரிதெய்வம் (minor god) என்பதே சரியானது. அது சிறு தெய்வம் மட்டுமல்ல, சிறுபான்மை. அல்லது சிறுவாரியான மக்களைப் பிரதிநிதித்துவம் செய்யும் ஒரு கடவுளும்கூட. சிறு என்ற சொல் little என்ற சொல்லாக பாவிக்கப்பட்டு, குறைவான தொரு, அடக்கப்பட்ட, ஒடுக்கப்பட்ட பொருளைத் தருவதாக உள்ளது. சிறுவாரி என்பது minor என்ற கருத்தோடு உறவு கொண்டது. அதாவது major என்கிற பெருவாரியான கருத் தாக்கத்திற்கு எதிரானது. தமிழச்சியின் கவிதைகளில் வெளிப்படும் வனப்பேச்சி பெருவாரியான கடவுளுக்கு எதிரான சிறுவாரி இறையின் குறியீடு. இந்த வனப்பேச்சியின் குரல் ஓரமைவாக்க பெருந்தெய்வங்களைக் கட்டுடைக்கும், சிறுவாரியின் குரலாக வெளிப்படுவது. சிறுவாரியாக விளிம்பிற்கு தள்ளப்பட்ட கிராமப் புலத்தின், ஒடுக்கப்பட்டவர்களின் குரலாக வெளிப்படுவது.

"சர்வதேச அங்கீகாரத்துக்காக என் பிராந்தியத் தன்மையை காவு கொடுக்க வேண்டியதில்லை. எனக்கான மொழியில் எனக்கான விஷயங்களை எழுதுகிறேன். இயல்பான உணர்வோடு புனைவும் கலந்து வரும்போது படைப்பு வெகுநேர்த்தியாக அழகாகிறது. பிற மொழி இலக்கியங்களிலும் (குறிப்பாக ஆங்கிலம்), தத்துவங்களிலும், கோட்பாடுகளிலும் தீவிர ஈடுபாடும், விருப்பமும், சிறிதளவு அறிமுகமும் உள்ள நான், முழுக்க எனது கவிதைகளில் 'சர்வ தேசியத்திற்கு' எதிராக அல்லது மாற்றாக எனது நிலம் சார்ந்த அடையாளங்களை முன்வைப்பது என்பது ஒரு பின் நவீனத்துவ செயல்பாடுதான்." – குங்குமம் தோழியில் தமிழச்சி தங்கபாண்டியன் நேர்காணலில் சொன்னது.

அதாவது, தனது நிலம் சார்ந்த அடையாளங்களை அவர் முன்வைக்கவில்லை, ஒரு இறந்தகால எச்சமாக பதிவதன்மூலம், அதை ஒரு கண்காட்சிக் கூடமாக (மியூசியம்) மாற்றுகிறார். இழந்த நிலம் இனிப் பிரதியாக்கம் வழியாக உயிர்ப்புடன் காட்சிப்படுத்தப்படுகிறது.

அவரது கவிதைகளின் அடுத்த பரிமாணம், நகரத்தால் நெருக்கப்பட்ட நவீனத்துவத்தின் மனச்சிதறல் கண்டடையும் ஒரு கிராமியப் போன்மையாக கவிதை வெளிப்படுவது. அதனால், நகரம் ஒரு சுதந்திரமற்ற வெளியாகவும், கிராமம் ஒரு சுதந்திர வெளியாகவும் இவரது கவிதைகளில் வெளிப்பாடு கொள்கிறது.

இது ஒரு முரண். காரணம் நகரம் என்பது நவீனத்துவத்தின்படி ஒரு சுதந்திரவெளியாக இருக்க வேண்டும். யதார்த்தத்தில் அப்படி இல்லையா? அல்லது சுதந்திரம் என்கிற கருத்தாக்கத்தின் அரசியல் மாறியுள்ளதா? என்கிற கேள்வி உள்ளது. இது திராவிடம் உருவாக்கிய ஒரு புதியவகை நவீனத்துவத்தின் தகவமைப்பு அரசியலாக வெளிப்படுகிறது. அதாவது புதுப் பழைமை அல்லது பழம்புதுமை என்பதான ஓர் அரசியல் வெளியாக அமைவுற்றுள்ளது.

தமிழச்சி தங்கபாண்டியன் கவிதைகளில் நேரடி அரசியல் சார்ந்த பல கவிதைகள் உள்ளன. அவை இன்றைய சமூகத்தில் நிகழ்ந்த கொடுமைகளைப்பற்றி பேசுகின்றன. அப்பதிவுகள் இன்றைய அரசியல் உருவாக்கிய அவலத்தைச் சொல்கிறது. குறிப்பாக, நிர்பயா, சங்கீதா, அமிர் காஷ்மின் அல் ஜனபி, குடந்தையில் தீயில் கருகிய சிறுமிகள், செஞ்சோலை, வெள்ளை உடை போர்த்தி எடுத்துச் செல்லப்பட்ட ஈழப் போராளிகள் ஆகியோர் பற்றியவை. இவ்வகை அரசியல் கவிதைகளைத் தாண்டி இவரது கவிதைகளில் உள்ளார்ந்துள்ள அல்லது உள்ளுறையாகப் பேசப்படும் அரசியலே இங்கு நான் கவனப்படுத்த விழைகிறேன். ("உள்ளுறை என்பது புதைபொருள். சொற்களின் செம்பொருளன்றிக் 'கூற்றினகத் தடங்கிநின்று உய்த்துணரத் தோன்றும் மறைபொருளை உள்ளுறை' என்கிறார் சோமசுந்தர பாரதியார் தனது தொல்காப்பியப் புத்துரையில்.)

தமிழச்சி தங்கபாண்டியன் கவிதைகளில் உள்ளுறைந்துள்ள அரசியல்களை வகைப்படுத்தினால்...

1. உலகமயத்தில் இவரது கவிதைகள் ஒரு 'லோக்கலைஸ்ட்' அதாவது விளிம்பிற்குத் தள்ளப்பட்ட ஒரு பிரதேசத்தின் குரலாக ஒலிக்கிறது. நவீனத்துவ முதலாளிய பொருள் உற்பத்திமுறை நகரத்திற்குள் ஒரு கிராமமாக சேரிகளை உருவாக்கியுள்ளது. (இந்த சேரிகளை தமிழ் சினிமாவுடன் ஒப்பிட்டு ஆசிஸ் நந்தி ஒரு கட்டுரை எழுதியுள்ளார். எப்படி சினிமா சேரிகளை ஒரு தன்னிலையாக்க பிரதேசமாக அறிமுகப்படுத்தியது என்று.) இவரது கவிதைகள் கிராமங்கள், சென்னை சேரிகள் இரண்டையும் பாடுபொருளாகக் கொள்கிறது. கிராமிய வனப்பேச்சி என்ற சக்தி வாய்ந்த பெண் பிம்பம் சென்னை சேரிகளில் பேச்சி என்கிற பெண் பிம்பமாக மாற்றமுருவதே அவரது "அவளுக்கு வெயில்

என்று பெயர்" தொகுப்பு. அதில் வேறுபல கவிதைகள் இருந்தாலும் ஒரு மைய பிம்பமாக இருப்பதை மட்டுமே இங்கு குறிப்பிடுகிறேன். "ஜிகினாப்பொட்டும் சில வசவு களும்" (அவ.பக்.90) என்ற கவிதை, கிராமிய வனப்பேச்சி, நகரிய பேச்சியாகி சேரிகளில் தன்னை இடப்படுத்திக் கொள்வதைக் காட்சிப்படுத்துகிறது.

2. குடிமைச் சமூகம் ஒரு நுகர்வுச் சமூகமாக இருப்பதை இவரது கவிதைகள் பகடியாக எதிர்கொள்கிறது.

"மார்கழித் திங்கள் மதிநிறைந்த நன்னாளில்
குறுஞ்செய்திகளில் எழுப்புகிறார்கள் தோழிகள் !"

இக் கவிதைகளில் முக்கியமானதொரு பிம்பம் ஆண்டாள். அவரிடமிருந்து பெண்ணாக நின்ற தனிமை மற்றும் அதை இட்டு நிரப்பும் புனிதக்காதல் என்பதை மையக் கவிப் புலமாக எடுத்துக் கொண்டுள்ளது. "மென்பொருள் மின் பாவாய்" கவிதையில் ஆண்டாளின் தோழிகள் இணையச் சேடிகளாக மாறிவிடுகிறார்கள். இக்கவிதைகளில் மதச் சார்பின்மை என்கிற ஜனநாயக அரசியல்வெளி குறித்த பதிவுகள் முக்கியமானவை. அவை இன்றைய அரசியல் சூழலில் காணாமல் போனதின் எச்சமாக உள்ளது இவரது பல கவிதைகள்.

3. "எல்லாம் விலை குறித்தனவே" என்ற நிலைக்கு எதிராக "think locally act globally" என்பதாக வெளிப்படுகிறது. அதாவது நவீன மொழியில் சொன்னால் golocal (global + local) என்ற புதியவகை அரசியல் சார்ந்த ஒரு குரல் இக் கவிதைகளின் உள்ளோட்டமாக உள்ளது. "Think locally act globally" என்பதைச் சற்று சுருக்கமாகவேனும் புரிந்துகொள்ள வேண்டும். நாம் பயன்படுத்தும் ஒவ்வொன்றும் உலகில் மாற்றத்தை உருவாக்கும் என்று சிந்திப்பது. அதாவது தமிழச்சி கவிதைகளில் வரும் ஒருவகை வள்ளலார்வகைக் கருணை அடிப்படையில், நம்மைச் சூழ்ந்துள்ளது ஒரு உயிர்ப்புள்ள சூழல் என்ற எண்ணம் வேண்டும். நாம் வைப்பது ஒரு சிறு செடி என்றாலும், அது உலகின் ஆற்றல் உற்பத்திக்கு பங்களிக்கிறது என்கிற எண்ணம் அவசியம். அறிவியல் அடிப்படைகளில் ஒன்றான ஆற்றல் மாறாக் கோட்பாடு (conservation of energy), பிரபஞ்சத்தின் மொத்த ஆற்றல் மாறாதது. ஓர் ஆற்றல் மற்றொரு ஆற்றலாக

மாறலாம் என்கிறது. ஆக, பிரபஞ்சமே ஆற்றல்களால் கட்டப்பட்ட ஒரு வெளிதான். ஓரிடத்தில் அழிக்கப்படும் ஆற்றல் மற்றொரு வடிவில், வேறோரு விளைவை உருவாக்கும். அணுஆற்றல் அணுக்கழிவை உருவாக்குவதைப் போல.

அடுத்து, இயற்கை x செயற்கை என்கிற முரண் திட்டமிட்டு 17ஆம் நூற்றாண்டிற்குப் பிறகு உலகெங்கிலும் காலனியத்தால் கட்டப்பட்டது. இன்று நாம் இயற்கை என்று சொல்வது கடந்து, 300 ஆண்டுகளாக கண்டுபிடித்து நமக்கு தரப்பட்ட ஒன்றைத்தான். மனிதனை இயற்கையிலிருந்து பிரித்து, இயற்கையை ஒரு நுகர்வுப் புலமாக மாற்ற உருவான ஓர் அரசியல் அது. தமிழ் மரபு இயற்கை மரபு. அதிலிருந்து கிளைப்பதே நமது படைப்புகள் என்பதைப் புரிந்துகொள்வது அவசியம். தமிழச்சியின் கவிதைக்குள் உள்ள இந்த இயற்கை சார்ந்த தமிழ் மரபு முக்கியமானது. நமது செயல் நம் சூழல் சார்ந்தது என்றாலும், அது புவியின் மொத்த மாற்றத்துடன் உறவுகொண்டது என்பதைச் சிந்தித்து செயல்படுபவரே குலோக்கல். (அமேஸான் காடுகள் எரிந்துகொண்டுள்ளன? அது ஏற்படுத்தப் போகும் புவிசார் சூழல் சிக்கல்கள் அதிகம். எனது ஊர் நீர் மேகமாகி வேறு ஒரு நிலப்பரப்பில் மழையாகப் பொழியலாம் என்கிற மனோபாவம்.) தமிழச்சியின் இக்கவிதைகளில் இந்த குலோக்கல் தன்மை வெளிப்படுகிறது. இது ஒரு முக்கியமான அரசியல் விழிப்புணர்வு சார்ந்த ஒன்று.

4. இவரது கவிதைகள் டெல்யுஸ் கத்தாரியின் மொழியில் சொன்னால் – ஒரு உடலை கிராமத்திலிருந்து எல்லைநீக்கம் (de-territorialize) செய்யப்பட்டு, நகரத்திற்கு மறுஎல்லையாக்கத்திற்கு (re-territorialize) உட்படுத்துதலில் உள்ள உளவியல் சிக்கலைப் பதியவைப்பவை. ஆனால் மேற்பரப்பில் இக்கவிதைகள் காதல், கிராம வாழ்வு, இயற்கை அழகியல் சார்ந்து பேசினாலும், ஓர் உளவியல் தளமாற்றத்திற்கான ஒரு பதிவைத் தரக்கூடியவையாக வாசிக்க முடியும்.

5. தன்னிலை இடப்பெயர்வு (Subjectivity shifting) – நிலவுடைமை சார் உறவுகளால் உருவான கிராமியத் தன்னிலை, நவீனத்துவம் முன்வைக்கும் நகர்சார் தன்னிலையாக மாறும்போது ஏற்படும் இழப்பும், ஏற்பும் கவிதைகளின் உள்தளமாக

அமைவுற்று, நகரங்களில் அமர்ந்துகொண்டு கிராமங்களைக் காதலிப்பது என்கிற இருமைத்துவத்தை வெளிப்படுத்து பவையாக உள்ளன. அகம் கிராமமாகவும், புறம் நகர மாகவும் அமைவுற்று, அதன் மொழிதல் வினைகளாக கவிதை வெளிப்பாடு கொள்கிறது.

6. கிராமியத் தன்னிலை நகரத்திற்குள் இடப்படுத்துதல். அதாவது நகரில் உரையாடல் சாத்தியமற்றிருக்கிறது கேட் பாரற்று வளர்ந்த கிராமத் தோட்டச் செடிகள் நகர்புறத் தொட்டிச் செடிகளாவதில் உள்ள தகவமைப்பு சிக்கல் இது. ஓயாமல் பேசும் கிராமியத் தன்னிலை, நகரத்திற்குள் பேச்சு ஒடுக்கப்பட்டு மௌனமே பேச்சாக மாறும் ஒருவகை நிகழ்வுகளின் மனப்பதிவாக வெளிப்படுவது. நகரம் உருவாக்கும் கிராமியத்தன்னிலைக்குள்ளான உறைந்த மௌனத்தின் முணுமுணுப்பாக கவிதைகள் வடிவம் கொள்கிறது. "விழல் நீர்" (வன. பக். 73) என்ற கவிதை உரையாடல் விழல்நீராக பயனற்றதாக மாறுதலைக் காட்சிப்படுத்துகிறது. அதாவது பேசும் தன்னிலை கேட்கும் தன்னிலையாக மாறுவதும், பேச்சு விழலுக்கு இறைத்த நீராக வீணாவதுமான ஒரு படிமம் உருவாக்கப்படுகிறது. கவிக்குரலின் பேச்சை,

"கழுகொன்று தவறவிட்ட
உணவின் எச்சமென
நீ அதற்கு முற்றுப்புள்ளி வைக்கிறாய்" என்கிறது.

7. மரணம்கூட நகரின் அடுக்குமாடியில் அடையாளமற்ற ஒன்றாக மாறுவது. வன.பக். 46 "யாசிப்பு" என்ற கவிதை,

"மலர்வளையங்கள், மாலைகள்
மிக நீண்ட வரிசையில் ஆட்கள்
ஒலியெழுப்பாத காலடித்தடங்கள்
,.. அம்மரணம் கர்வமிழந்து தயங்கி கையேந்துகிறது
எதற்கு?

"வெடிக்கும் ஒரு கேவலுக்குமாயும்,
இரு துளி கண்ணீருக்காகவும்"

அடுக்குமாடி மரணத்தை இத்துனை நுட்பமாகவும், மரணம் என்பதன் ஆழ்ந்த பொருள் நகரத்தால் நீர்த்திருப்பதையும்

பதியவைக்கிறது இக்கவிதை. மரணம் மதிப்பற்றதாக, மரணித்த உடலே கையேந்தும் ஒரு நிலை நகரத்தின் மத்தியதரவர்க்க வாழ்வில் உருவாக்கப்படுகிறது.

8. கிராமிய உணர்வுகள் – நகரத்தின் அறிவார்ந்த தளத்தில் நொறுங்குதல் எண்மருவுதல் (digitalization) உருவாக்கும் சிக்கல். மனிதர்களைத் தொடுவதைவிட தொடுதிரையைத் தொடும் நேரங்களே அதிகமாகிவிட்ட ஒரு நிலை. (இரண்டு நாட்களுக்கு முன்பு ஆங்கில அகராதியில் இணைப்பதற்கான ஒரு புதிய வார்த்தையைப் பார்க்க நேர்ந்தது. அது Textlationship - Textual Relatioship (new text sms whatsapp relations). முன்பின் பார்த்திராத, தொடாமல் உருவாகும் புதிய உறவைக் குறிக்கும் சொல். தற்கால உறவுகள் பரிணாமம் அடைந்துள்ள நிலை இது.)

வன.பக். 64 “தீராதவள்”, வன.பக்.81 “இன்மையின் திரி” இப்படி நிறைய காதல் சார்ந்த கவிதைகள்கூட ஒரு பிரிவுத் துயர் வழியாகவே நகர்கிறது. உண்மையில் இந்த பிரிவுத் துயர் காதல் பிரிவின் வடிவில் மடைமாற்றப்பட்ட கிராமத்தின் தனது நிலத்தின் பிரிவுதான்.

“உணர் படகின் சமன்குலைக்கும்
நம் உள் வெற்றிடத்தின்
எடையை ஏறுமுன்
எங்கு இறக்கி வைக்க?”

உள்வெற்றிடம் அதன் எடை இது ஒரு முரண் அழகியலைக் கொண்டது. நகரில் இடப்படுத்த முனையும் தன்னிலையை காதல் என்ற, அன்பு என்ற உத்தியைப் பயன்படுத்தி மொழி நிகழ்த்தும் ஓர் உளவியல் விளையாட்டாகவும் இதை வாசிக்கலாம். (“நீ திமிர்த்திருக்கையில்” அவரது புதியதொரு வார்த்தைச் சேர்க்கையாக, எதிர் தன்னிலையின் திமிர்த் தன்மையை குறிப்பதான சொல்லாக்கமாக வெளிப் பட்டுள்ளது)

9. நவீனத்துவத்தின் ஜனநாயகத்தை அரசியல் தளத்தில் முன் வைக்கும் திராவிடத்திற்குள் கிராமிய விடுதலை உணர்வை இடப்படுத்துதலில் உள்ள முரண் இயங்கியல் சிக்கலை வாசிப்பதற்கான மொழிக் குறிகளைக் கொண்டுள்ளது. அதாவது நவீனத்துவ பிரதிநிதியாக உருவான பகுத்தறிவுசார் திராவிடம், கிராமிய அழகியலைத் தனது உள்தளமாகக்

கொண்டிருப்பதில் உள்ள பழமை x நவீனம் என்கிற முரண் சிக்கலின் அறிகுறிகளைக் கொண்டதாக உள்ளது.இதனை இவரது கவிதைகளின் பொது சட்டகமாகக் கொள்ளலாம்.

10. கிராமிய சிறுவாரி–தெய்வ வழிபாட்டை முன்வைக்கும் குரல்வழியாக, பெருவாரிதெய்வத்தை எல்லைநீக்கம் செய்வது – குறிப்பாக ஆண்டாள் திருப்பாவையை ஒரு சிறுமிகள் விளையாட்டாக பாவிக்கும் கவிதைப் பிரதி "செல்சிறுமீர்காள்" (அவ.பக்.35-37).

ஆக, வனப்பேச்சி என்பதை மேற்கண்ட "குலோக்கல்" தன்னிலையின் ஒரு குறியீடாக வைத்து இக்கவிதைகளை வாசித்துப் பார்க்கும்போது அதன் உள்ளார்ந்துள்ள அரசியல் ஒருவகை உலகமய எதிர்ப்பும், உள்ளூர் தன்னிலையை உலக மயமாக்க முனைவதுமான குரலாக இருப்பதை இக்கவிதைகளின் அரசியலாக தடம்காண முடிகிறது. 'வனப்பேச்சி' தொகுப்பில் வரும் வனப்பேச்சி – 'அவளுக்கு வெயில் என்று பெயர்' தொகுப்பில் பேச்சியாக பரிணாமும், பரிமாணமும் அடைகிறார். கிராமத்து சுருக்குப்பை வனதேவதை நகரத்து டம்பப்பையை ஏற்கும் பேச்சியாக வெளிப்படுகிறார். நகரத்தால் அவள் இழந்த வனம் என்பதே பாடுபொருளின் மைய அச்சு.

இம் மைய அச்சு ஒரு அணிக்கோவையை உருவாக்குகிறது.

இயற்கை x செயற்கை – அடிப்படையான மூலமுரண் கவிதை யின் ஆழ்சட்டகம் – அல்லது இக்கவிதைகளின் எடுத்துரைப்பிற் கான கவித்துவ அணிக்கோவையைக் கட்டமைக்கிறது, அதாவது poetic matrix, ஒரு கவிதை உருவாக்கத்திற்காக மொழிப்பின்னலில் அமையும் எதிர்மைகளின் சட்டகம். இச்சட்டகம் கவிதைக்குள் பல்வேறு முரண்களை அடுத்தடுத்து கட்டமைத்து வெவ்வேறு தளத்திலான கவிதைககளாக அவற்றை மொழியச் செய்கிறது. (தமிழவனின் ஆண்டாள் கவிதை பற்றிய கட்டுரையில், ஆண்டாளின் திருப்பாவையில் உடல் பாடல் என்கிற முரண் தளம் எப்படி கட்டமைந்துள்ளது என்பதை அகழ்ந்திருப்பார். வாய்ப்புள்ளவர்கள் அதை வாசித்துப் பார்த்தால் இது புரியும்.)

இவரது கவிதைகளின் மூலமுரணாக நாம் வாசித்த இயற்கை x செயற்கை கிராமப்புறம் x நகர்ப்புறம் (கிராமம் x நகரம் முரணல்ல) என்பதாக வளர்கிறது. இதன் ஒரு உருவகத் தொடர்ச்சியாக, தோட்டச் செடிகள் x தொட்டிச் செடிகள் என்ற வடிவமாக கவிதைகளில் வெளிப்படுகிறது. "இருப்பு" (வன.பக்.69)

சமூகமொழியில் பேச்சு x மௌனம் என்பதாக அந்த முரண் அடுத்த கட்டத்தை அடைகிறது "தீராதவள்" (வன.பக்.64). அதன் காதல் வடிவில் ஆண்உணர்வாக x பெண்அறிவாக (மாற்றப்பட்ட மேட்ரிக்ஸ்). "இன்மையின் திரி" (வன.பக்.81) இக்கவிதையில் வழக்கத்திற்கு மாறாக ஆண் இறைஞ்சுகிறான், பெண் தர்க்கிக்கிறாள். உணர்வு அறிவாகவும், அறிவு உணர்வாகவும் மாற்ற முறுகிறது. இந்த எதிர் கதையாடல் கவிதைசொல்லியின் வெளியை பாதிக்கிறது. அதுவே, வெளிகுறுக்கம் x வெளிவிரிவு என்பதாக. "காம்பு" (வன.பக்.85) என்ற கவிதையில் வீடு மறுவரையறை செய்யப்படுகிறது. கிராமியத் திறந்த வீடு என்பது நகரத்தின் மூடுண்ட அமைப்பாக மாறுகிறது. இன்றைய கண்காணிப்பும், கட்டுப்படுத்தலும் நிறைந்த சமூகத்தில் வீடு என்பது நமது எல்லைகள் அல்ல. எல்லோரும் இணைய நெடுஞ்சாலையில் இணைக்கப்பட்டு விட்டோம். ஆனாலும், நகரம் பூட்டுகள் வழியாக, அடுக்குமாடிகளால் இந்த வெளிக்குறுக்கத்தை உருவாக்குகிறது.

இப்படியாக, இம்முரண்கள் படிப்படியாக வளர்ந்து இயற்கை சார்ந்த மழை x வெயில் என்ற முரணாக வெளிப்படுகிறது (வன.பக்.101-106, 113-118). 'அவளுக்கு வெயில் என்று பெயர்' தொகுப்பிலும் வெயில் மழை பற்றிய கவிதைகள் உள்ளன. இதன் அடுத்து கட்டத்தில் மழையும் வெயிலும், கூட்டிணைவு x தனிமை என்பதான வேட்கைப்பாய்வு முரண்களாக தளமாற்றம் உருகிறது. அதன் அடுத்த இறுதி வெளிப்பாடாக பாலியல் எழுச்சியும் x பாலியல் விகசிப்பும் என்கிற உணர்வுகளாக கவிதைகளில் படிகிறது. "புழுக்கை" (அவ.பக்.63) இக்கவிதை வலிமையாக பாலியல், ஒரு தேவையற்ற, பொருட்படுத்த முடியாத புழுக்கையாக அவளுக்குத் தென்படுவதைப் பதிகிறது. உள்ளார்ந்து கிளரும் வேட்கை எந்திரம் உரசும் பகுதிகள் இதில் பேசப்படுகிறது. இக்கவிதைகளின் மொழிக்குறிகளில் – சுருக்குப் பையிலிருந்து, டம்பப் பைக்கு மாறுதல், பைகள் வலிமையான மூன்று குறியீடாகியுள்ளது. ஒன்று அவை விலங்கின் தோல்கள் (கங்காரு, மாடு இப்படி) இரண்டு நாகரீக வளர்ச்சியின் பகடி, மூன்றாவது வேட்கைகள் உள்ளடக்கப்படும் பைகள் (ஆணுறை எட்டிப் பார்க்கும் பை) இப்படியாக.

இக்கவிதைகளுக்கான இம் முரண் அணிக்கோவை இயற்கை செயற்கை என்கிற சூழல் சார்ந்த மைய முரணைக் கூட்டிணைவு தனிமை என்கிற உடலின் உணர்வாக வடிவமைக்கிறது. கவிக்

குரல் ஒரு தனிக்குரலாக கவிதைகள் நெடுகிலும் படிந்து, அதன் ஏக்கத்தை வெளிப்படுத்தும் பல்வேறு படிமங்களாக வெளிப்பாடு கொள்கிறது.

மேற்கண்ட பொதுப்பார்வைக்கு அப்பால் கிளைக்கும், அவரது சில கவிதைகள் குறித்த குறிப்பான வாசிப்புடன் முடிக்கலாம்.

பாயிரம் குறித்து கூறும்போது, அறிஞர்கள் நூலில் பாயும் பொருளைக் கூறுவது என்கிறார்கள். சிறப்பு பாயிரம் என்பது இடம், காலம், பிரதியாக்கம் குறித்து முன்னுரைத்தல். 'அவளுக்கு வெயில் என்று பெயர்' தொகுப்பின் முதல் கவிதையில் (பக்.31) பாயிரம் போன்றதொரு குறிப்பு மொழியில், நூலின் கவிதைப்புலம் சுட்டப்படுகிறது. கவிதைக்கான புலம் "உள்ளங்கை வானம்", கவிதைக்கான காலம் "உயிர்ப்பும், நொடியும்", பிரதிக்கான வெளி "ஒரு காற்புள்ளிக்கும் குறைவான இடம்", கவிதைக்குரல் "காட்டுச் சிறுக்கி". இது பாயிரம் போன்று அவரது கவிதையின் ஒரு இயங்குதளப் பரிமாணத்தை, வெளிக்காலத்தைக் (time-space) குறிப்பாய் உணர்த்துவதாக உள்ளது.

சங்க கவிதைகளுக்கான அமைப்புகளைக் கொண்டு, அவற்றை நவீனச்சூழலில் எழுதிப்பார்க்கும் ஒரு கவிதை "புழங்கு நீர்" (அவ.பக்.65). பாலை நிலத்தின் நிலமும், பொழுதுமாக, திணை திரிந்துவிட்ட காதலின் பிரிவுத்துயரை விவரிக்கும் இயற்கை வருணனைகளுடன் தொடங்கும் கவிதையில் வரும் வரி "புழங்குநீர் போல செப்பாக் காமம் உடுத்தி நடக்கிறாள்". இதில் 'உடுத்தி' என்ற சொல் தரும் படிமஉணர்ச்சி முக்கியமானது. "கடக்கவியலாப் பெருந்துயர் சாற்றும் பனை விசிறி ஒன்று அலர் தூற்றுகிறது அவள் கைகளில்!" அலர் தூற்றுதல் என்பது சங்கமரபில் வரும் ஒன்று. இன்று சாதியம் உருவாக்கிய காதல் உணர்வை "நாடகக் காதல்" என்று அலர்தூற்றி அலரும் அரசியலில், இக்கவிதையின் தலைவியான பேச்சியின் காத்திருப்பு "பொருள் வயிற் பிரிந்துசென்ற கணவான்களுக்கல்ல – அருவாக் கருப்பன்களுக்கானது அக்காடு" என்று முடிகிறது. இக்கவிதை பல்வேறு பெண்சார்ந்து வேட்கை குறித்த பரிமாணங்களை வெளிப்படுத்துவதாக உள்ளது. கவிதை சித்திரிக்கும் காட்சிகள் முழுக்க வேட்கையின் தாபம் படர்ந்த ஒரு வெளியை காட்சிப் படுத்துகிறது. ஒருவகை காமவெளி கவிதைக்குள் முணுமுணுக்க, காதல்வெளி அரற்றுகிறது. பிரிவின் பாலைத்துயரால். சங்கப் பாடல்களில் குறிப்பாக அகத்திணைப் பாடல்களில், முதல்

பொருள் உருவாக்கும் வெளியில், கருப்பொருள்கள் காட்சிகளின் பின்னரங்காக மாற, உரிப்பொருள் கவித்துவ உணர்த்தலாக மாறும் சங்க–அகப்பாக்களின் ஒரு கவித்துவ உத்தி கையாளப்படுகிறது. பல இடங்களில் சங்கப்பாடல்களை பகடியாக வெளிப்படுத்தும் கவிதைகளையும் தமிழச்சி அவர்கள் எழுதிப் பார்த்துள்ளார். இவரது கவிதைகளின் ஒரு பொதுச்சட்டகமாகப் பாலைத் திணையின் வெட்கையும், இயற்கையின் வீழ்ச்சி உருவாக்கும் நிலத்திரிபும், காதலின் மையமான சொல்லுதல் புலமாகப் பிரிவும் இடம்பெற்றிருப்பதை வாசிப்பில் உணர முடிகிறது.

பெண்கள் மீதான பாலியல் வன்புணர்வு குறித்து மிக வலிமையான படிமங்களுடன் நகரும் கவிதை "சூல் ரத்தம்" (அவ.பக்.75). சிறுமிகள் மீதான பாலியல் வன்கொடுமைகள் நமது உணவு தொடங்கி அனைத்திலும் ஒரு எச்சமாக ஒட்டி குமட்டும் கவிதை. இறுதியில் "நீதிதேவனின் கறுப்புத்துணியில் மயக்கமருந்து தடவியிருப்பதாக" அரசியல் பேசும் கவிதை, நீதிதேவன் என்பதன் மூலம் கண்கட்டப்பட்ட நீதி தேவதையை ஓர் ஆணாதிக்கக் குறியாக மாற்றுகிறார். நீதியின் வலிமையும், விறைப்புத்தன்மையும் ஆண்மையச் சொல்லாடலாக மாற்றமுறுகிறது.

"நீழ் கனவுச் சிகையவிழ்த்து
சோம்பல் முறிக்கும்
அதிகாலையென அந்த நினைவு"

"கால் விரல் நீவிச் சொடுக்கெடுக்கிறது காதல்
அண்ணாந்து பார்த்தபடி காத்திருக்கிறது காமம்"

போன்ற வரிகளில் வெளிப்படும் மென்மையும், வனப்பேச்சியில் வெளிப்படும் வன்மையும், கவிதைக்குள் ஒருவகை எதிர்வினை யாற்றும் உத்தியாக உள்ளது. பெண், ஆண் என்கிற பாலினம் கிராமங்களில் பாலற்றதாக அல்லது பால்மீறியதாகவும், நகரத்தில் பால்வேறுபாட்டுடன் ஒடுக்குவதாகவும் வெளிப்படுகிறது. பாலின மாதலின் அரசியல் (gendering politics) ஒடுக்கப்பட்ட விளிம்புநிலை மக்களிடம் கிராமங்களைவிட நகரங்களில் அதிக வலுவுள்ளதாக இருப்பதைப் பதிகிறது இக்கவிதைகள்.

எழுத்தில் வல்லினம், மெல்லினம், இடையினம் கண்ட நமது தொல்மரபில், இவரது கவிதைகளின் வார்த்தைகள் சற்றேனும் காயம் பட்டுவிடக்கூடாத கவனத்துடன் மென்மையானதாக பின்னப்பட்டுள்ளது.

அடுத்து, மழை-வெயில்-வெயில் என்ற ஓர் அமைப்புள்ள மூன்று கவிதைகளை இணைத்து வாசிக்கலாம்.

அவரவர் மழை – மழை (கிராம வாழ்வின் நீர்மை)

இது வேறு வெயில் வெயில் (கிராம வாழ்வின் நீர்மைக்கான ஏக்கம்)

அவளுக்கு வெயிலென்று பெயர்–நகர்சார்ந்த வெயில் (காதல்)

"உள்ளங்கையில் மழையைப் பிடிக்கலாம் – வெயிலை?" என்று கேட்கிறது கவிதை.

"தம் நிழல் தமக்கில்லாப் புளியமரங்கள்" (அவ.பக்.93) – இது ஒரு தத்துவச் சிக்கலான விஷயம் – பொதுநலம் – தியாகம் எனப் பல படிமங்களைத் தரும் வரி. "பட்டன் ரோஸ் ஞாயிறு" (அவ.பக். 96) – என்புதோல் போர்த்திய உடல் சாக்கடையில் பட்டன் ரோஸ் செடி வளர்த்தல் – அன்பெனும் குறுவாள் என பரத்தமையின் நவீன வடிவின் வன்முறையைப் பேசுகிறது.

"மூச்சு முட்டுகிறது – கண்காணிக்கப்படும் – இந்த காபந்து வாழ்க்கை" (அவ.பக்.111) எனக் கண்காணிப்பு அரசியல் ஏற்படுத்தும் சலனமற்ற, எந்திரமான, அதிகாரத்தால் பதனப் படுத்தப்பட்ட சவத்தன்மையான வாழ்க்கையைச் சிதைக்க ஒரு பூட்டுகளை உடைக்கும் திருடர்கள் தேவை என்கிற எண்ண ஓட்டம் முக்கியமானது. இது ஓர் எதிர்மன உலகில் சஞ்சரிக்கும் உளவியல் சிக்கலை வெளிப்படுத்துகிறது. எச்சம், பூனை என்ற சொற்கள் திரும்பத் திரும்ப இவரது கவிதைக்குள் வரும் படிம மாக உள்ளது. இச்சொற்கள் கவிக்குரலின் ஆழ்மன பிம்பங்களை வெளிப்படுத்துவதாக உள்ளது. நகரங்கள் கிராமங்களின் எச்ச மாகவும், நகரம் ஒரு பூனையின் தன்மைக் கொண்ட கள்ளத் தனமாகவும் இக் கவிதைகள் உருவாக்கத்திற்கான சிந்தனைப் படிமமாக (image of thought) உள்ளது.

இறுதியாக...

ஜனநாயக அரசியலும், குடிமைச் சமூக அரசியலும் அம்பேத்கர் கூறிய படிநிலை சமத்துவம் கொண்டதாகவும், பெரியார் சுட்டும் சுயமரியாதை அற்ற, பகுத்தறிவற்ற அடிமைத்தனத்தை, அவ மானத்தை தங்களது இதவுணர்வாக வடிவமைத்துக் கொண்டுவிட்ட மனுதர்மம் உருவாக்கிய மனுவாத சமூகமாக "மனு" என்ற சொல்லை தமிழச்சி பயன்படுத்தும் விதம் குறித்த ஒரு கவிதை யுடன் முடிக்கலாம்.

“அதிகமில்லை கணவான்களே” (அவ.பக்.179) என்ற கவிதை முழுக்க அரசியல் சார்ந்த, தற்கால அரசிலை உள்ளடக்கி எழுதப் பட்ட கவிதை. இன்று இந்திய மக்கள்மீது சுமத்தப்படும் பல்வேறு அடக்குமுறைகளும், அதை எதிர்கொள்ளும் தன்மையும் இதில் பேசப்படுகிறது. இங்கு குடிமைச் சமூகம் என்பது மனுவாத இணக்கத்தன்னிலைகளால் (consent subject) கட்டமைக்கப்பட்ட சமூகமாக, அதன் ஜனநாயக குடிமை அரசியல் வெளியின் ஒடுக்கம் இதில் சுட்டப்பட்டுள்ளது. கவிதையின் இறுதிவரி இப்படி முடிகிறது...

“இனிமேல் அவர்கள்
எம்மிடம் மனுக் கொடுக்கட்டுமே!

மனுவிற்கும்
மனுவிற்குமான பார தூரம்
அதிகமில்லை கனவான்களே
ஒரு நூறு ஆண்டுகள் மட்டுமே”

மனு தர்மம், மனுவை ஏற்கும் அதிகாரத்தில் அமர்ந்திருப்பதைச் சுட்டும் ஒரு வார்த்தை விளையாட்டுடன் முடிகிறது. உண்மையில் இந்த பாரதூரம் ஒருநூறு ஆண்டுகள் அல்ல, பல ஆயிரம் ஆண்டுகள் என்பதே வரலாற்றின் வினையாக உள்ளது. இக் கவிதை இறுதியில் அதிகார இடமாற்றம் குறித்த முழக்கத்துடன் முடிகிறது.

கவிதைகள் முழக்கமிடக் கூடாது என்கிற கலைசார்ந்த வாதம் ஒன்றுள்ளது. அடிப்படையில் அனைத்து பேச்சுமே குழுத்தன்மை வாய்ந்தது. அதாவது collective utterance என்கிறார்கள் டெல்யுஸ்-கத்தாரி. ஒவ்வொருவரது பேச்சும் விரும்பியோ விரும்பாமலோ அவர்கள் குழுநலனை, அரசியலை வெளிப்படுத்துபவைதான். அவ்வகையில் இன்றைய மதச்சார்பற்ற, ஜனநாயக விரோத, ஒரு குறிப்பிட்ட குழுவின் நலனுக்கான அரசு அதிகாரத்திற்கு எதிரான ஒடுக்கப்பட்ட, விளிம்புநிலைக் குரலாக இக்கவிதை தன்னை பிரகடனப்படுத்துகிறது. அது விளிம்புநிலை கிராமியக் குரலாக, அதன் அழகியல் சார்ந்த குரலாக, உலகமயத்திற்கு எதிரான குரலாக, நகர்மயமாதலுக்கு எதிரான குரலாக, ஒரு ஜனநாயக வெளியையும், சுதந்திரமான குடியாண்மை வெளியையும் கற்பனை செய்கிறது தனது கவிதைகள் வழியாக. அதுவே இக்கவிதைக் குரலின் வெற்றி.

(30.08.2019)

7

கவிதைகளின் கனவுமொழி

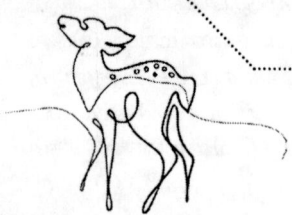

இயற்கையின் உட்கருவில் சித்தமாய்
இருப்பது மொழி
ஆதித் திருமொழி.

– தேன்மொழி தாஸ்

தேன்மொழி தாஸின் கவிதைகளைத் தொடர்ந்து இணையத்திலும், அவரது நூல்களிலும் வாசித்துக் கொண்டிருக்கிறேன். இருக்கிறேன் என்கிற நிகழ்காலத் தொடர்ச்சி முக்கியம். எந்தவொரு இலக்கிய படைப்பும் ஒற்றை மற்றும் ஒரு வாசிப்பில் முடிந்துவிடக் கூடியதல்ல. பன்முக வாசிப்பே ஒரு படைப்பின் வாசிப்பின்பம். அதிலும் குறிப்பாய் கவிதைகள் 'நவில்தோறும் கவிநயம்' கொண்டதாக விகசித்துக் கொண்டே இருக்கும். கவிதையின் அர்த்தம் பொருண்மைத்தன்மைக் கொண்டதல்ல, அது எப்பொழுதுமே இருண்மைத்தன்மைக் கொண்டதுதான். அந்த இருண்மைதான் அதன் பொருண்மையாகிப் பொருள் (அர்த்த) வித்தியாசத்தை, பொருள் விலக்கத்தைத் தரக்கூடியதாக உள்ளது. அதனால்தான் இருக்கிறேன் என்கிற தொடர் நிகழ்காலத்தில் (present continious) கூறவேண்டியதாக உள்ளது.

அசாத்தியமான படிமங்களையும், உருவகங்களையும், உவமைகளையும் கொண்ட தேன்மொழி தாஸின் கவிதைகள் அடர் கானகத்திற்குள் அழைத்துச் சென்று இயற்கையின் கர்ப்பத்திற்குள் உள்ளவற்றை காணும்படி தூண்டக்கூடியவை. அவரது கவிதைகளில் படிமமாகும் இயற்கையை அவரது சொற்களைப் போல உருவகப்படுத்திச் சொன்னால், அது 'இயற்கையின் கர்ப்பத்தில் ஜனித்த ஓர் ஆதித்திருமொழி' எனலாம். அவரது கவிதைக்குள் இயங்கும் அல்லது பின்நவீன மொழியில் சொன்னால் அவரது கவிதைகளை உற்பத்தி செய்யும் ஒரு சிந்தனைப் படிமம் தீர்க்க தரிசனம் அல்லது தொல்குடி மந்திர மொழியாக வெளிப்படும்

அடர்ந்த ஒன்றுக்கொன்று புறத்தில் தொடர்பற்ற அகத்தில் பீறிடும் சந்தமாகும் மொழி. அல்லது பின்நவீனம் முன்வைக்கும் உணர்வான ஓலம். ஆம், இயற்கையின் பேரழிவிற்கு எதிரான ஓலம். அது சிலநேரம் ஆக்ரோசமாக, சாபமாக, கோபமாக, முணுமுணுப்பாக, மௌனமாக, மெய்யியல் தரும் அமைதியுடன் வெளிப்படுகிறது.

அந்த ஓலம் விரட்டப்பட்ட ஒரு ஆதிக்குடியின் நினைவுகளும், கனவுகளுமாக நீள்கிறது. திணைகுடி வாழ்விற்குத் திரும்புதல் என்ற அரசியலை உள்ளுரையாகக் கொண்டுள்ளன பெரும் பாலான கவிதைகள். மனிதன் இயற்கையின் ஓர் அங்கம். ஒரு மரத்தைப்போல, ஒரு பறவையைப்போல, ஒரு மிருகத்தைப்போல, ஒரு பூச்சியைப்போல, ஒரு பூவைப்போல. ஆனால் முதலாளிய பொருளுற்பத்திமுறை மனிதனை இயற்கையின் எஜமானனாக மாற்றியது. இயற்கை என்ற ஒன்றைத் தன்னிலிருந்து பிரித்தறியாத உயிரியாக இருந்த மனிதர்கள், தங்களது எந்திர உற்பத்தி என்ற செயற்கையைக் கண்டுபிடித்து, அதனை ஒரு நியமமாக (legitimize) மாற்ற இயற்கை என்கிற கருத்தமைப்பைக் கட்டமைத்தார்கள். தொல்குடிகளின் மந்திரத்தை நிலவுடைமைச் சமூகம் தந்திரமாகவும் (மதம், தாந்ரா, யோக.. இத்யாதிகள்), முதலாளிய சமூகம் எந்திரங்களாக (பகுத்தறிவு, அறிவியல், தொழில்நுட்பம்... என) மாற்றியமைத்து, தன்னை இவ்வுலகின் அதிகாரியாக நிலைநிறுத்திக் கொண்டன. அது இயற்கை என்கிற கருத்தாக்கத்தைத் தனது செயற்கையை ஒரு நியமமாக மாற்ற கட்டமைத்தது. அல்லது இயற்கை என்ற குறித்தலை செயற்கைக்கு எதிராக முன்வைத்தது. இயற்கை என்பதே மனிதமுதல்வாத செயற்கையின் ஒரு எதிர் கருத்தாக்கமே. அந்த இயற்கை என்கிற செயற்கை கட்டமைப்பிற்கு முந்தையதொரு இயற்கை வாழ்வே தமிழர்களின் திணைக்குடி வாழ்வு. அவ்வாழ்வு நோக்கிய வேட்கையே இவரது கவிதைகளின் உள்ளுறையாக உள்ளது. அவ்வகையில் இக்கவிதைள் ஒரு அகிலம்சார் எதிர்ப்பரசியலை முன்வைக்கின்றது. அதனால் தானோ என்னவோ இயற்கை குறித்த முதலாளியம் உருவமைத்த ஒரு முற்கால ஏக்க உணர்வான (nostalgic) இயற்கை வர்ணனை என்கிற ஒழுங்குசார் அழகியலை இக்கவிதைகளின் மொழித் தளத்தில் காண இயலவில்லை. இது உடைமைச் சமூகத்திற்கு முந்தைய புராதனக் குடிகளின் இயற்கை குறித்த ஏக்கமாக அமைந்துள்ளது.

ஆதிக்குடிகளின் குரலில் தங்களது இயற்கைமீதான வெள்ளை ஏகாதிபத்திய, நகர்மய, ஆணாதிக்க, நவீன உற்பத்திமுறைக்கு எதிரான குரலாக வெளிப்படும் இக்கவிதைகள் தொடர்பற்றதான, சிதறுண்ட, ஒரு பிளவுபட்ட, ஆளுமைச் சிதறிய, மையமற்ற சொற்களாக வெளிப்படுகிறது. புறநிலையில் தொடர்பற்றதாக வெளிப்படும் சொற்கள் அகநிலையில் ஒருவகை இயற்கை என்ற குறித்தல் ஒழுங்கைப் பெற்றிருக்கிறது. மந்திரங்கள் ஓர் ஒழுங்கற்ற, அர்த்தமற்றதான சொற்குவியலாக வெளிப்பட்டாலும், அந்த ஒலிக்கு ஒரு சொன்மையின் ஆற்றல் (ஒலித்தலின் ஆற்றல்–அதாவது சப்தங்களின் இசை லயம்) இருப்பதும், அது சொல்பவரையும், கேட்பவரையும் ஒரு இயைபு நிலைக்குள், ஒத்திசைவுக்குள் கொண்டுவருவதையும் போல, இக் கவிதைகளின் வெளிப்பாடு அமைந்துள்ளது. இவை எழுதப்பட்ட கவிதைகள் அல்ல, சொல்லப்பட்டவை. ஒருவகை சந்தக் குரலில் தொடர்பற்றதான பல உருவகங்கள், படிமங்கள், உவமைகள் என அது வெளிப் படுகிறது. அப்படி சொல்வதெல்லாம் சக்தி மிக்கவை, உண்மை யானவை என்கிற எண்ணத்தின் அடிப்படையில் அவை அப்படியே கவிதைகளாக வெளிப்பட்டுள்ளது. அதனால் அதில் அளவை (தருக்க – logic) ஒழுங்கு இருப்பதில்லை. அவை ஒரு சிதைந்த, சிதறிய குரலின் சொற்களாக வெளிப்படுகிறது. அவரது பெரும்பாலான சொற்கள் ஆதிவேரைப் பிடித்தபடி மொழி என்ற புதைமணலில் இருந்து கிளைக்கின்றன. மூதாய் என்கிற பிம்பம் கவிதைக்குள் உட்கார்ந்துகொண்டு ஓயாமல் சொல்லிக் கொண் டிருக்கிறது. இந்தப் படிமம் இவரது கவிதைகளை வாசிக்கும்போது தவிர்க்க இயலாமல் மனத்திரையில் உருவாகிவிடுகிறது.

கவிதை சொல்லுதல் அல்லது பாக்களாக பாடுதல் தமிழின் மரபானதொரு மொழிதல் வடிவம் என்பதால், இக்கவிதைகள் அதை நோக்கியதொரு எத்தனிப்பிலும், அதே நேரத்தில் நவீன மொழிவடிவிலும் சிக்கிக் கொண்டுள்ளது. அதுவே அதன் கவித்துவ சிறப்பாக உள்ளது. கவிதைகளின் கூற்று வடிவம் குறித்து ஆராய வேண்டும் என்பதை இக்கவிதைகள் அறிவுறுத்து கின்றன. பல வரிகள் நேர்கூற்றாக அமைந்துள்ளது. அவற்றில் கதைத்தல் அல்லது நவிலல் (narrative) இல்லை. ஆனால், ஒவ்வொரு கூற்றிலும் ஒரு பொருட்செறிவும், வாசிப்பில் விரிந்து செல்லக்கூடிய மொழிப்படிமமும் உள்ளது.

சான்றாக, "இரத்தச் சிறகில்" என்றதொரு சொல்லாட்சி ஒரு கவிதையில் வெளிப்படும்போது. நமது மொழி தர்க்கம் சற்று

நின்று அதைச் சிந்திக்கத் தொடங்குகிறது. அதன் முன்பின்னான வரிகளில் இதற்கான பொருள் உள்ளதா? எனப் பார்த்தால் அவை இன்னும் இச்சொல்லைச் சிக்கலாக மாற்றுகிறது. "வசிப்பது கறி உப்பில் / அழுவதோ இரத்தச் சிறகில் / நடப்பதோ வெட்பாலைப் பிசுபிசுப்பில்" இன்றைய மக்களின் இயல்பான வாழ்வு பற்றியதான வர்ணனை. இவ்வரிகள் ஒரு காட்சியாக மாறாமல், சொற்களின் வீச்சில் ஓர் உணர்வாகப் படிகிறது. இதில் "இரத்தச் சிறகில்" என்ற சொல் ஓர் உணர்வாக்கப் படிமமாக இறங்கிவிடுகிறது. இதைத்தான் மொழிப்படிமம் என்று குறித்தேன். இது ஒரு சான்றுக்காக எடுத்துக்காட்டப்படுகிறது. பெரும்பாலான கவிதைகள் இப்படியான பல மொழிப்படிமங்களால் மடித்து மடித்து வைக்கப்பட்டுள்ளது. அது நேரடியாக பொருள்கொள்ளாது, உணர்வாகப் படிந்துவிடுவது.

"ஆள்காட்டி விரல்" என்ற தற்கால தேர்தல் அரசியலை விமர்சிக்கும் கவிதையில்தான் மேற்சொன்ன வரிகள் உள்ளது. முழு கவிதையும் மிக வலிமையான படிமங்களைத் தேர்தல் அரசியலுக்கு எதிராக முன்வைக்கிறது. "ஒரு நதியை இழுத்து கிழவி அணிகிறாள் / ஆள்காட்டி விரல்தான் நிகழ்காலம்" இவ்விரண்டு வரிகளிலும் ஒரு தொடர்பின்மை இருப்பதை அவதானிக்க முடியும். கிழவிக்கு நதி ஆடையாகிறது என்கிற படிமம் இயற்கையான நதிகள் எப்படி மனிதர்களின் நாகரீகத்துடன் உறவுடையது என்கிற மௌனிக்கப்பட்ட பகுதியை வெளிப்படுத்து கிறது. நாகரீகம் என்பது ஓர் இனம் தனது வரலாற்றில் அணிந்து வந்த ஆடை என்பதாக இதனை விரித்துரைக்க முடியும். அடுத்துவரும் வரி மேற்கொண்ட வரியுடன் தொடர்பற்றிருக்கிறது. தனித்து அந்த வரி தனக்கான பொருளைக் கொண்டுள்ளது. இப்படி இத்தொகுப்பின் அனைத்து கவிதைகளும் வரிகளாக, அதாவது தனித்த கூற்றுகளாக உள்ளன.

கூற்று என்பது சங்ககால புனைவாக்க உத்தி. அதனை தொல்காப்பியத்தில் வாசித்தறியலாம். சுருக்கமாக பேச்சு (speech) தனியரின் குரல் என்றால், கூற்று (utternce) ஒரு கூட்டுக் குரலாகும். அதன் பொதுத்தன்மை என்பதே அதன் அரசியல் வடிவம். நமது அனைத்து பேச்சுமே கூற்றுதான். அதனால்தான் அது பேசுபவரின் அரசியலை ஆதிக்கச் சொல்லாடலுடன் பிணைத்துள்ளது. (இந்தக் கோட்பாட்டு விளக்கத்தை இத்துடன் நிறுத்திவிட்டு தொடரலாம். அது தனியாக எழுதப்பட வேண்டிய

சொற்களால் நெய்யப்படும் உலகு

ஒன்று.) இக்கவிதைகள் இப்படியான பல கூற்றுகளாக உள்ளதால், ஒரு முழுக்கவிதையும் அதன் மையமான ஓர்மை சிதைந்து மையமற்ற பல சொல்லுதல்களாகக் கட்டப்பட்டுள்ளது. அதன் குரலும் ஒரு சமூகத்தின் அழிவைப் பார்த்துக் கதறும் ஒரு மூதாயின் நினைவடுக்கில் வெளிப்படும் பல குரலாக வெளிப்படுகிறது. இது தனித்தனியாக இருந்தாலும், ஒரே கவிதைதான். அல்லது ஓர் ஆழமான உணர்வை மொழிப்படிமமாக மாற்றி வாசிப்பவரின் ஓர்மையற்ற உடல்நிலை உணர்வாக மாற்றுதல். மொத்த கவிதைகளையும் வாசித்தபின் மனதிற்குள் அந்த மூதாயின் ஓலத்தை, கதறலை, வலியை ஓர் உணர்தலாக மாற்றி விடுகிறது இத்தொகுப்பு.

இத்தொகுப்பில் வெளிப்படும் கூற்றுகள், அரசியல், பொருண்மைகள் மற்றும் குரல்களை வகைப்படுத்தினால்... இயற்கை வழிபாடு, ஆதிக்குடிகளின் குரல், அதர்க்கமாக வெளிப்படும் தொல்குடி மாந்திரீகத்தின் குறிசொல்லுதல், ஆதிவேர்பிடித்த சொற்களைத் தேடுதல், ஆதிநிலத்தைத் திரும்பப் பெறுதலுக்கான போராட்டம், ஆதித்திருமொழி என்ற கற்பிதம், சிறுதெய்வங்களின் பாடல்களைப் பாடிப் பார்த்தல், பெருமத எதிர்ப்பு மற்றும் இந்துத்துவ எதிர்ப்பரசியல், அன்பெனும் இயல்பும், கருணையுமே தேவை என்று உரைத்தல், சூழலியம் சார்ந்த இயற்கை பாதுகாப்பைப் பேசுதல், சன்னதப் பாடல்களை எழுதிப்பார்த்தல், கனவுகளை எடுத்துரைத்தல், கனவுகளைக் காட்சிப்படுத்த முனைதல், நினைவுகள் தரும் சுகத்தைப் பகிர்தல் இப்படியான பாடுபொருள்கள் இத்தொகுப்பில் உள்ளன.

வாசிப்பை வழிப்படுத்தாமல் இருக்கும் பொருட்டு தனித்தனியாக கவிதைகளை வாசித்துக் காட்டாமல் ஒரு சிலவற்றை மட்டும் சுட்டிக்காட்டுகிறேன். "கனவில் நகரம்" என்ற கவிதையை தமிழின் முக்கிய கவிஞர்களில் ஒருவரான சி. மணி அவர்களின் "நகரம்" என்ற கவிதையுடன் ஒப்பிட்டு வாசிக்கலாம். சென்னை மாநகரம் அதில் அதன் அனைத்து மனித தன்மையற்ற கூறுகளுடன் பதியப்பட்டிருக்கும். சி. மணியின் கவிதையே உலகப் புகழ்பெற்ற டி.எஸ். எலியட்டின் "பாழ்நிலம்" கவிதையின் தாக்கத்தில் எழுதப்பட்டது. நவீன நாகரீகம் உருவாக்கிய நகர் என்கிற திணைப்புலம் குறித்த கவனம் இவரது கவிதையிலும் உள்ளது. ஆனால், நகர் என்கிற திணைப்புலத்தை ஆதிக்குடிகளின் குடிமரபு வாழ்விற்குப் பதிலீடாக வைத்துப் பார்க்கிறது இக்கவிதை. "ஒருநாள் கனவில் ஒளியைத் தாவித் தாவிப் பிடிக்கும்

மனிதனைச் சந்தித்தேன்” இப்படியான பல்வேறுபட்ட நகர் வடிவமைத்த மனிதர்களை இதில் வரிவரியாக உருவகப்படுத்துகிறது இக்கவிதை.

“தேசம் அந்நியர்களின் உண்டியல்” என்று நாடு, நிலம் பற்றி கூறும் “முருகநாடு” என்ற கவிதை. முருகநாடு என்ற சொல்லாட்சியை ஒரு மொழிப்படிமமாக, ஆதிநிலம் குறிப்பாக குறிஞ்சி, முல்லை என்கிற காடு, மலை சார்ந்த நிலங்களே நாட்டுருவாக்கத்திற்கு முந்தைய, ஆதிநிலம் என்கிற கருத்தைக் காட்சிப்படுத்தும் கவிதை. “ஐந்திணை தெய்வத்தின் / மொழித் தனலாய் ஆதித்தாய் இருந்தாள்” என்று ஆதித்தாய் என்கிற ஒருவகை புராதனம் சார்ந்த ஆழ்மனப்படிமங்கள் பொதுவானதொரு கூறுதலாக உள்ளது.

“இந்திய தேசத்தின் அத்தனை தெய்வங்களும் தென்னாட்டில் பிறந்தன” என்று நேர்க்கூற்றாக ஒரு வரி உள்ளது. “உலகமெங்கும் இருக்கும் / கடவுள் என்ற மனநிலை / முருகநாட்டில் முளைத்தது” என்று தொடர்கிறது. இத்தகைய கருத்தியல்கள் இத்தொகுப்பின் கவிதைகளில் பிரித்து போடப்பட்டுள்ளது. மதங்கள், சமயங்கள், தெய்வங்கள் ஆகியவை தென்னாட்டைச் சேர்ந்தவை என்பது ஒரு பெருமிதக் கூற்றாக வெளிப்படுவது சற்றே சிக்கலான மற்றும் நெருடலான ஒரு கருத்தாக்கமே. இங்கு வரலாற்றை மறுப்பதே புராதன மற்றும் ஆதித் தொன்மங்களை ஏற்கும் ஒரு சிந்தனையின் அடிப்படை. காரணம், வரலாறுதான் ஆதிக்குடிகளை மக்களாக மாற்றி நாடுகளாக்கி, தேசங்களாக்கி, ஏகாதிபத்தியம், உலகமயம் என விரிவுபடுத்தியுள்ளது. வரலாற்றை மறுத்தலே ஆதிக்குடிகளின் முதல் விடுதலை முழக்கமாக இருக்கும்.

இயற்கையை ஆளுகை செய்தல், தனது நுகர்விற்காக அதை அழித்தல் என்ற அறமற்ற ஒரு கருத்தியலை முன்வைப்பதே வரலாறு. இது ஒருவகை சமய நம்பிக்கை சார்ந்த மனநிலை. கருத்தியலுக்கு எதிராக நாடோடிவியலை விரும்பும் கவிக்குரலின் ஆழ்மனதில் இத்தகைய வரலாறு என் நிலத்தில் தொடங்கும் என்கிற வாதம் முற்றிலும் எதிரானது. நவீனமொழியில் இயங்கும் ஒரு ஆதிமனதின் சிக்கல் இது. வரலாற்றை மறுப்பதே நாடோடி வியலின் அடிப்படை. வரலாற்றைத் தனதானதாக ஆக்குவது மற்றொரு அதிகாரத்திற்கும் வன்முறைக்குமே வழிவகுக்கும். இது விரிவாக ஆராயப்பட வேண்டிய கருத்தாக்கம். இத்தொகுப்பில் உள்ள அடிப்படை மனச்சிக்கல் என்றுகூட இதனைக் கூறலாம். அதாவது நாடோடிவியலுக்கு (Nomadology) மாற்றாக கருத்தியலைக்

(Ideology) கவ்விப் பிடித்துக் கொண்டுள்ளது கவிதை. அதன் நீட்சியே ஒரு முருக நாடு குறித்த காட்சியை முன்வைத்து முடிகிறது இப்படி...

"எனக்குள் முருக நாடு நீர் கண்டு
நீர் கண்ட இடமெல்லாம் சீர் கண்டு
சீர் கண்ட இடமெல்லாம் கூர் கொண்ட கல்லால்
தீ படைத்த திமிரோடு இருக்கிறது
நகரம் பலரது குருதி"

"நகரம் பலரது குருதி" என்றால் கிராமங்களின் கதைகள்தான் என்ன? நகரைவிட அதீத குருதி கொப்பளிக்கும் சாதிய நிலங்களாக மாறியுள்ளன அவை. புராதனச் சமூகத்திற்குத் திரும்புதல் இனி சாத்தியமில்லை. இதுதான் அவரது கருத்தியல் வழிநடத்தும் சிக்கல். நாடோடிகளுக்கு நாடில்லை என்பதே நாடோடிவியல் முன்வைக்கும் நாடோடித் தன்னிலை. நாடற்ற மக்கள் என்பதைத்தான் பொதுவுடைமைச் சமூகம் என்ற மாற்றாக முன் வைக்கிறது மார்க்சிய சிந்தனை. அதனால்தான் மார்க்சியம் ஆதிக்குடிகளின் சமத்துவமான வாழ்வை புராதன பொதுவுடைமைச் சமூகம் என்கிறது.

அடுத்து, வேலச்சியின் வெறியாட்டம் என்ற சங்ககாலத்தின் வேலன் வெறியாடுதலுக்கு ஓர் மாற்று, பெண்ணிய நோக்கில் முன்வைக்கப்பட்டுள்ளது. கதைத்தல் இல்லாத எடுத்துரைப்புகளே இக்கவிதைகளின் நடையாக (பாணியாக) உள்ளது. கதையாடல் என்கிற தொன்ம நுட்பம் ஏன் இக் கவிதையாக்கத்தில் இல்லை என்பது ஆச்சர்யமாக உள்ளது. ஆனால் தொன்மங்கள் குறித்த கூற்றுகளாகவே இக்கவிதைகள் உள்ளன. பல காட்டியல் சார்ந்த சொற்கள் சமவெளி ஆதிக்கம் மிக்க இன்றைய பண்பாட்டிலும், பயன்பாட்டிலும் அருகிவிட்டதால், சில சொற்களுக்கான பொருள் புரிவதில் சிக்கல் உள்ளது. சான்றாக, 'வம்பாடு' போன்ற சொல். இது ஒரு வட்டார வழக்குச் சொல் என்பதால் பொது வாசகருக்கு உள்வாங்குவதில் சிக்கல் ஏற்பட வாய்ப்புண்டு. இக்கவிதைகளில் கனவுகளை விவரிக்கும் இடங்கள் அசாத்திய மான சொற்களாக வெளிப்பட்டுள்ளது. பிராய்ட்–லெக்கானிய முறையியலில் சொன்னால், வேட்கைகள் கனவுகளாகி, அவை கவிதையாக பதிலியாகியுள்ளது. பல கவிதைகளில் சொல்லப்படாத மௌனங்கள், இடைவெளிகளை உருவகங்கள், பதிலீடுகள் வழி வெளிப்படுத்த முனைகிறது.

நாகம் – நாக வழிபாடு – ஆதிக்குடிகளின் நம்பிக்கைகளைப் பேசும் "நாகரி" கவிதை நாகர்களின் அழிப்பில் தொடங்கி எப்படி இன்றைய மனிதகுல வரலாறு உருவானது என்கிற வரலாற்றைப் பல உருவகங்கள் வழியாகச் சொல்கிறது. நாகம் உலகம் மற்றும் குறிப்பாக இந்திய தொன்மத்தில் மிக முக்கியமான ஒன்று. இன்றைய இந்திய கடவுளர்கள் அனைவரும் நாகத்தை தனது உடை, ஆயுதம், வாகனம் என்ற ஏதேனும் ஒரு குறியீட்டு வடிவில் வைத்திருக்கிறார்கள். காரணம், நாகவம்சத்து அழிவின் எச்சத்தையும், அவர்களது பண்பாட்டை உள்வாங்கியதன் மிச்சத்தையும் குறிப்பவை அவை. இக்கவிதைகளில் நாகம் ஒரு வலிமையான மூதாய் அல்லது ஆதித்தாயின் குறியீடாக வருகிறது. கவிதை முழுவதும் நாகர் வரலாற்றில் தொடங்கி இப்படி நகர்கிறது...

நேர் கோடு ஒன்று வளைந்தது
வளைந்த கோடு வெண் நாகமாகி நின்றது
நாகத்தின் கண்களில் இரண்டு
அரசிகள் பறந்து வந்தனர்
அவர்கள் நிலத்தை ஊதி சீராக்குகையில்
நாகத்தின் வால் – நட்சத்திரமானது
நாகத்தின் எலும்புகள் நகரங்களாகின...

இப்படி நாகர்களின் புதைவிடங்களில் உருவான இன்றைய நகர நாகரீகத்தைக் குறியீடாக முன்வைக்கிறது இக்கவிதை.

உண்மை குறித்த ஏக்கம், வேட்கை தொடர்ந்து ஒலிக்கிறது. உண்மை என்பதை ஒருவித முற்றொருமையாக பாவித்தல் என்பது மதம் மற்றும் சமய நம்பிக்கையாக மாறிவிடும் தன்மை கொண்டது. இக்கவிதைகளுக்குள் ஒரு பழங்குடி சமயநம்பிக்கை உள்ளது. புராதன, ஆதிப் பழங்குடி சமூகத்தை ஒரு முற்று முதலானதாக (absolute) பார்ப்பது ஒரு கற்பனாவாதமாகவே முடியும். அங்கும் மனிதகுல வளர்ச்சிக்கான வன்முறைகள் நிறைந்திருந்தது என்பதை மறுத்துவிட முடியாது. "சிறுநாகப்பூவாய் வெண்மையாய் / உண்மை பூக்கும் / அதுவே உலகை ஆளத் தகுதியானது" என்பதுபோன்ற முற்றொருமை சார்ந்த வரிகள் கவிதைகளில் காணக்கிடைக்கிறது. எது உண்மை? எந்த உண்மை? என்கிற கேள்விக்கு இயற்கையே பேருண்மை என்கிற பதில் முன்வைக்கப்படுகிறது. எந்தவொரு பேருண்மையும் ஒரு குறிப்பிட்ட மக்களை வன்முறையால் ஒடுக்கும் என்பதை கவனத்தில் கொள்ள வேண்டும்.

"ஆயுத எழுத்தில் இருந்து எப்போதும்
மூதாதையர்களின் மண்டை ஓடுகள்
முன்னும் பின்னுமாக உந்தி
வாய்பொத்திய
காதுகளை அடைத்த
கண்களை மூடிய விரல்களோடு
உருளுகின்றன"

இக்கவிதையில் ஆயுத எழுத்து என்பது கொன்று புதைக்கப்பட்ட மூதாதைகளின் மண்டை ஓடுதான் என்ற தமிழ் எழுத்துரு குறித்த ஒரு வலிமையான படிமம் முன்வைக்கப்பட்டுள்ளது. "முருகியம்" என்ற கவிதையில் ஒருவரி "மீன்களின் அசைவுகளில் எழுத்துருக்களைக் கண்டறிந்தார்கள்" என்பது. மொழி எழுத்தாக மாறுவது குறித்த இவ்வரிகள் சிந்தனையைத் தூண்டக்கூடிய ஒன்று. வரிவடிவம் என்பது மீனின் அசைவுகளாகக் கற்பனை செய்து பார்த்தால் அதன் அழகியல் தரும் பரவசம் முக்கியமானது. புராதன நோக்குநிலை (primitive gaze) என்பதன் வழி இவ் வாக்கியம் உருவானதாகக் கொள்ளலாம்.

"நிலைத்தல்" என்ற கவிதை பித்துமொழியில் எழுதப்பட்டுள்ளது என்றே சொல்லலாம். அல்லது பித்துமொழி என்பதைவிட முன் சொன்ன சந்நதத்தின் வெளிப்பாட்டில் வெளிப்படும் தொடர்பற்ற சிதறுண்ட கூற்று என்று கூறலாம். அதேபோல் காடுகளை அழித்துக் கட்டப்படும் மதிலுகள் பேசும் கவிதை "மதிலுகளின் உதடுகள்". ஓரிடத்தில் "பூமி சுற்றிவிடப்பட்ட நாணயமாகத் தள்ளாடுகிறது" என்ற வரியை வாசிக்கும் போது, பொருளாதார வலைப்பின்னலுக்குள் சிக்கிவிட்ட புவிகுறித்த படிமம் ஒரு பெரும் கோட்பாட்டை எளிமையாக சொல்லிச் செல்கிறது. இப்படி பல வரிகளை எடுத்துக் காட்டலாம். மெய்யியலை (தத்துவங்களை) உள்ளடக்கியதாக உள்ள பல ஆச்சரியமான வரிகள் ஆங்காங்கே சிதறியுள்ளன. வழக்கமாக ஓர்மை கொண்ட எழுதுதலில் காணப்படும் முழுமையோ, மையச் சொல்லாடலை சுற்றி எழுதப்படுதல் என்பதோ இக்கவிதைகளில் இல்லை.

இத்தொகுப்பிலுள்ள கொரோனா பெருந்தொற்று பற்றிய கவிதைகள் இரண்டு வகைகளில் மிக மிக முக்கியமானவை. ஒன்று தீநுண்மியின் (வைரஸின்) பொதுவான சமூகத் தாக்கத்தை சொல்வது. இரண்டு தீநுண்மி ஓர் உடலிற்குள் உருவாக்கும் வலியும், பாதிப்பும் குறித்தது. ஒரு கவிஞராக தேன்மொழி தாஸ்

தனக்குள் சென்று தன்மீது நிகழ்ந்த கொரோனா தீநுண்மியுடன் நிகழ்த்திய போராட்டத்தையும் அது உருவாக்கும் வலிகளைச் சொற்காளாக்கி அதற்கான ஒரு மொழியை உருவாக்கியுள்ளார் என்றே சொல்லலாம். உடலை "தீக்காளான்கள் கிருமிகள் ஆளுகின்றன.." என்று அவற்றின் ஆளுகின்ற தன்மையை மிக மிக நுட்பமான தனது நுண்ணிய விவரிப்புகள் மூலம் வாசிப்பாளருக்குள் உணர்வாக உருவாக்க முயல்வது அசாத்திய மான ஒன்று.

கிருமிகளின் இறையாண்மைக்குள் சிக்கிவிட்டது இவ்வுலகு என்றாலும், கிருமிகள் அனுமதித்த உலகில்தான் வாழ்கிறோம் என்பதைத் தனது இயற்கை சார்ந்த அரசியல்வழி வெளிப்படுத்து கிறார். அந்த உணர்வு எப்படி உள்ளது என்றால் "...மூளையை குழந்தையாய் கையிலெடுக்கிறேன், குழைத்த சாம்பல் சங்காய் புன்னகைக்கிறது" குழைத்த சாம்பல் சங்கு வாசிப்பவர் மனதில் படிமமாகும்போது ஒரு உடல் தனது இயக்கத்தை உள்ளுணரும் தன்மை புரிபடுகிறது. மற்றொரு இடத்தில் "ஓய்வெடுக்கத் தெரியாத மீன்தான் மூளை" என்று எழுதும்போது, மூளை ஒரு மீனைப்போல இடைவிடாது இயங்குவது உருவகமாக்கப்படுகிறது. இங்கு கவிதையுரு மூளையைக் கையிலெடுத்துப் பார்க்கிறது. இக் கற்பனை ஒரு நவீன ஓவியம் போன்றது.

தீநுண்மி உடலின் வலியை உருவாக்கினாலும் அது தரும் உயிர்வலி பற்றி இத்தொகுப்பிலுள்ள கவிதைகள் ஏற்கனவே சுட்டியதைப்போல முக்கியமானவை.

"தீநுண்மிகள் சிலந்திகளாய்
நரம்புகளுக்குள் ஊர்ந்து செல்கையில்
முடிச்சிடப்பட்ட துணிப்பை இந்த தேசம்
மற்றொரு தேசத்திற்கு"

"முடிச்சிடப்பட்ட துணிப்பை"

என்பது ஊரடங்கு குறித்து சொல்லப்பட்டது என்பதை விளக்க வேண்டியதில்லை.

"ஒவ்வொரு அவையங்களும் தனித்தனி உயிர்
ஒவ்வொரு வலியும் விசித்திரப் பயிர்"

புலன்களின் இணைப்பு சிதைந்து உடல் ஒரு அங்கக (organic) உயிரியிலிருந்து, அனங்கக (inorganic) உயிரியாக மாறிவிட்ட நிலை.

மூளையின் ஒருங்கிணைப்பிற்குள் ஒரு உடல் இல்லாமல் சிதறலாக சிதைந்துவிட்ட நிலை.

"உடலை ஒரு பொருட்டாக எண்ணாத உயிர்
உள்ளிருந்து எழுப்பும் தர்க்கத் தாண்டவம்"

உயிரும் உடலும் பிரிந்துவிட்ட நிலை, உள்ளில் நிகழும் தர்க்க தாண்டவம் என்பதெல்லாம் அந்த வலியை மொழியாக்கும் சொற்கள்.

"நீலத் தீப்பிஞ்சு உயிர்
கண்ணற்று நீந்துவதும்
காதற்று அலறுவதுமாய்
வாழ்நாள் முழுவதும் பசித்த தேகமுமாய்
நம்முள்ளே உலவுகிறது"

இப்படி உயிர்த்தலும் மரணமும் மாறிமாறி உடலுக்குள் நிகழ்த்தும் அத் தீநுண்மியின் ஆட்டத்தைச் சொற்களுக்குள் பொதிந்து தருகிறார் தேன்மொழி தாஸ்.

"மரணம் சுவாசக் காற்றின் சுழல் நடனம்" என உயிர்வாழ்தலின் வாதையைத் தொடர்ந்து கூறும் இக்கவிதைகள் உயிர் குறித்து முன்வைக்கும் இம் மொழிப்படிமம் அசாத்தியமான கவித்து வத்தை வெளிப்படுத்துவதாக உள்ளது. அதாவது, "உயிர் அருந்தவச் சுடர்" என்ற வரி வாழ்தல் இனிது, உலகின் ஆகப்பெரும் இன்பம் வாழ்தலே என்பதையும் அதன் இனிமையையும் இந்த சொல்லாக்கமே ஒரு உணர்வுப் படிமமாக மூளையில் பதிந்துவிடுகிறது.

"எவ்வுயிரின் கண்களும் கால்களைவிட அதிகம் நடக்கின்றன" சாதாரண வாழ்வில் புலப்படாதவற்றை நுட்பமாக கவனம் கொள்ளச் செய்வது இலக்கியத்தின் பணிகளில் ஒன்று. கால்களை விட கண்கள் அதிகம் நடக்கிறது என்ற கண் குறித்த படிமம் தினவாழ்வின் நமது அனுபவத்தில் காண மறந்த ஒன்றைக் காட்டித் தருகிறது. கால்களுக்கு முன்பாக கண்கள்தான் நடந்து நம்மை அழைத்துச் செல்கிறது.

மதங்கள் முன்வைப்பது சொர்க்கமல்ல; இதுதான் சொர்க்கம் என்று இயற்கை சார்ந்த மதம் ஒன்றைப் பேசுகிறது இவ்வரிகள்.

"எல்லா ஈர்ப்பு விசையும் காந்தமுடியாய் நீள்வதும்
எதிர்காலத்திற்குள்ளேயே காற்று
இடறி இடறி வீசுவதும்

கனவுகள் மீன் முட்டைகளாய் பொறிப்பதும்
வானத்தின் முழங்கால் நிலவாக மடங்குவதும்
இரவின் இதயம் வகைவகையான
பூச்சிகளின் ஓசையாக இயங்குவதும்
சொர்க்கமின்றி வேறென்ன"

"இயற்கை தான்
காட்டுத்தனமாக சொர்க்கம்
ஆதிகாலத்தில்
உலகின் தாய்களாய் இருந்தவை
சகல உயிர்களின் மனமின்றி வேறென்ன"

தர்க்கரீதியாக மனம் என்ற ஒன்று உயிர்களுக்கு முன்பு இல்லை. ஆனால். இலக்கியத்தின் கவித்துவம் அதர்க்கத்தில்தான் வேர்கொள்கிறது. ஒழுங்கை மறுப்பதும், ஒழுங்கின்மையை நோக்கி நகர்வதும், விதிகளை விலக்குவதும், விலக்குகளை விதிகளாக்குவதுமே இலக்கியத்தின் சமூகப் பணி என்றவகையில், இந்த அதர்க்கத்தை அனுமதிப்பதால், அது கவித்துமாக மாறு கிறது. "காட்டுத்தனமான சொர்க்கம்" என்ற சொல்லாட்சியில் வெளிப்படும் ஒரு அதீத உணர்வு முக்கியமானது. காட்டுத்தனமான என்ற சொல் இரண்டு பொருளில் நிற்கிறது. ஒன்று காடு என்ற பொருளிலும், மற்றது அதீதம் என்ற பொருளிலும். காரணம் இவரது உள்ளுணர்வில் உள்ள ஒரு கவித்துவ அழகியல் பரிமாணம் காடும், காடு சார்ந்த இடமும் மற்றும் மலையும் மலைசார்ந்த இடமும்தான்.

இத்தொகுப்பிற்கு முன்னுரை எழுதித் தரும்படி கேட்ட நண்பர் புது எழுத்து மனோன்மணி அவர்கள், இது அரசியல் கவிதைகள் தோழர்! அதனால் உங்களிடம் முன்னுரை கேட்ப தாகச் சொன்னார். தோழர் கூறியதைப்போல இத்தொகுப்பில் சூழல் சார்ந்த அரசியல் மட்டுமின்றி, உலகமய அரசியல், பாசிச மயமாகிவரும் இந்துத்துவ மதவாத அரசியல் குறித்தும் சில கவிதைகள் உள்ளது. குறிப்பாக மதவாத அரசியல் குறித்து "தேசத்தை மதவாதம் பிசைகிறது" என்று எழுதுகிறார். தேசத்தை சப்பாத்தி மாவுபோல பிசைந்து தங்களுக்கேற்ப உருவு சமைக்க முயல்வதை இந்த வரி சொல்லிவிடுகிறது. உண்மையில் மதவாதம் இன்று நீக்கமற நிறைந்துவிட்ட ஒரு சூழலை வெளிப்படுத்தும் கவிதைகள் இதில் குறிப்பிடத்தக்க அளவிற்கு உள்ளது. "நாடு" என்ற கவிதை இத்தகைய கவிதைகளுக்கான ஒரு உள்ளடக்க மாதிரி.

நாடு
சுரண்டப்பட்ட பூர்வகுடிகளின் காடு
நகரம்
வேறு என்ன
மழுங்கடிக்கப்பட்ட மக்களின் மனநிலை
அரசு
திருடன் கையில் அகப்படும்
தங்க வாள்...

இதுபோன்ற கவிதைகள் எளிமையாக சொல்லவந்த கருத்தை சொல்லிவிடுகின்றன. இன்றைய மதவாத பாசிசத்தின் குறி இலக்கு இங்குள்ள பூர்வகுடிகள், தலித்துகள், சிறுபான்மையினர்தான். பரதகண்டம் என்ற பாரம்பர்யமிக்க பெருமைமிகு நாடு நாகர்களை ஒழித்த வரலாறே மகாபாரத காண்டவ வன எரிப்பு என்பதும், கிருஷ்ணன் நாகத்தின் தலையில் ஆடிய நாட்டியமும். இத்தொகுப்பின் அரசியல் கவிதைகளில் இந்த ஆதிக்குடிகளின் அதிகாரத்துவ பாசிச, எதேச்சதிகார எதிர்ப்பு என்பதன் நவீனக் குரலைக் கேட்க முடிகிறது. ஒடுக்கப்பட்ட, நிராகரிக்கப்பட்ட, விலக்கப்பட்ட, அடக்கப்பட்ட மக்களின் குரல்கள் முணுமுணுப்பாகவும், ஆங்காரமாகவும், ஓலமாகவும், பரிதவிப்பாகவும் இக் கவிதைகளின் நெடுக கேட்க முடிகிறது.

"புனைவு தேசத்தின் விதி" என்ற கவிதை எப்படி புராணங்கள், இதிகாசங்கள் என்ற புனைவுகள் வழியாக இந்த தேசத்தின் விதி எழுதப்பட்டுள்ளது என்பதை மிக நுட்பமாக தனது நுண்கதை யாடல் வழியாக வெளிப்படுத்துகிறது.

"நமது தேசத்தின் சதையை
யாரோ உணவாக உட்கொண்டு விட்டார்கள்
எலும்புகளோ நூலாக சிலர்
குறுமுதுகுகளின் குறுக்கே கிடக்கிறது
இப்படியான விசித்திர விதியில்தான்
தேசம் ஆட்கொள்ளப்பட்டிருக்கிறது"

எலும்புகள் நூலாக திரிக்கப்பட்டு முதுகில் கிடக்கிறது என்பதிலும் நூல் என்பது இரட்டைப் பொருளில் வருகிறது. வரலாற்றை திரித்த புனைவு நூல்கள்தான் (புத்தகங்கள்) அந்த முதுகில் குறுக்கே கிடக்கும் நூல்கள் (கயிறுகள்). மேலும், நீள்கிறது கவிதை...

> "ஆன்மமற்ற இதிகாசத்தின் நாயகன்
> ஓரிடத்தில் பிறந்ததாக நிலம் புரட்டப்படுகிறது
> எழுப்பப்பட்ட கட்டிடங்கள் இடிக்கப்படுகின்றன
> எழுதப்பட்ட இருட்டு பகலாக உருட்டப்படுகிறது
> இதிகாசத்தின் பொருட்டு மொழியும்
> அதன் மூல நடுகற்களும் மாற்றப்படுகின்றன
> தேசத்திற்கு தேசம் மொழி பகையாகிறது
> இயற்பேரறிவு கொண்ட வீரன்
> புனைவு வில்லனாகிறான்"

இந்த தலைகீழாக்கம் மொத்த சமூகத்தையும் புனைவு விதிகளுக்கு ஆட்படுத்திவிட்டது. இதுவே இன்றைய இந்திய சமூகத்தின் எதிர்விதியாக மாறிவிட்டது. முழுக்கவிதையை வாசித்தால் இந்தப் புனைவு குறித்த ஓர் உக்கிரமான மொழியாடலை வாசிக்க முடியும். "வினோத தேசம் மனிதர்களை / விலைமலிவாக்கு கிறது" இதைவிடவும் தற்கால அரசியலை தெளிவாக சொல்லி விடமுடியாது. ஓரிடத்தில் புரட்சி, போராட்டம், எதிர்ப்பு என்பது புவியின் ஆதிவேரில் வெடித்துக்கிளம்பும், நீரின் எழுச்சியின்முன் எல்லா அதிகாரமும் அழியும் என்று பேசும் குரல், பிறதொரு இடங்களில் மூதாதைகளின் சபிக்கும் குரலாக ஒலிக்கிறது. "மரங்கள் மூதாதையர்களின் கருவிழிகள்" என்பதால் இந்தப் பேரழிவுகளை, மதவாத பாசிசத்தை இயற்கை உற்று கவனிப்பதான படிமம் உருவாகுகிறது.

> "எதன் மீதும் குரல் எழுப்புகிறது காற்றின் ஆன்மா
> எந்தப் புகாரும் இன்றி
> நிலம்
> யாவற்றையும் யாவருக்காகவும் சகிக்கிறது"

என்று போராட்டமும், சகித்தலுமாக இந்தக் குரல் மாறி மாறி ஒலிக்கிறது. மந்திரங்களாக உள்ளிறங்கும் மொழிவழி இந்தப் போராட்டம் எதிர்கொள்ளப்படுகிறது இக்கவிதைகள் வழியாக. ஆதிக்குடிகளின் உணர்வுகள் புதையுண்டு கிடக்கிறது. அது கிளர்ந்தெழும் ஒரு மந்திரமாக. இவற்றை அவை அழிக்கும் என்கிற நம்பிக்கையைப் பேசுகிறது.

குறிப்பாக பழங்குடிப் பெண் குரலாக ஒலிக்கும் பெண்ணியக் கவிதைகள் வழக்கமான பெண்ணுரிமை கவிதைகளில் தனித்து

ஒலிப்பதாக உள்ளது. அதிலும் காமம் என்பதை எழுதிக் காட்டும் விதம் மிகவும் வித்தியாசமானது. "தாய் திணை" என்ற கவிதை விரிவாக வாசிக்கப்பட வேண்டிய கவிதை. அதன் நுட்பம் ஐந்திணை சமூகம் என்ற தமிழ் வரலாறு ஆணிய தன்மையுடன் எப்படி பெண் ஒடுக்குதலை உருவாக்கியது என்கிற வரலாற்றை பெண்ணிய நோக்கில் பேசுகிறது. காமம் என்பது எப்படி தமிழ் பெண்ணுடலில் (ஐந்திணை அதிகாரத்தை கையில் வைத்திருந்த) ஆணின் ஐவகை குற்ற உணர்வால் கட்டப்பட்டது என்பதைச் சுட்டுகிறது.

"காமமே அரசாட்சியின் மனக்கண்ணாடி" என்று அதிகாரத்தின் ஆணிவேரை (ஆண்வேரை) அகழ்ந்து காட்டும் இக்கவிதை "அன்பே ஆக்கும் கலை" ஆனால், அன்பை காமம் காவுகொள்கிறது என்பதைத் தொடர் கூற்றுகள் வழி விளக்குகிறது.

> "காமத்தால் அடிமையாக்கப்பட்டதே தாயகம் (தாய் அகமும்)
> தாயின் காமத்தின் மீது பூசப்பட்டதே வர்ணம்"

இந்த வரிகள் மிக வலிமையான ஒரு மாற்றுக் கருத்தியலை முன்வைக்கிறது. வர்ணம் தாயின் காமத்தின் மீது பூசப்பட்டது என்பது காமம் தந்தை வழி அதிகாரத்தின் தொழில்நுட்பமாக மாறியது என்பதை விவரிக்கிறது. அன்பின் ஐந்திணை என்ற காதல் வாழ்வு, ஆணாதிக்க அதிகாரத்தால் காமத்தின் ஐந்திணை குற்ற உணர்வாக கட்டப்பட்டு, காமம் என்ற காமஉந்த ஆற்றலைக் (libidinal energy) கொண்டு சமூகத்தைக் கட்டமைத்த கதையாக இதனை வாசிக்க முடிகிறது. 'லிபிடனல் எக்கானமி' என்கிற காமஉந்தப் பொருளியல் குறித்த நவீன கோட்பாடுகள் காமம் எப்படி பண்பாட்டை, வரலாற்றைக் கட்டமைக்கிறது என்பதைப் பேசுகின்றன. இதைத்தான் ஓர்மையற்ற நிலையில் வெளிப்படும் சந்நத நிலை அல்லது பித்துநிலை என்று மேலே குறிப்பிட்டேன். ஆனால் அவரது கூர்மையான மொழிவழிப் பெறப்பட்ட நுண்திறன் உருவாக்கும் ஒரு ஓர்மையற்ற, மொழிவயப்பட்ட நிலையில் இவை வெளிப்படுகிறது என்று ஊகிக்க இடமுண்டு. படைப்பின் உன்னதம் இப்படியான மொழிவயப்பட்ட நிலையிலேயே சாத்தியம். பொதுவாக, இதைப் புரியாத படைப் பாளர்கள் தன்னை ஓர் உன்னத சாமியாடியாக, உள்ளொளி பெற்ற மாந்திரீகராக, தீர்க்கதரிசனம் பெற்ற தீர்க்கதரிசியாக கற்பிதம் செய்துகொள்வது என்பது நிகழ்ந்துவிடுகிறது. அந்தக்

கற்பனையே அவர்களைப் பல்வேறு அபத்த வாக்கியங்களை, ஆப்த வாக்கியங்களாக உளற வாய்ப்பளித்து விடுகிறது.

"காமம் நீதிக்கு நேர்நஞ்சு
பெண்ணிடம் வலுவாய் வலிந்து திணிக்கப்பட்ட
முடிவில்லா போர்
ஆணின் ஐவகைக் குற்றவுணர்வு"

என்று தொடரும் இக்கவிதை, காமம் குறித்து வந்த வலுவான முக்கியமான ஓர் உடலரசியல் சார்ந்த கவிதை. இப்படியான பல கவிதைகளைத் தேன்மொழி தாஸிடம் வாசிப்பது ஒரு வாசிப் பாளனாக, திறனாய்வாளனாக, கோட்பாடுகளில் ஆர்வம் உள்ளவனாகப் பெரும் மகிழ்வைத் தருவதாக உள்ளது என்பதைப் பதிவது அவசியம்.

இறுதியாக, திருமொழி என்றொரு கவிதை இத்தொகுப்பு கவிதைகளின் ஒரு வடிவமாதிரி. இதில் மேற்சொன்ன அனைத்து மையக் கருத்தாக்கமும், கவிதைகளின் உள்ளடக்க அரசியலும், கவிதைகள் குறித்து ஓர் ஆசிரியராக அவர் நம்பும் திருமொழி என்கிற கருத்தும் வெளிப்படுவதைக் காணலாம்.

"எந்தெந்த தெய்வங்களின் வரலாறு
மறைக்கப்பட்டதோ
எந்தெந்த தெய்வங்களின் வரலாறு
பொய்யாக உருவாக்கப்பட்டதோ
எந்த ஆற்றின் வழி மாற்றப்பட்டதோ
அதே நிலத்தில்
அதே ஆற்றின்
மணல்பால் பருகி
நடுகல் நெற்றியில் நன்னீர் தெளித்து
குலம் செழிக்கக் குலவையிட்டு
திணை நிலங்களின் வேர்கொண்டு
திருமந்திரம் படைத்து
வளரியும் வாளும்
பறையும் தமருவும் அதிர
நீங்கள் ஆடி நிலைத்த நிலத்தில்
நம் உயிர்ப் பாடல்கள் இருக்கின்றன"

இதற்கு விளக்கம் தேவையில்லை. தனது கவிதைகளை ஒரு "உயிர்ப் பாடல்கள்" என்பதாகக் கற்பிதம் செய்துகொள்வது

அவரது கவித்துவ உள்ளாற்றலை வலுவானதாக மாற்றுகிறது. அங்கிருந்து சொற்கள் பீறிடுகிறது. அவரது கவிதைகளை வாசிக்கும்போது ஏற்படும் ஆச்சர்யம் அவர் திட்டமிட்டோ, ஒரு குறிப்பிட்ட பார்வை நிலையிலோ எழுதுவதாகத் தெரியவில்லை. மொழி ஒரு காட்டு மிருகத்தைப்போல அவரை அடர்ந்த காட்டிற்குள் இழுத்துச் செல்கிறது. அக்கனவுலகில் இருந்து நனவுலகிற்கு வருவதும், போவதுமான ஒரு ஆட்டமாகவும் அதுவே அவரது வாழ்தல் பரப்பாகவும் உள்ளது.

இந்த முடிவுகளுக்கு ஆதாரமாக, அவர் தனது கவிதைகள் குறித்து வெளியிடும் இரண்டு அறிவிப்புகளுடன் (பிரகடனங் களுடன்) இதனை முடிக்கலாம்.

"வினோத மூச்சின் அறைகளையே உடலாகக் கொண்ட
அல்லிக் கொடிகளைத் தீண்டும் போது
மந்திரமிக்க சொல்
நீரிலிருந்து பிறப்பதைப் படித்திருக்கிறேன்"

அவரது மொழி மந்திரமிக்க சொல்லாக எப்படி வெளிப் படுகிறது என்பதை மேற்கண்ட வரிகள் விளக்குவதாக உள்ளது. அவரது உடலே ஒரு மந்திர உடலாக மாறிவிடுகிறது என்பதான ஓர் உன்மத்த நிலையை அவர் அடைவதான எண்ணம் அவரது கவிதைகளின் காட்டுத்தனத்தைச் சொல்வதாக உள்ளது.

அடுத்து, "நித்தியத்துவமான வழக்காடும் சொற்களை இப்படித்தான் படைத்தேன்" என்று ஒரு வரி உள்ளது. இதனை வடமொழியில் 'வித்தியா கர்வம்' என்பார்கள். ஒரு படைப்பாளிக்கு இத்தகைய தன்னம்பிக்கை அவசியமானது. அதுதான் தனது படைப்பின்மேல் நம்பிக்கையை உருவாக்கும் உற்பத்தி சக்தியாக இயங்கக்கூடியது. சித்தமும், பித்தமும் கலந்த இந்த 'வித்யா கர்வம்' அவரது சொற்களை நித்தியத்துவமானது என்று வழக்காடுகிறது. நித்தியம், அநித்தியம் என்ற மெய்யியல் (தத்துவம்) சார்ந்த சொல்லாடல்கள் குறித்து நிறைய பேசலாம். ஆனாலும், மார்க்சியம் மாற்றம் ஒன்றைத் தவிர மாறாதது ஏதுமில்லை என்கிறது. எல்லா நித்தியமும், அநித்தியமே. அதை ஆதிக்க சக்திகளின் பெருங்கதையாடல்களே (metanarrative - கதைகளை உருவாக்கும் பெருங்கதைகள்) தீர்மானிக்கிறது என்கிற புரிதல் முக்கியமானது. இதனை பௌத்தம் "பிரதித்ய சமுத்பாதம்" என்கிறது. பிரபஞ்ச இயற்கை நிலையாமையுடன் ஓயாமல் மாறிக்

கொண்டிருப்பது என்கிறது. ஆகையால் நித்தியத்துவம் என்பது ஒரு கற்பிதமே. அநித்தியமே நித்தியமானது என்ற இயங்கியல் புரிதல் மெய்யியல் அடிப்படையில் அவசியமானது.

இறுதியாக, இத்தொகுப்பு குறித்த எனது வாசிப்பைத் தொகுத்து முடிக்கலாம். வாழ்தல் இவருக்கு எப்படி உள்ளது என்பதை இந்த வரிகள் சொல்கிறது "சொல்லின் காட்டு வேர்களில் இப்படித்தான் வாழ்வைக் கடக்கிறேன்". சொல்லின் வேர் என்பது சாதாரண வேர் அல்ல, காட்டு வேர். இதிலும் காடு என்பது காடாகவும், காட்டுத்தனமாகவும் உள்ளது. இப்படி இயற்கையில் வேர்கொண்ட சொற்களை கவிதை எனும் பிரதியாக நெய்கிறார். ஒரு பழங்குடி காட்டு மூங்கில்களில் முடையும் அழகானதொரு கூடையைப் போல. அவரிடம் ஒரு அசாத்தியமான ஓர் உள்ளுணர்ச்சி இயற்கை சார்ந்து அமைந்திருக்கிறது. அந்த உள்ளுணர்ச்சியை அவர் தனக்குள் பொதிந்த மூதாயின் குரலாக வெளிப்படுத்த முனைந்துள்ளார். என்றாலும், பலவித பொருண்மைகளைத் தரக்கூடிய விகசிப்புகளை உள்ளடக்கிய இக்கவிதைகள் தமிழில் முக்கியமானவை என்பதை மறுப்பதற்கில்லை. இவரது கவிதைகளில் காணப்படும் மெய்யியல் கூறுகளைக் கோட்பாட்டு பார்வையில் வாசிப்பது தமிழின் ஒரு பழங்குடிப் பாடல் மரபு கிளைத்த கதையைப் புரிந்துகொள்ள உதவலாம். அதை மற்றொரு வாய்ப்பிற்கு நகர்த்திவிட்டு முடிக்கலாம்.

(30.11.2021)

8

பெண் தன்னைக் கண்டடைதல்

83’ ஜூலைக் கலவரத்திற்குப் பிந்தைய தமிழ் அறிதல் முறையில் ஒரு பெரும் உடைசல் உருவானது. புறநிலையில் அது தமிழ் தேசிய உணர்வாகவும், அதுவே அரசியலில் தேசிய உடலாகவும் முதலீடு செய்யப்பட்டது. குறிப்பாக, தமிழ் சமூகம் 60–களின் இந்தி எதிர்ப்பு போராட்டத்திற்குப்பின், தெருவில் இறங்கி போராடியது ஈழப்பிரச்சனைக்காக. அதன்வழியாக தமிழகத்தில் தமிழ் தேசிய உணர்வு விழிப்பு கொண்டது. அக நிலையில் அது இலக்கியத்தின் பேச்சமைதியில் கற்பனைகளை விட்டு யதார்த்த சிதைவை முதன்நிலைப்படுத்துவதும், யதார்த்த சித்திரிப்புகளைக் கூர்மையாக உணர்வு சார்ந்த நிலையில் வெளிப்படுத்துவதாகவும், அகம் சிதைந்த புறவெளித்தோற்றத்தை உருவகிப்பதாகவும் அமைந்தது. அதற்கான தொடக்கத்தைத் தந்தவை 80–களில் வெளிவந்த தமிழ் ஈழக்கவிதைகள் என்றால் மிகையாகாது.

குறிப்பாக கவிஞர் சேரன், வ.ஐ.ச. ஜெயபாலன் போன்றோரின் கவிதைகள் தமிழ்ச்சூழலின் கவிதை வடிவத்தை மாற்றியதில் முக்கிய பங்கு வகித்தது என்பது மாணவப் பருவத்தில் கவிதைமீது ஈடுபாடு கொண்டு கவிதை எழுதியவன் என்றவகையில் எனது பார்வை. இலக்கியத்திலிருந்து என்னைப் போல எண்ணற்ற இளைஞர்கள் அரசியலுக்கு நகர்ந்ததும், இலக்கியத்தின் வழியாக அரசியல் உணர்வாக்கத்தைப் பெற்றதும் முக்கிய நிகழ்வு எனலாம். அரசியலுக்கும் இலக்கியத்திற்கும் சந்திக்கவே முடியாத இடைவெளியை உருவாக்க முனைந்த கலைமுதல்வாத பிளவு

சிதைந்து, இலக்கியம் அரசியலுக்கும், அரசியல் இலக்கியத்திற்கும் இடையிலான ஊடாட்டம் அதிகரித்தது. இந்த ஊடாட்டம் தமிழ் இலக்கியச் சூழலில் ஒரு பெரும் மாற்றத்தை உருவாக்கியது என்றால், ஈழ இலக்கியச் சூழலில் உயிர்ப்புள்ள பல இலக்கிய ஆக்கங்களை ரத்தமும் சதையுமாக பிரசவித்தது.

துல்லியமாகச் சொன்னால் அது தமிழ்க் கவிதையின் சொல்லுதலை மாற்றியமைத்தது. சமகால வாழ்வை கவிதைக்குள் 'ரொமாண்டிசிசம்' இன்றி சொல்லத் துவங்கியது. கவிதைக்குள் 'ரியாலிசம்' மையத்திற்கு வந்தது. அதுவும் சமகால வாழ்வின் யதார்த்தம் கவிதைப் பரப்பிற்குள் தீவிரமாகியது. அதுவரை தமிழில் புழங்கிவந்த கவிதைகளில் இருந்த அரசியல் கோஷங்கள், கோஷங்களைக் கிண்டலடிக்கும் அரசியல் கவிதைகளிலிருந்து மாறுபட்ட ஒரு சொல்லுதல் உருவாகியது. தமிழில் இருந்துவந்த கவிதையின் சொல்லுதல் மாற்றம் பெற்றது. வாழ்வியல் சார்ந்த பெரிய தத்துவ சிக்கல்கைளைச் சொல்லுவது, இயற்கையை, இயல்பு நவிற்சியை ரசனையுடன் காட்சிப்படுத்துவது கவிதை என்பதாகவும், அரசியலைப் பேசுதல் அழகியலற்றது என்கிற கலைமுதல்வாதமும், 80–களில் பின்னுக்குத் தள்ளப்பட்டது, ஈழக் கவிதைகளின் உருவாகிவந்த புதியதொரு சொல்லுதல் பாணியால். யதார்த்தத்தின் போர்நெருக்கடிக்கு ஆளான புறச்சூழலினை பதிய வைப்பதன் வழியாக ஒருவித கலகக்குரல் தன்மை உருவானது. இந்த கலகக்குரலின் ஒரு வெளிப்பாடே செல்வி மற்றும் சிவரமணியின் கவிதைகள்.

ஈழத்தின் போர்ச்சூழல் பல பெண் கவிஞர்களை உரு வாக்கியது. அக்காலகட்டத்தில் ஈழத்தில் எண்ணற்ற பெண் கவிஞர்கள் காத்திரமான கவிதைக் குரலுடன் வெளிப்பட்டனர். பெண்கள் தங்களைக் கண்டடைதல் என்கிற நிகழ்வுப்போக்கு தொடங்கியது என்பது மிகைக்கூற்றாகாது. அவ்வாறு பெண்ணைக் கண்டடைதல் என்ற செயல்போக்கில் மிக முக்கியமான இரண்டு கவிதைக்குரல்கள் கவிஞர் செல்வி மற்றும் சிவரமணியுடையவை. புறஉலகின் போர்ச்சூழலில் நொறுங்கிய அவர்களது அகஉலகின் பதிவுகளாக உள்ளன இக்கவிதைகள். இருவரும் மிகச்சிறிய வயதில், தங்களது கவிதைகளை ஓர் இலக்கிய சாட்சியமாக முன்வைத்துவிட்டு மறைந்து போனவர்கள். கவிஞர் செல்வி கடத்தப்பட்டு இறுதிவரை அடையாளம் தெரியாமல் காணாமல் அடிக்கப்பட்டார். கவிஞர் சிவரமணியோ தனது அகஉலகின் அதீத அழுத்தம், புறஉலகின் போர்ச்சூழல் எனத் தன்னை

கண்டடைய முடியாத அடையாளமற்ற மனச்சோர்வில் அது உருவாக்கிய அதீத மன அழுத்தத்தில் தன்னை மாய்த்துக் கொண்டவர்.

இரண்டுமே ஒருவகையான சமூகக்கொலை (social murder). ஒருவர் கடத்தப்பட்டுக் கொல்லப்பட்டார் என்றால், மற்றொருவர் புறநிலை உருவாக்கிய நெருக்கடியால் உருவான மன அழுத்தங் களின் உச்சத்தில் தற்கொலை செய்துகொண்டார். இருவரது மரணத்திலும் ஓர் ஒற்றுமை உண்டு. சமகால வாழ்வையும், விடுதலையையும் பெண்ணைக் கண்டடையும் செயல்போக்கில் விமர்சனரீதியாக அணுகியவர்கள். கண்மூடித்தனமான ஆதரவு, எதிர்ப்பு என்ற இருமைஎதிர்வு நிலையில் இல்லாமல், வாழ் தலுக்கும், உயிர்த்தலுக்குமான செயல்போக்கில் வைத்து விடுதலையை நோக்கியவர்கள். பெண்ணியல்பில் ஒரு விடு தலையின் சாத்தியத்தைப் பெண்ணிய நோக்கில் அணுகியவர்கள். பொதுவாக பெண்ணியம் சார்ந்த கவிதைகளில் காணப்படும் "ஆதித்தாய்" அரற்றல்கள் இல்லை. நவீன பெண் முகங்கொடுக்கும் பிரச்சனைகள், விடுதலை குறித்த விமர்சனரீதியான கேள்விகள் அவர்களால் முன்வைக்கப்பட்டுள்ளது.

இருவருமே தனது சமகாலப் போர்ச்சூழலுக்கு முகங்கொடுத்த வர்கள். இருவரிடமும் ஒரு கனவு இருந்தது. அக்கனவின் அகப் பதிவுகளாகத் தங்கள் கவிதைகளை முன்வைத்துள்ளனர். ஒரு விடுதலையடைந்த சமூகம் பற்றிய கனவு அது. அதில் மனிதம் தழைத்தோங்க வேண்டும் என்கிற வேட்கை இருந்தது. ஆப்பிரிக்க கறுப்பினம், தமிழ் ஈழமக்கள், ஒடுக்கப்பட்ட மக்கள், விளிம்பு நிலைக்குத் தள்ளப்பட்ட பெண்கள் ஆகியோரின் வலிமையான குரலாக, விடுதலைக்கான குரலாக அந்தக் கனவின் கதறல் இருந்தது. மார்க்சியர்கள் கூறுவதைப்போல பெண் என்பவள் இரட்டை ஒடுக்குமுறைக்கு ஆளாகிறாள். ஒன்று சமூகத்தின் வர்க்க ஒடுக்குமுறை, மற்றது வர்க்கத்திற்குள் ஆணாதிக்கம் என்ற பாலின ஒடுக்குமுறை. குறிப்பாக இந்தியா, இலங்கை உள்ளிட்ட நாடுகளில் பெண்கள், அதிலும் குறிப்பாக தலித் பெண்கள் மூன்றுவித ஒடுக்குமுறைக்கு ஆளாகிறார்கள். சாதி என்கிற தீண்டாமை ஒடுக்குமுறைக்கும் ஆளாகிறார்கள். இத்தகையதொரு அவலமிக்க சமூகச் சூழலில் பெண்ணெழுத்து எல்லா வகை ஒடுக்குமுறைகளின் உள்ளுணர்வைக் கூர்மையாக வெளிப்படுத்துவ தாகவும், தன்னையே, தனது உடலையே கண்டடைவதாகவும் அமைகிறது.

அதனால்தான், பெண் மரத்துப்போன ஒரு பதுமையாக, சரியாகச் சொன்னால் மரப்பாச்சி பொம்மையாக மாற்றப்பட்டு விட்ட உணர்வை கவிஞர் செல்வியால் இப்படி கூறமுடிகிறது...

"வானவெளிக்கு, அதற்கப்பாலும்
நீண்டு நீண்டு விரித்ததென் கனவுகள்
அன்றே ஒடுங்கின
யன்னல் கம்பியும் வீட்டு மதிலும்
எனது இருப்பை வரையறை செய்தன"

இதிலிருந்து மீண்டெழும் ஓர் உணர்வைத் தனது கனவின் எச்சமாக இவர்களது கவிதைகள் முன்வைக்கின்றன. விடுதலையின் மீதும், யுத்தம் இறுதியில் வெற்றிகொண்டு தனது மண் மீட்கப்படும் என்ற நம்பிக்கையைத் தொடர்ந்து இக்கவிதைகள் பேசுகின்றன. ஆனால், அதில் பெண்ணின் பங்கு குறித்த கவலையும், அச்சமும் வெளிப்படுவதைக் காணமுடிகிறது.

தங்கள் பொழுதுகள் இனி மீளுமா? என்கிற கேள்வியை எழுப்புகிறது இருவரது கவிதைகளும். செல்வி தங்கள் பொழுதுகள் எப்படி மாறிப்போயின ஈழப்போர்ச்சூழலில் என்பதை இரண்டு வேறுபட்ட பொழுதுகளைக் காட்சிப்படுத்தி எழுதுகிறார். அதே உணர்வை சிவரமணியும் ஒரு கவிதையில் காட்சிப்படுத்துகிறார்.

செல்வியின் கவிதையின் தொடக்கத்தில் மகிழ்வைத் தந்த பொழுதுகள் இறுதியில் இப்படி மாறிவிடுகிறது...

"காகம் கரைவதும் நெருடலாய் ஒலித்தது
மெல்லிய ஒலிகளும் பயத்தையே தூண்டின
எங்கும் அச்சம்; எதிலும் அமைதி.
தென்றல் சிலிர்ப்பில் உணர்வே இல்லை
காலைச் செம்மையை ரசிப்பதை மறந்தோம்..."

நேற்று என்பது இனிய நினைவாகவும், இன்று கொடூரமான யதார்த்தமாகவும் மாற, நாளை என்பது நம்பிக்கையற்றதாக மாறிவிட்ட ஈழ வரலாற்றை இக்கவிதைகள் தொடக்க காலத்திலேயே முணுமுணுப்பதை உணரமுடிகிறது.

"கோடை" என்ற கவிதையில் வரும் காலை தட்டும் கல்லின் கூறிய நுனி குருதியின் சுவையறிவதைக் காட்சிப்படுத்தும் செல்வி, ஈழம் என்ற தாயகம் குருதியின் சுவையறிந்த மண்ணாக

மாறிவிட்டதை உணர்த்துகிறது. காலைத்தட்டும் கல் சூழலின் குறியீடாக மாறி, களவாடப்பட்ட பொழுதுகள், நினைவின் வன்முறை, அதன் அதீத வெப்பம் எனப் பலவற்றை உணர்த்துவ தாக உள்ளது.

“ஒதுங்கிப் போன இனிய பொழுதுகள்
ஊமையாய் மனதுள் அழுத்தும்”

காலம், அதாவது பொழுது (தொல்காப்பியம் பகுக்கும் சிறு பொழுது, பெரும்பொழுது எல்லாம்) ஊமையாய் மாறிவிட்டதைப் படிமப்படுத்திவிடுகிறது இக்கவிதை. காலமும், வெளியும் பருவந்தவறிய கோடையாக மட்டுமே உறைந்துவிட்டதை, திணைக்கோட்பாடு கூறும் கோடையின் வெம்மையில் பாலையாக நிலம் திரிந்துவிட்டதைப் போர்ச்சூழல் பின்னணியில் ஒரு மரபான தமிழ்மனத்தின் அரற்றலாக வெளிப்படுகின்றது இவர்களின் கவிதைகள். பாலை என்ற திணை போர்க்களத்தின் வெம்மை பரவிய நிலம் என்பதை இக்கவிதைகள் உணர்த்துவதாக உள்ளது. மிகக்குறைவான கவிதைகள் என்றாலும் செல்வியின் கவிக்குரலில் இந்த நிலத்திரிபும், பொழுதின் உறைவும் அழுத்தமாக வெளிப்படுகிறது.

“விடைபெற்ற நண்பனுக்கு” என்ற கவிதை அகப்பாடல் முறையில் தலைவியின் நேர்க்கூற்றாக தலைவனுக்கு விடும் தூதாக எழுதப்பட்டுள்ளது. ஆனால் இந்த நவீனத் தலைவி, தலைவனை இப்படி அழைக்கிறாள்.

“வாழ்வதை இங்கு நிச்சயப்படுத்த
கொடுமைகட் கெதிராய்க் கோபம் மிகுந்து
குமுறும் உனது குரலுடன்
குழந்தைச் சிரிப்புடன் விரைந்துவா
நண்பா!”

இங்கு சங்க அகப்பாடல் காட்டும் தலைவியின் பெரும் மனமாற்றத்தைப் பார்க்கமுடிகிறது. அகமும், புறமும் ஒன்றியைந்து விட்ட ஒரு சூழலில், தலைவன் நண்பனாகிவிட, சங்க காலத்தில் பசலை படர்ந்து தனது காதலின் வேட்கையை முணுமுணுக்கும் தலைவி, எங்கள் காலத்தில் போர்ப் பிரகடனம் செய்து போரிட தனது தலைவனை “குழந்தைச் சிரிப்புடன் விரைந்துவா” என அழைக்கிறாள். தமிழின் அகப்பாடல் இனவிருத்தியை மையமிட்ட

காதல் எந்திரங்களைக் கட்டமைத்தது என்றால், புறப்பாடல்கள் இனவலிமையை மையமிட்ட போர் எந்திரங்களை கட்டமைத்தது. நவீன தமிழ் இனம் இன்று காதல் எந்திரங்கள், போர் எந்திரங்களை உருவாக்க வேண்டிய தேவைக்குத் தள்ளப் பட்டுள்ளது என்பதைத் தனது உள்ளுறையாகக் கொண்டிருப்பதை இக்கவிதை வாசிப்பு தருவதாக உள்ளது. "விழுப்புண்ணற்ற மார்புகள் தழுவப்படா" என்கிற சங்ககாலத் தலைவியின் குரலை, போரால் இரத்த சகதியாக்கப்பட்ட ஈழத்தின் பெண் குரலாக இதில் கேட்க முடிகிறது. ஆணுடலை போர் எந்திரமாக கட்டமைக்க பெண்ணுடலின் காதல் வேட்கை ஓர் உற்பத்தி சக்தியாக மாறியுள்ளதைத் தடம் காட்டுகிறது இக்கவிதைகள்.

இதே பாணியில் அமைந்த மற்றொரு காதல் தூது கவிதையை எழுதும் செல்வி அதனை "மனிதம் மறந்து சவமாய்க் கிடந்து வாழ்தலில் எனக்குப் பிரியமே யில்லை" என்று முடிக்கிறார். "இன்று புறாவும், அன்னமும் தூது செல்லும் காலமா இது?" என்ற கேள்வியின் வழியாக மொத்த தமிழ்ச் சமூகத்தின் அகத்தை அதன் புதிய பரிமாணத்தை வெளிப்படுத்தி விடுகிறார். "தென்றல்கூட இளமையிழந்து மௌனமாய்" என்ற தென்றலின் மென்னுணர்வெல்லாம் வன்னுணர்வாகிவிட்டதை கவிதை மௌனமாக சொல்லிச் செல்கிறது. இக்கவிதைகளில் சிக்கலான வார்த்தைகள், கவித்துவம் என்று நம்பப்படும் மொழிச்சிடுக்குகள், வார்த்தையாடல்கள், சங்கத் தமிழ் வார்த்தைகளை வைத்து விளையாடும் பாங்கு என்று ஏதுமில்லை. தங்களது போர்ச்சூழலை முன்வைக்க எளிமையான மொழியில் வலிமையான உணர்வை முன்வைக்க முயல்கின்றன இக்கவிதைகள்.

"விட்டு விடுதலையாகி நிற்பாய் இந்தச் சிட்டுக் குருவியினைப் போலே" என்று பாரதியின் சிட்டுக்குருவி எப்படி விடுதலைக்கான குறியீட்டைக் கொண்டிருந்ததோ, அப்படியொரு விடுதலை உணர்வைச் சொல்கிறது செல்வியின் கவிதை வரிகள்,

"ஆறுபாயும்–
அதில் நான் நீந்துவேன் –
சமவெளிகள், காடுகள், மலைகள் எங்கும்
தனித்தே சுற்றுவேன்.
இனிய மாலை, எழில்மிகு காலை – எல்லாம்
எனது மூச்சிலே உயிர்க்கும்."

பாரதி தனது சிட்டுக் குருவியின் சுதந்திரத்தை,

"எட்டுத் திசையும் பறந்து திரிகுவை
ஏறியக் காற்றில் விரைவோடு நீந்துவை
மட்டுப் படாதெங்கும் கொட்டிக் கிடக்குமிவ்
வானொளி என்னும் மதுவின் சுவையுண்டு"

என்கிறார். மேலே குறிப்பிட்ட செல்வியின் வரிகளுக்கும் இவ் வரிகளுக்கும் உள்ள ஒற்றுமை, விடுதலைக் குறித்த வேட்கையை வெளிப்படுத்துவதைக் காணலாம். சிட்டுக் குருவி எப்படி இயற்கையுடன் இயைந்ததொரு கட்டற்ற வாழ்வை படிமப்படுத்து கிறதோ அப்படியானதொரு நாடோடியான வாழ்வை படிமப் படுத்துகிறது செல்வியின் வரிகள். பாரதி சிட்டுக் குருவியைப் புறநிலைக் குறியீடாக முன்வைக்க, செல்வியின் கவிதை வரிகள் தன்னையே ஒரு அகநிலைக் குறியீடாக்கி வெளிப்படுகிறது.

"அர்த்தமற்ற நாள்களில் வாழ்ந்துகொண்டிருக்கிறேன்" என்ற வரிகளில் "நாள்கள்" என்ற சொல்லாட்சி வழமையான நாட்கள் என்கிற காலம் அல்லது பொழுது சார்ந்த ஒன்றாக இல்லாமல், ஒரு புறநிலைத்தன்மை பெறுவதை அவதானிக்க முடியும். அந்த நாள்கள் "அவலத்திலும் அச்சத்திலும் உறைந்துபோன நாள்கள்". இக்கவிதையில் நாள்கள் என்பது ஒரு காலமும், வெளியும் ஒரு களனைப்போல உறைந்துவிட்ட நிலையில் (time and space is frozen like a chamber) அதற்குள் வாழ்வதாக மொத்த ஈழச்சூழலும் மாறிவிட்ட அவலத்தை, அதன் அச்சத்தைக் காட்சிப்படுத்துகிறது.

திட்டமிடுவதிலேயே காலத்தைக் கடத்திவிட்ட "திட்டங்களில் புதைந்தபோன மூளைகள் திட்டமிட்டுத் திட்டமிட்டே களைத்த மூளைகள் முகில்களில் ஏறியிருந்து சவாரி செய்கின்றன – மூச்சுத் திணறும் இரத்தவாடை பற்றிய சிந்தனையில்லாது" எனத் திட்டங்களின் வன்முறை அது அரசோ, இயக்கமோ திட்டமிட்டு திட்டங்களை திட்டமிட்டே காலம் கழித்ததின் வன்முறையைப் பேசுகிறது செல்வியின் வரிகள். இரத்தவாடை குறித்து அரசும், இயக்கங்களும் எந்தவித கவலையும் இன்றி முகில்களின் மேல் ஏறிச் சவாரி செய்கின்றன. அவற்றின் குறி அதிகாரம் மட்டுமே மக்களின் இரத்தம் குறித்த அக்கறையல்ல.

"நிகழ்தகவுகளே இங்கு நிகழ்வுகளானதில்" என்று எழுதும் செல்வியின் வரிகள் மிக ஆழ்ந்து சிந்திக்கத்தக்கது. காலத்திற்கும், அகாலத்திற்கும், வாழ்வெளிக்கும், மரணவெளிக்கும் இடையிலான

சாத்தியங்கள் அனைத்தும் அசாத்தியங்களாக மாறி, வாய்ப்புகளே வாழ்வதற்கான கணங்களாக மாறிவிட்ட அவலத்தைச் சொல்லும் வரிகள். வாழ்வதற்கான வாய்ப்புகளின் நிகழ்தகவு என்பது குறுகி, அதுவே நிகழ்வுகளாக மாறிவிட்டது. மரணத்தில் தப்பித்தல் மட்டுமே வாழ்க்கையின் நிகழ்கணம் என்பதாக உள்ளதை நுட்பமாக இவ்வரிகள் உணர்த்துகிறது.

இராமன், இராவணன் என்கிற புராணப் பாத்திரங்களை இடம்மாற்றி வைக்கிறது செல்வியின் மற்றொரு கவிதை. எதிர்நாயகனாக அறியப்பட்ட இராவணனால் சீதை கடத்தப் படவில்லை. மாறாக, நம்பிக்கையின் நாயகனாக நம்பப்பட்ட இராமனால்தான். அதிகார நாற்காலியில் அமர்ந்து இராவண முகமூடி அணிந்து இராமன் கடத்துகிறான் சீதையை. இந்த இராமாயணத்தில் இராமனே இரட்டை வேடம் பூணுகிறான். விடுதலையை விரும்பும் சீதைகளுக்கு நிரந்தர அசோகவனங்களைப் பரிசாகத் தந்து.

> "அசோகவனங்கள் அழிந்து போய்விடவில்லை
> இந்த வீடே
> எனக்கான அசோகவனமாயுள்ளது
> ஆனால்
> சிறைப்பிடித்தது இராவணனல்ல இராமனேதான்"

செல்வி அவர்கள் கடத்தப்பட்டபின் இறுதிவரைக் காணாமல் ஆக்கப்பட்டதைக் குறித்த கவிதையாக "இராமனே இராவணனாய்" என்பதை வாசிக்க முடிகிறது. இக்கவிதைக்குள் அவரது சிறைப்பிடித்தல் நிகழ்வின் முன்னுணர்தல் உள்ளூறைந்துள்ளது. அவரது வீடே அசோகவனமாக மாற, சிறைபிடித்தவன் இராவணனாக தனது முகமூடிகளை மாற்றிக்கொண்ட இராமன். வீடே பெண்களுக்கு அசோகவனம்தான் என்ற மற்றொரு பொருளைத் தரும் இக்கவிதை, இயக்கம், இராமன், இராவணன், சிம்மாசனம், முகமூடி எனப் பல அர்த்தங்களைத் தருவதாகவும், ஈழப்போர் குறித்த நம்பிக்கை, அவநம்பிக்கை, விடுதலை, சிறைபிடித்தல், கடத்தல், காணாமலடித்தல் என்ற பல உத்திகளின் வழிநிகழ்ந்த பேரவலத்தை சொல்வதாக உள்ளது. செல்வியின் இக்கவிதைகள் விடுதலையின் அழகியலைவிட அரசியலையும், அறவியலையும் முதன்மைபடுத்துகிறது. அழகியலும் அரசியலும் இறுதி இலக்காகக் கொள்ளவேண்டியது விடுதலையின் அறத்தையே. இலக்கியத்தின்

அறவியலே அதன் அழகியலையும், அரசியலையும் வழிநடத்த வேண்டும் என்பதே நமது இலக்கியக் கொள்கையாக இருக்க வேண்டும்.

கவிஞர் சிவரமணி குறித்த ஒரு விரிவான அறிமுகம் சித்திர லேகா மௌனகுரு அவர்களால் எழுதப்பட்டுள்ளது. இவரது கவிதைகள் பெண்ணிய நோக்கில் மிகமுக்கியமானவை. பெண் மீதான அழுத்தங்கள், ஒடுக்குதல்கள் ஆகியவற்றை, அதிலிருந்து மீறவியலாத்துயரை அதிகம் பேசுபவை. போர் குறித்து தொடர்ந்து பேசினாலும், அதிலும் பெண்ணிற்கான விடுதலை உத்திரவாதமாக வில்லை என்பதைச் சொல்வதாக உள்ளது இவரது கவிதைகள்.

“நிரந்தரமாக்கப்பட்ட சகதிக்குள் கிடந்து
வெளியே எடுத்து வரப்பட்ட
ஒரு சிறிய கல்லைப் போன்று
நான்
என்னைக் கண்டெடுத்துள்ளேன்”

தன்னை ஒரு கல்லைப் போன்று அதுவும் நிரந்தரமாக்கப்பட்ட சகதிக்குள் கண்டெடுத்துள்ளது என்பது பெண் தன்னிலை குறித்த ஒரு பொதுக்குறியீடாக அமைந்துள்ளது. இவரது கவிதைகள் பெண் என்ற தன்னுணர்விலிருந்து கிளைத்துக் கிளம்பக்கூடியதாக அமைந்துள்ளது. போர்ச்சூழலில் அது மிகப்பெரும் நெருக்குதலுக்கு உள்ளாவதைப் பதிவதாக அமைந்துள்ளது. தொடர்ந்து நமது கரங்களைப் பிணைத்துக் கொள்வோம் என்று சக பெண்களுக்கு அழைப்பு விடுகிறது இவரது கவிதைகள்.

துயர சங்கிலிகள் எம்மை பிணைக்கட்டும் என்று பெண் களின் ஒருங்கிணைப்பு அவர்களது துயரங்கள் வழியாகவே பிணைக்கப்படும் என்கிறார். “ஆசையும் கனவும் நிறைந்த என் இதயம் பிளக்கப்படலாம்” பலகோடுகள் புதிது புதிதாக வரையப்பட்டு தங்களது வெளிகள் நெருக்குதலுக்கு உள்ளாகலாம்... ஆனாலும் “எம் குழந்தைகளால் கடக்கப்படலாம்” என்ற நம்பிக்கையை விதைக்க முயல்கிறார். அந்த நம்பிக்கையும் சிதரலேகா மௌனகுரு சுட்டுவதைப்போல இறுதியில் நம்பிக்கை யின்மை நோக்கி நகர்ந்து மீளாதுயரில் அவரை ஆழ்த்திவிட்டது அவரது தற்கொலையாக.

விடுதலை சலுகைகளால் பெறுவதில்லை என்பதைக் கூறும் வலிமையான வரிகளை எழுதுகிறார் சிவரமணி.

> "தேசங்கள் பலதிலும்
> விடுதலை வந்தது இன்று
> சுதந்திரம் கிடைத்தது
> எனினும்
> தேசங்கள் பலதிலும் மனிதர்கள்
> இன்னும்
> பிச்சைப் பாத்திரங்களை
> வேலைக்கு அமர்த்தியுள்ளனர்
> நாமும் பெறுவோமா
> தோழர்களே
> பிச்சைப் பாத்திரத்தோடு
> நாளை ஒரு விடுதலை"

இப்படி சலுகைகளே அரசியல் சார்ந்த விடுதலையின் அடிப்படையாக அமைவதைச் சுட்டும் இவர், தொடர்ந்து விடுதலை, சுதந்திரம் போன்றவற்றின் அரசியலை ஐயத்துடன் அணுகும் ஒருவகை பெண்ணியப் பார்வையைக் கொண்டிருக்கிறார். பொதுவாக கட்டற்ற விடுதலை என்பதன் சாத்தியங்கள் குறித்த ஐயம் இவரிடம் காணப்படுவது என்பது ஒரு விமர்சன ரீதியான அச்சமாகக் கொள்ளலாம்.

> "விலங்குகளுக்கெல்லாம்
> விலங்கொன்றைச் செய்த பின்
> நாங்கள் பெறுவோம்
> விடுதலை ஒன்றை"

ஆண்களின் இனம், தேசம் உள்ளிட்ட போராட்டங்களினால் பெறப்படும் விடுதலை பெண்ணிற்கான விலங்குகளுடன் கூடிய தாகவே அமையும் என்பதை இவரது கவிதைகளின் உள்ளுரை யாகக் கொள்ளலாம். எந்த ஒரு விடுதலையையும் அணுகும் வலிமையான பெண் அச்சத்தை, அதன் "புருபுருக்கும்" எதிர்ப்புக் குரலை முன்வைக்கிறது இவரது கவிதைகள் என்பதே இதன் தனித்தன்மை எனலாம்.

இவரது காதல் கவிதையில்கூட நாளைய உலக விடியல் குறித்த கவலையே தொக்கி நிற்கிறது. புதிய மனிதன், புரட்சி மனிதன், புது உலகம் என்று புதிதாய்ப் படைப்பதே விலங்கற்ற விடுதலைக்கான சாத்தியம் என்பதை வெளிப்படுத்துகிறது இவரது கவிதை ஒன்று,

"என் இனிய தோழிகளே
இன்னுமா தலை வார
கண்ணாடி தேடுகிறீர்
சேலைகளைச் சரிபடுத்தியே
வேலைகள் வீணாகின்றன
வேண்டாம் தோழிகளே
வேண்டாம்"

இதற்கு விளக்கம் தேவையில்லை. சிவரமணி பெண் என்ற தன்னுடலைக் கண்டடைவதற்கு முதலில் பெண் என்பதாக சித்திரிக்கப்பட்ட புறத்தை நிராகரிப்பதையே இவ்வரிகள் கூறுகிறது. பெண் என்பது பாலினமாதல் அரசியலின் ஒரு சமூக நிகழ்த்துநிலையால் (performative act) உருவாகும் ஒன்று என்கிறார் பெண்ணிய சிந்தனையாரான ஜுதித் பட்லர். அது பெண் பாலினமாக சித்திரிக்கப்பட்ட சமூகத்தின் அடையாளங்களை ஏற்பதும், பெண் என்ற பாத்திரத்தினை நிகழ்த்துவதற்கான சமூக நிர்பந்தமுமாக உருவான ஒன்று. சிவரமணி பெண் என்ற இந்தப் புறநிலைசார்ந்த நிகழ்த்துதலை நிராகரிக்கிறார். மாறாக, பெண் என்ற அகம் குறித்தும், அதன் செயல்போக்கான மனித விடுதலை குறித்ததாகவும் அமைகிறது "வையகத்தை வெற்றிகொள்ள" என்ற கவிதை.

"நான் வாழ்ந்தேன்
வாழ்நாளெல்லாம் நானாக
இருள் நிறைந்த
பயங்கரங்களின் ஊடாக
நான் வாழ்ந்தேன்
இன்னும் வாழ்கிறேன்."

இக்கவிதை 1986ல் ஈழப்பிரச்சனை உச்சமைடைந்திருந்த நாட்களில் எழுதப்பட்டது. செல்வி போன்று விடுதலையை முதன்மைப்படுத்துவதைவிட தன்னடையாளச் சிக்கலும், அதன் நெருக்குதலுமே சிவரமணியின் கவிதைப்பாடுகளாக அமைந்து உள்ளன. அவர் தனது தன்னிலையைத் தனக்குரியதாக மீட்டெடுக்க இயலாத நிலையும், தனது தன்னிலையைப் போர்ச்சூழல் எப்படி அடையாளமற்றதாகக் கட்டமைக்கிறது என்கிற சிக்கலிலும் இக்கவிதைகளை ஒரு வெளிப்பாட்டு உத்தியாகப் பயன்படுத்தியிருக்கிறார் என்று ஊகிக்க முடிகிறது.

தனது கவிதைகளை எழுதிக் கிழித்தும், எரித்தும் அழித்திருப்பதை மௌனகுரு தனது விரிவான அறிமுக உரையில் குறிப்பிடுகிறார். முழுக்க தன்னிலைச் சிக்கல் என்பது அகத்திலும், புறத்திலும் நெருக்குதலுக்கு உள்ளாகியிருப்பதன் சாட்சியமாக இக்கவிதைகள் உள்ளன.

"கடல் கொண்ட
கபாடபுரத்திற்காய்
கண்ணீர் வடிப்போர்
கண்ணீர் வடிக்கட்டும்.
ஆனால் மனிதனே
அந்தச் சோம்பேறிகளின் கையில்
இந்த உலகம்
என்றும் ஒப்படைக்கப்படுவதில்லை"

என்று எழுதும் சிவரமணி, ஈழத்தமிழரின் எதிர்காலம் கபாடபுரக் கதையில் ஆணிவேர் அரசியல் பேசிக் கண்ணீர் வடிக்கும் முன்தோன்றா மூத்தகுடியான தமிழினவாதிகளின், அதாவது சோம்பேறிகளான கபாடபுர கண்ணீர்ப் போராளிகளின் கையில் சிக்கி, எதிர்காலமற்ற ஒரு கற்பனையாக மாறிவிடும் என்ற முன்னுணர்வை இதில் காணமுடிகிறது. அவர்கள் கையில் இவ்வுலகம் சிக்காது என்கிற மற்றொரு கற்பனையையும் அதோடு அவரால் முன்வைக்க முடிந்திருக்கிறது. ஆனால், ஈழத்தின் எதிர்காலம் இன்று யார் கையில் சிக்கிச் சீரழிந்துள்ளது என்பதை சொல்ல வேண்டியதில்லை.

"ஆதவனின்
ஒளி கண்டு மலரும்
ஆம்பலின் அழகு கண்டு
அதிலே
மொய்க்கும் வண்டின்
மோகநிலை கண்டு
கவிதை வரைவதற்கு
நான்
நீ நினைக்கும்
கவிஞன் அல்ல."

என்று எழுதும் சிவரமணி தமிழ்க் கவிதையின் ரொமான்டிசப் போக்கிற்கு எதிராய் போராட்டத்தைப் பாடுபவராக இருக்கிறார்.

சொற்களால் நெய்யப்படும் உலகு

கவிதைகள் அவருக்கு ஒரு பாடுபொருள் அல்ல, அவரது பாடு களின் பொருளாக உள்ளது என்பதே. "பேய்களால் சிதைக்கப்படும் பிரேதத்தைப் போன்று சிதைக்கப்பட்டேன்" என்று தனது ஆன்மா அவமதிப்பால் சிதைக்கப்பட்டதை எழுதுகிறார். அவமதிப்பு ஏற்படுத்திய வடுவின் முனைப்பு அவரை மீண்டெழும்படி, மீண்டு எழுதும்படி செய்துள்ளது. "உறக்கங்கள் தோல்வி கண்ட விழிப்பின் பரிதவிப்பு" என்று நீள்கிறது அவரது உறக்கமற்ற பொழுதுகளின் பரிதவிப்புகள். "நானொரு பிறவிக் கவிஞன் அல்ல; என்னை வெறிமூட்ட இங்கு ஓராயிரம் சம்பவங்கள்... நானோ இருபதாம் நூற்றாண்டின் வசந்தத் தென்றல் அல்ல" என்று எழுதும் சிவரமணி சிவப்பின் மீதான தனது ஈர்ப்பைப் பல கவிதைகளில் சுட்டி, தான் ஒரு வசந்தத்தின் இடிமுழக்கம் என்பதைச் சொல்லாமல் சொல்கிறார்.

குழந்தைகள் எப்படி "யுத்தகால இரவொன்றின் நெருக்குதல்" வழியாக குழந்தமை கொல்லப்பட்டு, வளர்ந்தவர்களாக மாறுகிறார்கள் என்பதைப் பதிகிறது இவரது கவிதை. "பகலால் உருவமைக்கப்பட்ட அழகிய இரவு கனவாய் உள்ளது" என்று மனித வாழ்வின் சாதாரணப் பொழுதுகளைக்கூட கனவு காணும் அவலம் முகத்தில் அறையும் யதார்த்தமாக இவரது கவிதைகளில் சன்னதமாகியுள்ளது. "நான் எனது நம்பிக்கைகளுடன் தோற்றுக் கொண்டிருக்கிறேன்" என்று தோல்வியின் விளிம்பில் நின்று எழுதுகிறார் தனது கவிதையை ஒரு வாக்குமூலம் போல.

"உங்கள் எல்லோரினதும்
நாகரீகம் வாய்ந்த கனவுகளின் மீது
ஒரு அழுக்குக் குவியலாய்
பளிச்சிடும் உங்கள் சப்பாத்துகளை
அசுத்தம் செய்கிறேன்.

என்னுடைய நியாயங்கள்
நிராகரிக்கப்படும் வரை
உங்களின் எல்லாப் பாதைகளும்
அழுக்குப் படிந்தவையே"

என்று பெண்ணியத்தின் பிரகடனமாக அமைகிறது இவ்வரிகள். பெண்ணை அடிமைப்படுத்தியதுதானே உங்கள் நாகரீகம். அதனை அசுத்தப்படுத்துவது எங்கள் போர்முறை என்கிறார் சிவரமணி. பெண்ணின் நியாயங்களை ஏற்காத எந்த

போராட்டமும், விடுதலையும், செயல்பாடும், இயக்கமும், அரசியலும், அதிகாரமும் அழுக்கானவையே என்று காறி உமிழ்கிறது அவரது கவித்துவ நியாயம்.

"அநியாயங்கள் வரலாறு ஆகட்டும்" என்று சொல்வதற்கான அரசியல் தெளிவும், துணிச்சலும் இருந்ததால்தான் செல்வி, சிவரமணி போன்ற நுண்ணுணர்வாளர்கள் ஈழவரலாற்றின் சகதியில் சிக்கிய நடுகற்களாக மாறிவிட்டார்கள். அவர்கள் முகங்கொடுத்த யதார்த்தத்தின் பதிவாக மட்டுமின்றி, ஒரு இலக்கியப் பிரகடனமாக இக் கவிதைகள் வெளிப்பட்டுள்ளன. ஒரு பெண்ணாக தங்களது நியாயங்களையும், விடுதலை என்பதன் அவசியத்தையும், அதனை மறுவரையறை செய்யவேண்டிய தேவையையும் இக்கவிதைகள் சுட்டிக்காட்டி நிற்கின்றன. இறுதியாக, சிவரமணி சொல்வதைப்போல "நிராகரிக்க முடியாதவள் நான்" என்பது ஒட்டுமொத்த பெண்களும் நிராகரிக்க முடியாதவர்கள் என்பதை பிரகடனம் செய்தபடி உள்ளது இக்கவிதைகள்.

பெண் தன்னை ஒரு விடுதலைபெற்ற உயிரியாகக் கண்டடைதல் என்பது தனது சூழலின் விடுதலையுடன் உறவுடையது என்கிற தன்னுணர்வே இவர்களது போர்ச்சூழல் சார்ந்த அரசியல் கவிதைகளின் அடிநாதமாக உள்ளது. மானுட விடுதலையே பெண் விடுதலையின் முன்னிபந்தனை என்பதையும், அதே நேரத்தில் பெண் விடுதலை என்பதை உள்ளடக்காத எந்த விடுதலைப் போராட்டமும் முழுமையான மானுட விடுதலையைச் சாத்தியமாக்காது என்பதையும் அழுத்தமாகச் சொல்கின்றன இக்கவிதைகள்.

(02.11.2021)

9. மொழிச் சூழலில் விளைந்த மனித உடல்

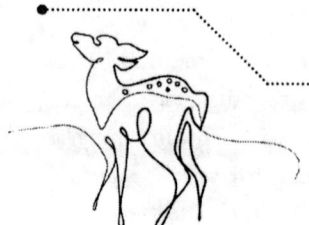

மு. ரமேஷ் அவர்கள் என்னிடம் தொலைபேசியில் தனது இலக்கியக் கட்டுரை தலைப்பிற்கு முன்னுரை தரமுடியுமா? என்று கேட்டபோது, அவர் பற்றிய எந்த அறிமுகமும் இல்லாமல், நூலை அனுப்புங்கள் வாசித்துவிட்டுச் சொல்கிறேன் என்றேன். நூலை வாசிக்கத் தொடங்கியவுடன், பல தகவல்கள் அடங்கிய, நுண்மான் நுழைபுலத்துடன் தனித்தன்மையுடன் செய்யப்பட்ட தமிழியல் ஆய்வுகளாக இருந்தது. எனக்கு இந்நூலுக்கான முன்னுரை எழுத உள்ள திறன் குறித்து ஏற்பட்ட சந்தேகத்துடன், அவரிடம் இத்தகைய தமிழியல் ஆய்வு நூலுக்கு, தமிழை மொழிப்பாடமாக மட்டுமே படித்த ஒரு அறிவியல் மாணவனான என்னிடம் ஏன் முன்னுரை கேட்கிறீர்கள்? துறைசார்ந்த ஆய்வாளர்களிடம் பெறலாமே என்றேன். அதற்கு அவர் 12 ஆண்டுகளுக்கு முன்பாக தில்லி பல்கலையில் நண்பர் பிரேமிடம் முனைவர் பட்ட ஆய்வு செய்ததையும், அக்காலத்தில் வந்த எனது "மொழியும் நிலமும்" கட்டுரை ஏற்படுத்திய பாதிப்பு குறித்தும், தொல்காப்பியத்தை புதுமுறையில் ஆய்வு செய்வதற்கான எண்ணத்தை உருவாக்கியதையும் சொன்னார். 12 ஆண்டுகள் என்னைச் சந்திக்க வேண்டும் என்கிற ஆர்வமும், தற்சமயம் சென்னையில் இருப்பதால், என்னிடம் முன்னுரை பெற வேண்டும் என்ற அவரது ஆர்வத்தையும் சொன்னார்.

சற்றே தயக்கத்துடன்தான் இப்பணியை ஏற்றேன். காரணம். பழந்தமிழ் இலக்கியமான தொல்காப்பியம், சங்க இலக்கியம், காப்பியங்கள் மற்றும் அறநெறி இலக்கியங்கள் என அனைத்தையும்

தெளிவாகக் கற்று, அது சார்ந்த பல தமிழறிஞர்களின் ஆய்வு களையும், வரலாற்றுத் தரவுகளையும், ஆங்கில அறிஞர்கள் மற்றும் கதாசப்தசதி போன்ற தெலுங்கிலிருந்து மொழிபெயர்க்கப் பட்ட நூல்களையும் வாசித்து அக்கறையுடன் ஆராயப்பட்ட கட்டுரைகளின் தொகுப்பு இது. இதில் இடையீடு செய்து, சரிபார்த்து, ஒப்புநோக்கி ஆய்வதற்கான திறன் குறித்த காரணமே.

நண்பர் மு. ரமேஷ் அவர்கள் தில்லி–சென்னை பல்கலையில் முனைவர் பட்டம் பெற்றவர். தற்சமயம் சென்னை நந்தனம் அரசுக் கல்லூரியில் பணியாற்றிக் கொண்டுள்ளார். மூன்று கவிதை நூல்கள், ஒரு சிறுகதைத் தொகுப்பு மற்றும் நான்கு கட்டுரைத் தொகுப்புகள் இதுவரை வெளிவந்துள்ளது. இத் தொகுப்பிலுள்ள கட்டுரைகளை தொல்தமிழ் இலக்கியங்கள் ஆய்வு, தத்துவம் குறிப்பாக புத்தம் சார்ந்த ஆய்வு என இரண்டு பகுதிகளாக வகைப்படுத்தலாம். குறிப்பாக இந்நூலில் தனது ஆய்விற்கான புலமாக அவர் கொண்டிருப்பது தமிழின் மரபிலக்கியங்கள், புத்தம், பூதவாதம் உள்ளிட்ட தமிழ்ச் சமூகத்தின் மாற்று மரபுகள், புலையர்கள், பாணர்கள், பறையர்கள் எனப் படும் ஒடுக்கப்பட்ட தலித்துகள் குறித்த மரபிலக்கியப் பதிவுகள், தமிழ் மரபிலுள்ள குடிமரபுகளின் சின்னங்கள் பற்றிய ஆய்வுகள். மரபுத்தமிழ் ஆய்வுகள் என்றாலும், ஒரு நவீனத்துவப் பார்வையுடன் மொழி சூழ்ந்ததாகவுள்ள உலகம் பற்றிய ஆய்வுத் தேட்டமே இவரது அடிப்படை ஆய்வு முறையியலாக உள்ளது. மனம், உடல், மொழி என்கிற முப்பரிமாண புலத்தில் இயங்கும் தமிழ் என்கிற மொழிப்புலத்தை, அதன் தொடக்க கால தொல்காப்பியம், சங்ககாலம் தொடவங்கி ஆராய்கிறார்.

ஆய்வு மாணவர்களுக்கு மட்டுமின்றி பொதுவாசிப்பிற்கான பல தகவல்களை, குறிப்பாக நமது பொதுப்புத்தி சார்ந்த எண்ணங்களைக் கலைத்துப் போடும் தகவல்களை ஆய்வுகள் அடிப்படையில் எடுத்துக் காட்டுகிறார். இவரது ஆய்வுப் பார்வை ஒரு ஒழுங்கை, முறையியலைப் பின்பற்றி, நுண்திறன்சார்ந்த ஒன்றாக, முன்முடிவுகள் அற்றதாக உள்ளது என்பது முக்கியம். இப்படிச் சொல்லும்போது முன்முடிவுகளுடன்தான் ஆய்வுகள் என்பது தொடங்கும், என்றாலும் ஆய்வின் போக்கில் முன்முடிவுகள் மாறினால், அதை ஏற்றுச் சொல்வது என்பதே ஆய்விற்கான அடிப்படை. அவ்வகையில், பிரதிகள் சொல்வதை அகழ்ந்து காட்டும் பணியை சிறப்புற இதில் செய்துள்ளார்.

"மொழியும் இனச்சூழலும்" என்ற கட்டுரையில் தமிழ் இனக்கட்டமைப்பு குறித்ததொரு பிரதியியல் ஆய்வை நிகழ்த்து கிறார். "மனித உடலுக்குள் மனிதன் என்கிற உணர்வை ஏற்படுத்தியது மொழிதான். மனிதர் என்கிற உணர்வு எத்தகைய பழைமையானதோ, அதைவிடப் பழைமையானது மொழி" என்கிறார். இவ்வாக்கியம் அவரது ஒட்டுமொத்த பார்வையின் பின்னுள்ள கோட்பாட்டறிவைச் சொல்லிவிடுகிறது. ஒரு மொழி அதற்கான மனிதர்களை, அவர்களது உடல்களை, அவர்களது மனதை எப்படி கட்டமைத்து ஒரு இனச் சூழலை உருவாக்குகிறது என்பதை விரிவான தரவுகளுடன் ஆராய்கிறது இக்கட்டுரை.

"சொல்லிலக்கணக்கத்தில் வரும் நிலங்கள் அரசியல் முக்கியத் துவம் வாய்ந்தவையாகவும், பொருள் இலக்கணத்தில் வரும் நிலங்கள் பண்பாட்டு முக்கியத்துவம் வாய்ந்தவையாகவும் அமையக்கூடியவை" என்கிற இவரது முடிவு தொல்காப்பிய வாசிப்பில் இவர் செலுத்த முனையும் ஆய்வு முறையியலைச் சொல்வதாக உள்ளது. தொல்காப்பியத்திற்குள் வாய்மொழி மரபையும், எழுத்துமொழி மரபையும் கண்டுணர்ந்து பிரித்து ஆராய்வது முக்கியமானது. பொதுவாக, தொல்காப்பியம் குறித்த நமது வாசிப்பில், அதன் பனுவலியல் (பிரதியியல்) கூறுகளைவிட, சமூகம் சார்ந்த வாசிப்புகளே அதிகம். பனுவல் வாசிப்பில்கூட அதன் செய்யுள் சார்ந்த யாப்பிலக்கணக் கூறுகளே அதிகம் ஆராயப்பட்டுள்ளன.

"பாட்டே செய்யுளென்பது பிற்காலப் பிழைவழக்கு, உரை, பாட்டு, நூல், பிசி, குறிப்புமொழி, மறைமொழி, பழமொழி எனப் பலவகையானும் பல்வேறுருவிற் றோன்றி நின்று பொருள்பயப்பன யாவும் செய்யுளேயாம்" என்கிற நாவலர் சோமசுந்தர பாரதி யாரின் தொல்காப்பியம் குறித்த கருத்து, அதன் பனுவலியல் செயல்பாட்டை மனதில்கொண்டு சுருக்கி உரைக்கப்பட்டது எனலாம். தொல்காப்பியத்தின் பனுவலியலுக்கான இலக்கண கட்டமைப்பு பற்றிய ஆய்வு முக்கியமானது. இலக்கியம் என்ற சொல்லாட்சிக்குப் பதிலாக செய்யுள் என்பதே தொல்காப்பியத்தில் ஆளப்படுவது, அடிப்படையில் தொல்காப்பியம் பிரதியில் உருவாக்கம் குறித்த ஓர் இலக்கணக் கட்டமைப்பு என்பதையே உணர்த்துவதாக உள்ளது. தொல்காப்பியம் கூறும் அன்பின் ஐந்திணை உட்பட, அது தமிழ்ச் சமூக வாழ்வைப் பிரதிபலிப்பதை விட, தமிழ்ச் சமூகத்தை பனுவலாக்க உத்திகள் வழியாக

ஒழுங்குறுத்தும் ஒன்றாகவும், தமிழ், மனம், உடல் ஆகியவற்றை உருவமைக்கும் ஒன்றாக உள்ளது என்பதே தொல்காப்பியம் குறித்த எனது வாசிப்பு. ரமேஷ் இக்கட்டுரையில் வாய்மொழி, எழுத்துமொழி என்று பிரிப்பது, பனுவலாக்க நோக்கில் வளர்த்தெடுக்கப் படவேண்டிய ஒரு கருத்தாக்கம். பனுவலியல் ஆய்வில் கவனிக்க வேண்டிய ஒரு புள்ளியாகும்.

தொல்காப்பியம் சுட்டும் ஐந்திணை வாழ்வில் மருதம் தனிக்குடும்பம் சார்ந்ததாகவும், பிற நானிலங்கள் கூட்டுக் குடும்பம் சார்ந்ததாகவும், குலமரபு முறையிலிருந்து வேந்தர்முறை ஆட்சி நோக்கி நகர்ந்ததாக முன்வைக்கும் கருத்து ஆய்விற்குரியது. தொல்காப்பியத்தின் உயர்ந்தோர், இழிசனர் வழக்கு பற்றிய மொழியரசியலை ஆராய்ந்துள்ளார். அதோடுகூட, நொதுமலர் குறித்து சங்க அகப்பாடல்களில் 18 செய்யுள்களில் ஆளப்பட்டதைச் சுட்டி, திணைக்கு வெளியிலானவர்கள குறிக்கும் சொல்லாக நொதுமலர் இருப்பதை விவரிக்கிறார். திணை ஒழுக்கம் எப்படி இறுக்கமானதாக இருந்தது என்பதும் அதன் புறனடையான பெருந்திணை–காஞ்சி ஆகியவை ஆராயப்பட வேண்டியதன் முக்கியத்துவத்தை முன்வைக்கிறார்.

அயோனியர்கள் என்ற சொல்லை அ–யோனி என்பதாகப் பிரித்து, யோனி என்பது அகமணமுறையில் உள்ளவர்களையும், அயோனியர்கள் என்பது புறமணமுறையில் உள்ளதைக் குறிப்பதற் கான சொல்லாக ஆளப்பட்டிருக்கலாம் என்பது, அவரது சொல்லாராய்ச்சி மற்றும் மொழியை ஓர் ஆய்வுப் புலமாகக் கொண்டு ஆராயும் தன்மைக்கு ஒரு சான்று. மொழியால் கட்டப்பட்ட பனுவல்களை ஆய்வது வேறு, பனுவலைக் கட்டும் மொழியையே ஆய்வது வேறு. இவரது ஆய்வு பனுவலைக் கட்டும் மொழியை ஆய்கிறது என்பதே இத்தொகுப்பின் முக்கியத்துவத்தை அதிகப்படுத்துகிறது.

“எந்தை” என்ற கட்டுரையில் “ஐ” என்ற எழுத்தைக் கொண்டு ஆராயும் சொல்லாராய்ச்சி வழியாக சமூக உறவுகளை ஆயும் சவாலான பணியைச் செய்கிறார். சொல் ஒரு குறி என்கிற புரித லுடன், அது எப்படி சமூக உறவுகளைக் குறித்தலாக மாறுகிறது என்பதை விவரிக்கிறது இக்கட்டுரை. மார்க்ஸியம் முன்வைக்கும் குடும்பம், தனிச்சொத்து, அரசு உருவாக்கம் என்கிற கண்ணியைக் கொண்டு இக்கட்டுரை எழுதப்பட்டுள்ளது. “ஐ”–என்ற சொல்லடியில் தாய், தந்தை, தலைவன், இறைவன், ஐமார், ஐயர்

உள்ளிட்ட கருத்தியலும், அது சார்ந்த உறவுகள் கட்டமைந்ததையும், புலையன் உள்ளிட்ட சொற்கள் “ஐ” என்கிற ஐயர் என்ற ஆழ்ந்த அறிவாற்றல் உள்ள சான்றோரைக் குறிப்பதாகத் தோன்றி, பிற்காலத்தில் இழிசனர் சுட்டாக மாற்றப்பட்டதாக வாதிடுகிறார். இது தலித் அரசியல் குறித்த தமிழ் ஆய்வில் ஒரு முக்கியமான புள்ளி. கொடும்பாவி, மழைச் சடங்கு குறித்த இவர் தரும் விபரங்களும் முக்கியமானவை.

மூவேந்தர்களின் இலட்சினைகளைப் பற்றி ஆழமான கேள்விகளை எழுப்புகிறார். வில், மீன், புலி போன்ற இலட்சினைகள் எப்படி வந்தன? என்பதிலிருந்து மூவேந்தர்களும் தமிழ் நிலத்திற்கு புறம்பானவர்களாக, வடபுலப் பின்னணி உள்ளவர்களாக இருக்கலாம் என்கிற ஐயத்தை முன்வைக்கிறார். அவர்களது இலட்சினைகள் தோன்றுவதற்கான மானுடவியல் சார்ந்த, தொன்மம் சார்ந்த பின்புலங்கள் குறித்த ஐயமாக இது விரிவடைகிறது. “அதிகாரத்தைக் கைக்கொள்ளும் அனைத்து அரசுகளும் தங்களுக்கென ஒரு தொன்மை அடையாளத்தில் கற்பிப்பதில் பேரார்வம் காட்டுகின்றன. தத்தம் பரம்பரைக் கதைகளின் வழியாகத்தான் அரச அடையாளங்கள் வீறுகொள் கின்றன” என்பதைச் சுட்டும் இவரது பார்வை, இத்தளத்தில் மேலதிக ஆய்விற்கான ஒரு திறப்பைத் தருவதாக உள்ளது.

இதை நாம் இப்படிப் புரிந்துகொள்ளலாம். அதாவது, குடிமரபு ஆட்சிகளாக இருந்து தமிழ் சிற்றரசுகள், மூவேந்தர்கள் என்கிற பேரரசுகளாக மாறுவதற்கான ஒரு குறியியல் தொன் மங்கள் கதையாடலாக கட்டப்பெறுகிறது. தமிழ் இலக்கியங்கள், இலட்சினைகள், குலமரபுக் கதையாடல்கள் வழியாக. ஜீல் டெல்யுஸ்–பிளிக்ஸ் கட்டாரி என்கிற பிரஞ்சு தத்துவ சிந்தனை யாளர்கள் முன்வைக்கும், ‘ரைசோமேட்டிக்’ (Rhizomatic) என்கிற அருகம்புல் போன்ற சல்லிவேர்களால் உருவான குடிமரபுகளின் சிற்றரசுகள், வரலாறு, தொன்மை, பாரம்பரியம் என்கிற ‘ஆர்போரிக்’ (Arboric) எனப்படும் ஆணிவேர் தன்மைகொண்ட ஆலமர அரசுகளாக மாறியதைக் குறிப்பதாக இதை விரிவுபடுத்தி வாசிக்கலாம். இப்பணியை தொல்காப்பியம் எப்படி மொழி இலக்கணம் வழியாக நிகழ்த்துகிறது என்பதை எனது “மொழியும் நிலமும்” கட்டுரையில் விவரித்துள்ளேன்.

சேரர் மட்டுமே பழந்தமிழ்க்குடி மரபு என்கிற இவரது பார்வை ஆய்விற்குரியதாக உள்ளது. அதைத் தொடர்ந்து

"செருமான்" என்ற சொல்லைக் கொண்டு உருவான அடையாள அரசியலை ஆய்கிறார். சாதிகள் உருவாக்கம் குறித்த மொழி சார்ந்து, தொன்மை சார்ந்த ஓர் ஆய்விற்கான முதற்படி இக்கட்டுரை. தொல்குடிகளிடம் சாதி இல்லை, பிற்காலத்தில் அது பார்ப்பனிய ஆரிய சிந்தனையால் எப்படி உருவமைகிறது என்பதை விவரிக்கிறது. சாதி போன்ற இறுக்கமான சமூகக் குழுக்கள் அலைகுடிகளிடம் இருப்பதில்லை. நிலத்தோடு பிணைத்துக்கொண்ட நிலைக்குடிகளிடமே வேர்கொள்கிறது. ஆரியர்கள் இந்தியாவில் நிலைக்குடிகளாக மாறும் போக்கிலேயே சாதிய உருவாக்கம் நிகழ்ந்திருக்க வாய்ப்புள்ளது.

"சைவ சமயப் பண்பாட்டுக் களத்தையும் மொழிவழி அரசியல் களத்தையும் இணைத்து ஏக தமிழ் மையக் கருத்தியலை உருவாக்கியதில் சாதிய இந்துக்களின் பங்களிப்பு இன்றியமையாதது" என்கிறார் ரமேஷ் இக்கட்டுரையில். தமிழ்த் தேசிய சிந்தனையும், அரசியலும் பெருகிவரும் இன்னாளில், இக்கருத்து ஆழ்ந்து நோக்கத்தக்கது. தமிழ் ஏன் சைவமாக உள்ளது என்பதும், அது தலித் உள்ளிட்ட ஒடுக்கப்பட்ட சாதியினரை உள்ளடக்க முடியாத நிலையையும் ஓர் அறிதல் புள்ளியாக இக்கருத்து சுட்டுகிறது. இதில் பேசப்படும் புலையர், பறையர் குறித்த செய்திகள் மேலதிகமான ஆய்விற்கான தொடக்கப் புள்ளிகளாக உள்ளது. புலையர் என்ற சொல் புலாலுடன் இணைந்திருப்பதை உடைத்துக் காட்டுவது முக்கியமான புள்ளி. சைவம், அசைவம் என்கிற எதிர்வுகளின் வழியாக, புலால் என்பதும் அதோடுகூட இணைக்கப்பட்ட ஒடுக்கப்பட்ட மக்களும் புலையர்கள் என்ற தீண்டத்தகாதவர்களாகக் குறியிடப்படுவதும் இணைந்ததொரு சிந்தனையாக உருவாகியிருக்கலாம் என்ற சிந்தனைக்கான அடிப்படையை உருவாக்குவதாக உள்ளது.

"புத்தசங்கமும் தமிழ் மரபும்" என்ற கட்டுரை புத்தம் எப்படி தமிழ் மரபில் உள்வாங்கப்பட்டு, சங்க இலக்கியம் புத்த இலக்கியத்தன்மை கொண்ட "காதாசப்தசதி"யோடு ஒப்பிட்டு ஆய்வுகள் செய்துள்ளார். தமிழ் அறநெறி இலக்கியமான நான்மணிக்கடிகை, பழமொழி இலக்கியம், சங்க அக இலக்கியமான எட்டுத்தொகை, பத்துப்பாட்டு ஆகியவற்றை ஓர் ஒப்பீட்டு ஆய்வு செய்து, புத்தம் தமிழ் சிந்தனையின் உள்சட்டகமாக மாறியிருப்பதை வெளிப்படுத்தும் கட்டுரைகள் உள்ளன. காதா என்கிற வடிவமும், ஆசிரியப்பா என்கிற செய்யுள் வடிவமும்

ஒன்று என்றும், புத்த ஆச்சார்யர்கள் இப் 'பா' வடிவைப் பயன் படுத்தியதால்தான் இதனை ஆசிரியப்பா என்று அழைக்கிறோம் என்பது தமிழ்ச் சங்க இலக்கியம் பற்றிய அறிதலில் ஒரு இடையீட்டை நிகழ்த்துவதாக உள்ளது.

தமிழில் பூதவாதம் பற்றிய கட்டுரை தமிழரின் மெய்யிலாக பூதவாதத்தை முன்வைத்து, அதற்கான தரவுகள் வழியாக ஆய்கிறது. "பழந்தமிழில் உள்ள அகம் புறம் என்கிற கருத்து அல்லது கோட்பாட்டு ஒழுக்கத்தை அடிப்படையாகக் கொண்டது என்பார்கள். ஆனால் அது உண்மையில்லை. மாறாக உடல் திளைப்பை அடிப்படிடையாகக் கொண்டது" என்கிறார். பழந்தமிழ்ச் சமூகம் உடல் திளைப்பை அடிப்படையாகக் கொண்டது என்பதும், பிந்தைய சமயநெறிகளே அறம், ஒழுக்கம் என்பதின் வழியாக உடல் ஒடுக்க தொழில்நுட்பத்தை உருவாக்கின. அதனால்தான் பிந்தைய இலக்கிய வடிவம் என்பது அறநெறி சார்ந்து அமைந்தது.

மேலும் கூறுகிறார், "சமூகம் பண்பாடு அரசியல் மட்டங்களில் உடலைப் பயன்படுத்தி வரலாற்று உடலாக மாற்றிக் கொள்ளத் தான் எத்தனை எத்தனை வீர உடல்கள் இன்றைக்கு நடுகற்களாக நிற்கின்றன." ஆக, உடல் என்பது பண்பாட்டின் வரைத்தோலாக, அரசியல் சதுரங்க காய்களாக வரலாற்றில் இருப்பதை வாசிப்பது கவனப்படுத்த வேண்டிய அரசியல் அவதானிப்பு. தற்போதைய ஈழப்போரில் இந்த நடுகல் தொன்மம் மாவீரர் நாளாகக் கொண்டாடப்படுவது என்பதுடன், தொன்மம் உடல்களின் வழியாக வரலாற்றைக் கட்டமைப்பதற்கான சான்றாகவும் பார்க்க முடியும்.

"அகலிருவிசும்பு" என்ற ஒரு சொல்லாக்கத்தைப் பற்றிப் பேசுவது அறிவியல் மாணவனாக எனக்கு பேராச்சர்யம் தரும் ஒன்றாக உள்ளது. தற்போதைய வானியல் அறிவியல் இந்த பிரபஞ்சம் விரிவடைந்து கொண்டுள்ளது என்கிறது. தமிழின் தொன்மச் சிந்தனையில் இக் கருத்தாக்கம் இருப்பது தமிழ் மொழியில் அமைந்துள்ள கவித்துவ அறிதல் (poetic cognition) பற்றிய கண்ணோட்டத்தை நமக்குத் தருகிறது. அதாவது படைப்பு மொழிவழியாக இத்தகைய கவித்துவ வார்த்தைகளை உருவாக்கி விடும் ஆற்றல் கொண்டது. பிற்காலத்தில் விஞ்ஞானம் அதை நிரூபிப்பதன் வழியாக அந்தத் தொன்மத்தை மகத்துவம் கொண்டதாக ஆக்கிவிடுகிறது.

உண்மையில் இது ஒருவகை மொழி விளையாட்டு என்றும், மொழியின் குறியியல் செயல்பாடு என்றும், சொல்லின் அர்த்த சங்கலி விகசிப்பு என்றும் விவரிக்க முடியும். மதங்கள் தங்கள் திருமறைகளில், வேதங்களில், வேதாகமங்களில் இப்படியான ஒரு மொழிவிளையாட்டை வைத்துள்ளது. அதனால்தான் வேதத்தில் விஞ்ஞானம் என்றும், குரானில், பைபிளில் அறிவியல் ஒளி என்றெல்லாம் மறுவிளக்கம் தரமுடிகிறது மதவாதிகளால். காரணம் மொழி நிலையற்ற பொருளைக் (அர்த்தத்தை) கொண்டது என்பதால், தற்கால பொருள்கள் (அர்த்தங்கள்) மொழி என்ற வெற்றுக் குறிப்பானில், குறிப்பீடாகத் திணிக்கப் படுகிறது.

"பாகுபாடு நிறைந்த ஒரு சமுதாயத்தில் பொதுவொழுக்கம் என்ற ஒன்று இருப்பதற்கான சாத்தியம் குறைவு" என்கிறார். அறநெறி நூல்கள் முன்வைக்கும் ஒழுக்கம் பொது ஒழுக்கம் சார்ந்தது என்கிற பொதுப்புத்தியில் கட்டமைக்கப்பட்ட பார்வையைத் தகர்த்து, அவை தொகை ஒழுக்கம் சார்ந்தவை என்பதை முன்வைக்கிறார். இத்தகையதொரு சமூக அரசியல் சார்ந்த பார்வை இவரது கட்டுரைகளின் உள்ளோட்டமாக அமைந்துள்ளது. தொகை ஒழுக்கம் என்பதைப் பல குழு அடையாளங்களால் குறிப்பாக சாதிய அடையாளங்களால் கட்டப்பட்ட சமத்துவமற்ற சமூகத்தில், குழு ஒழுக்கமாக, தங்கள் குழுசார்ந்த அறமாக இவை குழுசார் மனப்புலங்களாக கட்டப்பட்டுள்ளன.

ஒழுக்கம் என்பதை பிரஞ்சு சிந்தனையாளர் மிஷல் பூஃகோவின் வார்த்தைகளில் சொன்னால் ஒழுங்குறுத்தல் (disciplined) எனலாம். சங்க இலக்கியம் தொடங்கி, கீழ்க்கணக்கு அறநூல்கள், காப்பியங்கள் எல்லாம் இத்தகையதொரு உடல் ஒழுங்குறுத்தல் இலக்கியச் செயலாக வாசிப்பது என்பது உடலரசியல் சார்ந்த ஒரு முக்கிய ஆய்வுப் புள்ளியாகும். ஆக, சாதிய உடல்களை ஒழுங்குறுத்துவது இத்தகைய தொகை ஒழுக்கமே. இதில் பொது ஒழுக்கம் என்பதான ஒரு கருத்தியல் கட்டமைப்பு மட்டுமே இங்கு செய்யப்பட்டுள்ளது என்பதாக இக்கட்டுரையினை வாசிக்க முடிகிறது. தொகை ஒழுக்கம் என்ற சொல்லாடல் ஒரு முக்கியமான திறப்புச் சொல்லாக இக்கட்டுரை யிலிருந்து பெறப்படுகிறது.

அறமொழி, இலக்கிய மொழி வேறுபாடுகள் பற்றிய

உரையாடலை இதில் முன்வைக்கிறார். அதேபோல், வரிமொழி, வாய்மொழி குறித்த வேறுபாடுகளும் இதில் சுட்டப்படுகிறது. தமிழியல் ஆய்வு மாணவர்கள் தொடரவேண்டிய முக்கியமான கருத்தாக்க எதிர்வுகள் இவை. புத்தகோசரின் காலம், அவரது பிறப்பிடம், போதனைகள் என்ற நீண்ட அறிமுகக் கட்டுரையில், புத்தம் தமிழகத்திலிருந்து இலங்கை சென்ற வரலாறு தொடங்கி, புத்தகோசரின் பிறப்பிடம் தமிழகம், குறிப்பாக மயிலாடுதுறை எனும் மயூரப்பட்டினமாக இருக்கலாம் என்கிற ஊகங்களை முன்வைக்கிறார். இதில் கவனிக்க வேண்டிய முக்கியமான கருத்து ஒன்றை முன்வைக்கிறார். புத்தத்தின் இருபெரும் பிரிவுகளான ஹீனயானம், மஹாயானம் என்பது அடிப்படையில் பாலி மற்றும் சமஸ்கிருத மொழி அடிப்படையிலான ஒரு பிரிவினையாகவும் உள்ளது என்பதே. குறிப்பாக மஹாயானம் ஆரியர்களான பிராமணர்கள் புத்தத்தைத் தழுவி உருவான மெய்யியல் சார்ந்த வாத விவாதங்களாக உள்ளதைச் சுட்டிச் செல்கிறார். புத்தம் ஆரியத்தால் குறிப்பாக வேதமதத்தை முன்வைக்கும் பிராமணர் களால் உள்வாங்கப்பட்ட வரலாற்றிற்கான கூறுகளைச் சொல்வதாக உள்ளது. இதில் முக்கியமானது வடநாட்டிலிருந்து விரட்டப்பட்ட புத்தம், தென்னாட்டில் குறிப்பாக தமிழகத்தில் பரவியது பாலி மொழியைக் கொண்ட தேரவாதம் என்பது. ஓரிடத்தில் “தேரவாதம் என்பதே திராவிடம் என்பதைக் குறிக்கிறது என்கிற கருத்தும் உண்டு” என்கிறார்.

பிராமணியம் புத்தத்தின் உரையாடல் என்கிற இயங்கியல் தர்க்கமுறையைத் தனதாக்கிக் கொண்டே உபநிஷத், கீதை போன்றவற்றை உருவாக்கியதைச் சுட்டிக்காட்டுகிறார். அத்வைதம் என்கிற வேதாந்தத்தை உருவாக்கிய ஆதிசங்கரரே பல புத்த தர்க்க முறைகள், சிந்தனைகளைப் பின்பற்றியதால் மறைமுக புத்தர் என அழைக்கப்பட்டதை தேபி பிரசாத் சட்டோபாத்யாயா குறிப் பிடுகிறார். புத்தம் சங்கம் என்பதை நிரந்தரமான மதம் காக்கும், பரப்பும் நிறுவனமாக மாற்றியதை, சங்கரர் மடங்கள் என்ற வடிவில் எடுத்துக்கொண்டு, அதுவே பிராமண–வேத–இந்து மதத்தின் அதிகார நிறுவனமாக இருப்பதையும் இத்தோடு இணைத்து வாசிக்க வேண்டும்.

இக்கட்டுரையில் ஆச்சர்யம் தரும் முக்கிய புள்ளி, புத்தகோசர் தமிழகத்தில் பிறந்தவர் என்றும், அவர் ஈழம் சென்று உரை செய்த பல பௌத்த பாலி நூல்கள்தான் சிங்கள புத்தநெறிக்கு

அடிப்படையாக இருப்பதையும் பனுவல்களின் சான்றுடன் இவர் விவாதிக்கும் முறை. சிங்கள மகாவம்சக் கதையை ஆராய்ந்து, அது தமிழகத்தைச் சேர்ந்தது என்பதால் புத்தகோசர் பற்றிய வரலாற்றை எழுதாமல் விட்டிருப்பதை சுட்டிக் காட்டுகிறார். சிங்கள இனவாதம் அடிப்படையில் புத்த அடிப்படைவாத சிந்தனையாகக் கட்டமைக்கப்பட்டது. இந்த மகாவம்சத்தின் வழியாகவே என்பது மனங்கொள்ளத் தக்கது.

“மனித சமூகம் தமது கண்டுபிடிப்புகள் அனைத்தையும் தொல்நினைவாகப் பதியமிடுகின்றன. இவ்வாறு பதியப்படும் நினைவுகள் தொன்மமாக வளர்ந்து விடுகின்றன. இந்த தொன்மங்கள்தான் இனத்தைக் காக்கும் கருவிகளாக அமைந்து விடுகின்றன. தொன்மங்களை (சிற்பம், ஓவியம், இசை, நடனம், கதை) அழிப்பதன் மூலம் அவ்வினத்தை அழித்துவிடமுடியும். தொன்மங்களைப் பெருக்குவதன் மூலம் இனத்தை, இனத்தின் பெருமிதங்களைக் காக்கமுடியும்” என்ற கருத்தாக்கத்தைக் கொண்டு ஆராயப்படும் “சோழர் வரலாற்றில் சிபி–செம்பியன்” என்ற கட்டுரை, சோழர்களுக்கு வழங்கப்படும் செம்பியன் என்ற பெயரடையாளம், புத்த கதையான கிரவஞ்சவதம், ஆரியக் கதையான சிபி என்கிற மன்னன் கதைகளின் தொன்மத்தை ஆராய்கிறது.

“நினைவிலிருந்து கடத்தப்படுகிற எந்தக் கதையும் நிலம், மொழி, பண்பாட்டுச் சூழலுக்கேற்ப புனைவுத்தன்மையைப் பெறக்கூடிய தாகும்” எனக் கூறும் ரமேஷ், இத்தொன்மங்கள் எப்படி வட நாட்டிலும் தென்னாட்டிலும், நிலம், மொழி, சூழலுக்கேற்ப புனைவுத்தன்மை அடைந்தது என்பதையும் விவரிக்கிறார். சோழர்களுக்கு செம்பியன் என்ற பெயர் சிபி என்கிற வட வேந்தன் பெயரோடு கொண்டுள்ள உறவால், சோழர்கள் வடப்பகுதியை ஆண்டபோது சிபிக்கதை உருவாகியிருக்கலாம் என்கிற முடிவிற்கு இட்டுச் செல்வதைச் சுட்டிக் காட்டுகிறார். இப்படி மூவேந்தர்கள் குறித்து தொடர்ந்து ஆய்வதும், அவர்களது குடிபெயர்கள், இலட்சினைகள் வழியாக அவர்களது தமிழ்நில வேந்தர்கள் என்பதைக் கேள்விக்கு உட்படுத்தியபடி செல்கிறது இவரது ஆய்வுகள். தொல்குடிகளை அழித்து, அதன்மேல் வேந்தராச்சிக் கொண்டுவந்ததும், வட ஆரிய பார்ப்பன ஆதிக்கத்தை நிறுவி யதையும் சுட்டும் இவரது ஆய்வுகள், தமிழின் பூர்வநிலம் என்பது உழைக்கும் புலையர், பறையர், பாணர்கள் உள்ளிட்ட இன்று

ஒடுக்கப்பட்ட, விளிம்பில் ஒதுக்கப்பட்ட குடிகளின் நிலம் என்பதை உட்பொருளாக, மறைபொருளாக அல்லது தொல்காப்பியம் கூறும் இறைச்சியாக வைத்து விவாதிக்கிறது.

நண்பர் ரமேஷின் சிந்தனைத் திறனுக்கு ஒரு சான்றாக இதைச் சொல்லலாம். "பனிப்பிரதேசங்களை வாழிடமாகக் கொண்ட ஆரியர்களுக்கு வெப்பம் இன்றியமையாதது. இதனால் குளிரி லிருந்து தங்களைக் காத்துக் கொள்ள சுரா பானமும், சூரிய வெப்பமும், சுட்ட இறைச்சியும், தீகனப்பும் எப்போதும் தேவைப் பட்டன. வெப்பத்தையும் வெளிச்சத்தையும் முதன்மையாக உடைய சூரியன் தெய்வமாக வழிபடுவதோடு சூரியன் இவர்களால் குலச்சின்னமாக ஏற்றுக்கொள்ளப்பட்டது." இது அக்னியை வழிபடும் கடவுளாகக் கொண்ட ஆரியர்கள் இந்தியாவின் அனைத்து பிராந்தியப் பண்பாடுகளிலும் அக்னியை ஒரு வழிபடு பொருளாக மாற்றியதற்கான உணர்வு பிம்பத்தைச் சரியாக வாசித்துள்ளார். ஒருவரது வாழ்நிலைதான் அவர்களது உணர்வை, சிந்தனையைத் தீர்மானிக்கிறது என்பதிலிருந்து பெறப்படும் வழிபடு கடவுள், பண்பாட்டின் முதன்மைக்கூறுகள் ஆகியவற்றைப் பற்றிய ஒரு பொருண்மியப் பார்வை இவரிடம் வலுவாக உள்ளது.

அயோத்திதாசப் பண்டிதரின் கருத்துக்கள் அடிப்படையில் "புத்தப் பண்பாட்டில் முருகன்" என்ற கட்டுரை விரிவாக எழுதப்பட வேண்டிய ஒன்று. அதில் முருகக் கடவுள் என்கிற தமிழ்க் கடவுள் புத்தப் பண்பாட்டுக்குரியதாகவும், நாத்திகம் சார்ந்த ஒன்று என்றும் விவரிக்க முயலும் பகுதிகள் தெளிவற்ற தாக உள்ளது. இது இன்னும் விரிவாக ஆராய்ந்து விளக்கப்படுத்த வேண்டிய ஒன்று.

குறிப்பாகச் சொன்னால், இவரது தர்க்கப் புலத்தை இடப் படுத்த (locate) முயன்றால், அது தொன்மங்கள், இலக்கியங்கள், சொற்கள், கதைகள் எல்லாம் மக்களின் மொழிச்சூழலில் தகவமைக்கப்பட்டு, பொருண்மியப் பண்பாடுகளாக உருவமை கிறது என்பதே. சமூகம், பண்பாடு, வாழ்நிலை அனைத்தும் மொழிவழியாக கட்டப்பட்ட சூழலில் மனித உடல் நடப்பட்டே விளைகிறது என்பதை உள்ளோட்டமாக, உள்இயங்கும் பிம்பமாகக் கொண்டு தனது ஆய்வுப் பார்வையை வடிவமைத்துள்ளார். அடிப்படையில் ஒடுக்கப்பட்ட மக்களின் குரல் சார்ந்த ஒரு தமிழியல் ஆய்வுக் கட்டுரைகள் இவை. சமூகத்தின் புறனடையான,

ஒதுக்கப்பட்ட, விளிம்பிற்குத் தள்ளப்பட்ட மனிதர்களை, அவர்களது குரலை, அவர்களுக்கான கருத்தாக்கங்களை, தத்துவங்களை மையமான இலக்கியப் பனுவல்களின் வழியாக ஆராய்ந்து கட்டமைக்கிறார்.

"ஐ" என்ற எழுத்தைக்கொண்டு ஆய்கிறார், "புலையர்" என்ற சொல்லைக் கொண்டும் ஆய்கிறார், "சிபி" கதையைக் கொண்டும் ஆய்கிறார். இப்படியாக மொழியின் அலகுகளான எழுத்து, சொல், பொருள் என்ற முப்பரிமாணங்களைக் கொண்டு ஆராய்வது இவரது ஆழ்ந்தகன்ற மொழி குறித்த கோட்பாட்டுப் பார்வையிலிருந்து வருகிறது. மொழி ஒரு பரிமாற்றுக் கருவியாக சமூக பரிமாற்றத்தை மட்டும் நிகழ்த்துவது அல்ல. அது ஒரு சமூகத்தை, இனச்சூழலைக் கட்டமைக்கிறது என்கிற பார்வையில் இவரது ஆய்வுகள் செல்வது முக்கியமானதும், கல்விப்புலத்தில் இது கவனிக்கப்பட வேண்டிய அம்சமுமாக உள்ளது.

நண்பர் மு. ரமேஷின் இத்தொகுப்பு தமிழ் ஆய்வு மாணவர்கள் மட்டுமின்றி, பொதுவாக தமிழ் தொல்லிலக்கியங்கள், அவற்றின் சமூகப் பின்புலம், தமிழின் அசலான தத்துவம், மதம், கடவுள், வழிபாடு போன்ற தமிழின் தனித்தன்மை குறித்து வாசிக்க விரும்பும் பொது வாசகர்களுக்குமானதாக உள்ளது. ஒடுக்கப்பட்ட மக்கள் குறித்து தமிழின் தொல்பழங்காலத்தில் ஆராயும் இத்தொகுப்பு, விளிம்புநிலை மக்களின், ஒடுக்கப்பட்ட மக்களின் சொல்லாடல் புலத்தை அறிவதற்கான ஒன்றாக அமைந்துள்ளது. நண்பர் மு. ரமேஷ் இன்னும் ஆழ்ந்த அகன்ற பல ஆய்வுகளைத் தொடர்ந்து செய்யும் ஆற்றல் உள்ளவர் என்பதால் அவரிடம் இதுபோன்ற ஆய்வுகள் நிறைய எதிர்பார்க்கலாம் என்று கூறி வாழ்த்துகிறேன்.

(22.11.2018)

10

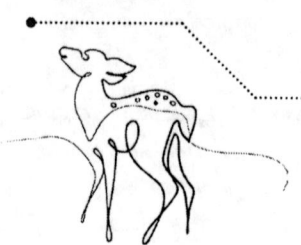

ஒடுக்கப்பட்ட உடல்களின் அகழ்புனைவு

1

தோழர் புலியூர் முருகேசனின் "படுகைத் தழல்" ஆதி காலந்தொட்டு ஒடுக்கப்பட்ட உடல்களின் புனைகதையாக எழுதப்பட்ட ஒருவகை "அகழ்புனைவு". இன்றைய ஒடுக்கப்பட்ட மனங்களினை அகழ்வாய்வுக் கருவியான வரலாறு எனும் துரப்பணம் கொண்டு உடல்களின் பல படிவான நினைவுகளை அகழ்ந்து ஆதி உடலில் செறிந்துவிட்ட அடிமையாக்கப்பட்ட வரலாற்றைப் பேசும் நாவல். நிலமிழந்த அடிமையான தலித் உடல் தொல்காலந்தொட்டு ஒடுக்கப்பட்ட பல உடல்களின் படிவுகளாக ஒன்றன்மேல் ஒன்றாகப் படிந்துள்ளது என்பதை புனைகதையாடியுள்ளார். இந்திய குறிப்பாக தமிழக ஆதியுடல்கள் தங்கள் நிலத்திலிருந்து விரட்டியடிக்கப்பட்டு, நாடோடிகளாக்கப் பட்டு, வெவ்வேறு நிலங்களில் சிதறடிக்கப்பட்டு, அடிமைப் படுத்தப்பட்ட வரலாற்றைப் பேசும் புனைவு. அநேர்க்கோட்டுத் தன்மையில் வரலாறா? புனைவா? என்கிற பிரதியின் மொழிப் புனைவு மாய ஆட்டத்தில் வாசிப்பைச் சிக்கவைத்து நகர்கிறது. ஒடுக்கப்பட்ட உடல்களின் நினைவுகளின் புதைந்திருக்கும் ஆதி உடலின் வாதையைத் தற்கால உடல்கள் வரை அகலித்துக் காட்டுகிறது.

இந்நாவலின் அத்தியாயங்களின் தலைப்பு தொடங்கி, எழுத்துருக்களின் (பாத்திரங்களின்) பெயர்களில், மற்றும்

காலகட்டங்களில் உள்ள சமூக உறவுகள், பேச்சுமொழி என மிகவும் கவனத்துடனும், வரலாற்று அறிவுடனும் எழுதப் பட்டுள்ளது. உதாரணமாக தண்டம், ஈழப்பூச்சி, குடும்பு என்கிற சோழர்காலச் சொற்கள், ஆதிக்குடிகள் பயன்படுத்தும் சொற்கள், சைவம் சார்ந்த சொற்கள் என நாவல் மொழிவழியாக அக்காலத்தைக் கட்டமைத்துக் காட்டுவதாக அமைந்துள்ளது.

நாவலின் கதையாடல் நேர்க்கோட்டில் இல்லாமல், கால அடுக்கின் கிடைக்கோட்டில் நகர்ந்து சுழற்சி முறையில் தொடங்கிய புள்ளியை அடைகிறது. விதைநெல் சேகரிப்பாளரான கலியமூர்த்தியின் தீரா வயிற்று வலிக்கான சிகிச்சையுடன் தொடங்குகிறது நாவல். “ரெக்ரசன் தெரப்பி” (regression therapy) எனப்படும் ஒருவகை மரபார்ந்த மன–அகழ்வு முறையைக் கையாளுவதன் வழியாக, ஒருஉடலின் முன்ஜென்ம நினைவுகள் அல்லது பின்னோக்கிய நினைவடுக்குகள் வழி பயணப்பட்டு, தற்காலத்திலுள்ள நோய்க்கான மனக்கூறைக் கண்டடைந்து, அதை நீக்கலாம் என்ற சிகிச்சை முறையை கலியமூர்த்தியிடம் பிரயோகிக்கிறார் சித்தவைத்தியர் முருகுபாண்டியன். கலிய மூர்த்தியின் நினைவடுக்கிற்குள் பயணப்படும் நாவல், ஆதியுடல் தொடங்கி, நவீன உடல்வரையில் நீடித்துவரும் அவ்வலியை எழுத்தாக்குகிறது.

ஒவ்வொரு வரலாற்றுக் காலத்திலும் நிலத்தொடு பிணைந்த தலித்துகளுக்கு அவ்வலியை உருவாக்கி, தொடர்ந்து காத்துவரும் பிராமணர்கள் எனும் பார்ப்பனியர்களின் ஆதிக்க வரலாறே இந்நாவல். ஒருவகையில் சோழ வரலாற்றின் பெருமிதங்களின் பின்னுள்ள பிராமண ஆதிக்கம் குறித்த ஒரு விளிம்புநிலை வரலாற்றுப் புனைவு இது. பிராமணர்கள் ஆரிய வர்ணப்பிரிவின் ஆதிக்கத்தை குறிக்கிறது என்றால் பார்ப்பனர்கள் என்பது சோழப் பேரரசால் தமிழில் கொழுத்த பிராமண வருணத்தை குறிப்பது. இந்நாவலை வாசித்தபோது பிராமணர், பார்ப்பனர் என்ற சொல்வேறுபாடு இவ்வாறான உணர்வை ஏற்படுத்தியது. ‘அய்யர்’ என்பதன் வேர்ச் சொல்லான ‘அய்யா’ என்பது தாய்வழிச் சமூகத்தின் ‘அய்யை’ என்கிற தாயிடமிருந்து அதி காரத்தை பறித்த தந்தையைக் குறிப்பது. அடிப்படையில் பிராமணர்கள் திராவிட மரபான தாய்வழிச் சமூகத்தை ஒழித்து, தந்தைவழி அதிகாரத்தை நிறுவியதால், ‘அய்யர்’ என்ற சொல் அவர்களைக் குறிப்பதாக தமிழில் மாறியிருக்கலாம்.

(திராவிட மரபு தாய்வழி மரபுதானா? என்கிற கேள்வி எழலாம். திராவிட நிலப்பகுதிகளில் உள்ள சிறுவாரி தெய்வ வழிபாட்டில் அதிகமதிகம் இருக்கும் தெய்வங்கள் பெண்தெய்வங்கள் அதிலும் குறிப்பாக, தாய்தெய்வங்களாக இருப்பது கண்கூடு. ஆரிய மரபில் பெண் தெய்வங்கள் பெரும்பாலும் ஆண் கடவுளின் துணைவியராகவும், ஆணுக்குள் அடங்கியவர்களாகவும் இருப்பதும் கண்கூடு. பண்பாட்டு ஆய்வுகள் என்கிற பண்பாட்டுப் பொருள்முதல்வாத (cultural materialism) ஆய்வுகள் நிகழ்ந்தால் இவற்றை இன்னும் அகழ்ந்து வெளிப்படுத்த முடியும். இது இங்கு ஓர் ஊகமாக மட்டுமே முன்வைக்கப்படுகிறது.)

தமிழில் இந்நாவல் முக்கியமானதொரு முன்முயற்சி. கல்கி தொடங்கி, தீபம் நா. பார்த்தசாரதி சாண்டில்யன், ஜெகசிற்பியன், ஜெயமோகன், எஸ்ரா எனத் தொடரும் வரலாற்றுக் கதையாடல் களுக்கான ஒரு எதிர்பிரதியாக, வரலாறு ஒடுக்கப்பட்டவனின் வலியை மறைத்து, கீர்த்திகளைப் பேசும் ஆதிக்கப் புனைவு என்பதைக் கட்டுடைத்துக் காட்டுகிறது. மாமன்னர்களின் கீர்த்தி விளிம்புக்குத் தள்ளப்பட்ட மனிதர்களின் ரத்தத்திலும், வியர்வை யிலும், கண்ணீரிலும் எழுதப்பட்டது என்பதையும், இதுவரை யிலான தமிழக வரலாற்றுக் கதையாடல்களில் பிராமணர்கள் அரசதிகாரத்தின் வழியாக உழுகுடிகளாக உள்ள தலித்துகளின் பூர்வநிலத்தைப் பறித்து விரட்டியடித்து அடிமைகளாக மாற்றி யதையும் நிகழ்த்திக் காட்டும் ஒரு புனைவாக உள்ளது. பிராமணர்கள் ஆதிக்கமாக அனைவரது மனத்தளங்களிலும் உட்கார்ந்த கதை. அதற்காக அரசு அதிகாரத்தை அவர்கள் தங்களது மறை மந்திரங்கள் வழியாக எப்படியெல்லாம் கையாண்டார்கள், என்னவெல்லாம் சதி திட்டம் தீட்டி தங்கள் ஆதிக்கத்தைக் கட்டமைத்தார்கள் என்பதை ஒவ்வொரு சிறு சிறு நிகழ்வுகளிலும், நுண்கதையாடலிலும் நுட்பமாக விளக்குகிறது இந்நாவல்.

நாவல் காலத்தின் பல அடுக்குகளைக் குறுக்கும் மறுக்குமாக வைத்து, பல கிளைக்கதைகள் வழியாக, ஆதி உடல்கள் கண்டடைந்த நிலத்தை, அதன் வளத்தைக் கொள்ளையிட்ட ஒரு தீ நாடோடிக் கூட்டம், இன்றைய நவீன உலகுவரை எப்படி தனது வாழ்வை இந்த அடிமை உடல்களின் இரத்தத்தில், வியர்வையில் கட்டமைத்து சொகுசு வாழ்வு வாழ்கிறது என்பதை மிக நுட்பமான புனைவுக் கதையாடல்கள் வழி கட்டமைத்துக் காட்டுகிறது.

2

"உருவிப் போட்ட குடல் மாதிரி வற்றிக் கிடந்தது புது ஆறு. முன்னொரு காலத்தில் இரு கரைகளையும் தொட்டுத் தளும்பி ஓடிய ஆறுதான் இப்படி நொய்மைப்பட்டுக் கிடக்கிறது. காய்ந் தொடிந்த சீமைக் கருவை முட்கூட்டம் நடுநதியில் தலைவிரித்துக் காற்றின் பேரிரைச்சலுடன் பேயாட்டம் போடுகிறது. பிளாஸ்டிக் தாள்களும், கிழிந்த நீர்ப் பாக்கெட்டுகளும் சீமைக் கருவை முட்களில் பூத்த பூக்களெனத் தோற்றம் காட்டுகின்றன."

இப்படித் தொடங்கும் முதல் பத்தியிலேயே இப்பிரதியானது, கதையின் போக்கை காட்டும் ஒரு திரைக்காட்சியை விரித்து விடுகிறது. மருத நிலமான தஞ்சை பன்னாட்டு நீர் மூலாதார அரசியலின் விளைவாக, வறட்சிக்குத் தள்ளப்பட்டப் பாலையாக மாற்றப்படுவதற்கான காரணங்களில் ஒன்றான சீமைக் கருவை என்கிற பன்னாட்டு சதியால் கொண்டுவரப்பட்ட முட்கூட்டம் நடுநதியில் தலைவிரித்து பேயாட்டம் போடுகிறது. இந்த பத்தி பன்னாட்டுச் சுரண்டலை முதல் தளத்தில் நேரடியாக சொல் கிறது. ஆனால், நாவல் காட்சிப்படுத்துவதோ இதன் இறைச்சி எனப்படும் 'குறிப்பில் தோன்றுமன்' ஒரு பொருளைத்தான். நதி என்பது வளமானதொரு நிலம் (சோறுடைத்த சோழவளநாடு அல்லது தஞ்சை), சீமைக்கருவை நிலத்திற்கு எந்த உறவுமற்ற ஒரு வெளிச்சக்தி (ஆரியர் – வேதவல்ல பிராமணர் – பார்ப்பனர்), பிளாஸ்டிக் பாக்கெட் என்பதெல்லாம் வளர்ச்சியாகக் காட்டப்படும் பார்ப்பன (உலகமயமாக வெளிப்படும்) மேலாதிக்கம்.

நதிநீரில் கிளைவிட்ட சிந்துவெளி நாகரீக காலந்தொடங்கி ஆதித் தமிழர்களை (ஆதி திராவிடர்கள் அல்லது ஆதி நாகர்கள்), வடக்கில் வந்த பிராமணர்கள் தங்களது மந்திரங்கள் எனும் 'மறை'யாலும், "புணர்தலின் விதிகளை உடைத்து, புதிது புதிதாய் உருவாக்கி" அடிமைப்படுத்தும் "தீ நிறப் பெண்டிரா"–லும் (இச்சொல்லாட்சி முக்கியமானது, செந்நிறம் என்கிற ஆரிய வர்ணத்தின் முதல் வர்ண பிராமணர் நிறம் மற்றும் அவர்களது தீப்பண்பாடு என்கிற அக்னி வழிபாட்டின் அடிப்படை ஆகிய வற்றை இணைத்து வாசிப்பின் நினைவில் உருவாக்கும் சொல்) அடிமைப்படுத்த தொடங்கிய ஆதிகாலம் தொடங்கி, தஞ்சை மாமன்னன் பெருவுடையார் கோயில் கட்டி கீர்த்தியை நிலைநாட்டிய, இராஜஇராஜனின் அதிகாரத்தைக் கைக்கொண்டு, கோயிலை விட்டு வெளியேற்றி தேவதாசிகளை கட்டற்ற

முறையில் புணர்ந்து, பார்ப்பனர்கள் தங்கள் ஆதிக்கத்தை நிலைநிறுத்தி பிரம்மதேயம், சதுர்வேதி மங்கலம், மகாதானபுரம் என உழுதவர்களின் நிலங்களைக் கையகப்படுத்தி, நதிநீரில் வளங்கொழித்த இடைக்காலத் தஞ்சை ராஜ்ஜியத்தில் அடிமை முறையை ஊர்ஜிதப்படுத்தி, ஆங்கிலேயே வெள்ளை துரைமார் காலத்தில் துபாஷிகளாகி நதிநீர் வளம்கொழித்த காணிகளை கையகப்படுத்தி மிராசுகளாக மாறிய காணியாச்சியில், தங்கள் நவீன கால அதிகாரத்தை உச்சிக்குக் கொண்டுசென்று, இன்று பன்னாட்டு செயற்கை விதைகள் உள்ளிட்ட வேளாண்மை முறை வழியாக, பன்னாட்டுக் கார்ப்பரேஷன்களில் அதிகாரத்தைக் கொண்டுசேர்த்த, நான்கு வரலாற்று காலகட்டங்களை விளிம்பு நிலையில் எழுதிப் பார்த்திருப்பதே இந்நாவலின் குறிப்புப் பொருள். (இந்த பத்தியை உடைத்து வரிவரியாக எழுதும்போது இதன் மூச்சிறைக்கும் வேகமும், அடர்வும் சிதைந்துவிடும் என்பதால் ஒரே வாக்கியம் ஒரு பத்தியாக மாறியுள்ளது. நிறுத்தி வாசிக்கவும்.)

இந்நாவலில், ஆதியில் அடிமைப்பட்ட மூதனின் உடல், ஒவ்வொரு காலகட்டத்திலும் அடிமையாக்கப்பட்ட, ஒடுக்கப்பட்ட ஆதிதிராவிடர்களாக குறியிடப்பட்ட தலித் உடல்களைத் தன்னுடலுடன் இணைத்துக்கொண்டு நவீன வேளாண்மையை எதிர்க்கும் மரபு விதைநெல் சேகரிப்பவனின் உடலோடு கரைவதில் முடிகிறது. மூதன் தொடங்கி கலியமூர்த்தி வரை ஆதியிலே ஒடுக்கப்பட்ட உடல் நினைவடுக்கில் படிந்துகொண்டே வருகிறது. ஒரு தலித் உடலை அகழ்ந்தால் அதில் ஒடுக்கப்பட்ட வரலாற்றின் எண்ணற்ற உடல்கள் அடுக்கடுக்காக காலத்தின் துயரங்களிலும், போராட்ட மரணங்களிலும், படுகொலைகளிலும் நினைவுஉடல்களாக எஞ்சியிருப்பதைச் சுவடு காட்டுவதும், அதிகாரத்தால் உடல்கள் வரலாற்றில் கட்டமைக்கப்படுவதும் பற்றிய நுட்பமானதொரு விளிம்புநிலைப் புனைவு.

இந்நாவல் கீழ்க்கண்ட பறந்தலையும் கோடுகளால் குறுக்கம் மறுக்குமாகப் பின்னப்பட்டுள்ளது.

1. தங்களது “மறை” மற்றும் தீ–நிறப் பெண்களால் புராதன தமிழ்நிலங்களைக் கைப்பற்றுதல் – அதன் பலியான மூதன் உடல்
2. தஞ்சையில் சோழர்களால் பிராமணர்கள், தமிழ் பார்ப்பனர்களாக மாறி பிரமதேய நிலங்களாக தஞ்சையின்

வளம்கொழித்த நிலங்களைக் கையகப்படுத்துதல் – அதன் பலியான மருதன், வேம்பன், உவச்சன், உதிரன் உடல்கள்

3. சைவ, சமண கழுவேற்றல் வழியாக தமிழகம் பிராமண மயமான வரலாற்றை எழுதிப்பார்த்தல் – அதில் பலியான கழுவேற்றப்பட்ட உடல்கள், கடைசி சமணமுனி
4. தற்கால தஞ்சை பாலையாக மாறும் நிலை – அதற்கான பலியாக உள்ள ராஜன், கலியமூர்த்தி உடல்கள்

(பலிஉடல் என்பது ஜியார்ஜியோ அகம்பன் (Giorgio Agamben) என்கிற இத்தாலிய சிந்தனையாளர் முன்வைக்கும் ஒரு கருத் தாக்கம். அதனை கிரேக்கத்தில் "ஹோமோ சாக்கர்" என்பார்கள். தமிழில் நேர்ந்துவிடப்பட்ட உடல் எனலாம். அவ்வுடல் அரசின் இறையாண்மைக்கும் சட்டத்திற்கும் வெளியிலான உடல். அதனை யார் வேண்டுமானாலும் என்ன வேண்டுமானாலும் செய்துகொள்ளலாம். கிரெக்க சமூகத்தில் இருந்த அடிமை உடல்கள்.)

மொத்தத்தில், நம் சமூகம் தலித் உடல்களை பலிஉடல்களாக நிரந்தரச் சமூகச் சடங்கில் வைத்துள்ளது என்பதே இதன் உள்ளுறை.

அரசதிகாரம் பார்ப்பன ஆதிக்கமாக மாற்றமுற்று, வட பிராமணர்கள் தென்னிந்திய பார்ப்பனர்களாக நிலைத்தல். நிலத்தைப் பதப்படுத்தி உழுது வாழ்பவர்கள் விளிம்புநிலைக்குத் தள்ளுதல். தன்னை எதிர்ப்பவர்களை அரசதிகாரத்தைப் பயன் படுத்தி, அவர்களுக்குள்ளேயே விற்போர் செய்து கொல்லுதல். சமணர்களைக் கழுவேற்றுதல், மிஞ்சிய சமண முனிகளைத் தேடிக் கொல்ல திரிதல், பிராமண போஜணம் என உண்டு கொழுத்து திரிதல் எனப் பல காட்சிகளால், புனைவு நடை குறையாமல் நகர்கிறது நாவல்.

சோழ அரசு நிர்வாகம், பிராமண அதிகார வர்க்கத்தையும், அண்டை நாட்டு அடிமைகளையும் கொண்டு நிலம், கோயில், சாதி என்ற ஓர் அதிகார பிரமீடான அமைப்பை உருவாக்கி அதன் உச்சியில் சைவம் என்ற கருத்தியலை வைத்து வாசிப்பில் உருவகப்படுத்துவதாக அமைந்துள்ளது. சைவம் கோயிலை ஒரு கிடத்தப்பட்ட உடலாப் பார்ப்பதன் பின்னணியில் உருவான தீண்டாமை என்பது முக்கியம். கோயில் ஒரு புனித உடல் என்பதால், அதை பிராமணர்கள் தங்கள் அதிகாரப் படி

நிலையை உருவாக்கி, அதைத் தனிமனிதர்களின் மனதில் ஆதிக்க படிநிலையாக உறைய வைத்துள்ளார்கள். பிராமண அதிகாரம் ஆதிக்கமாக உறைவதே சோழப் பேரரசின் பொருண்மியப் பண்பாட்டு நடவடிக்கை. அதன் வெளிப்பாட்டு சின்னமே ஆவுடையார் கோயில். அது ஒரு கீர்த்தியையும், பிராமண சைவ உடல் புனிதத்தையும், கதிர்வீசிக் கொண்டிருக்கும் ஒருவகை கருத்தியல் அணுஉலை. ஆயிரம் ஆண்டுகளாகத் தொடவங்கி அதன் கதிர்வீச்சு இன்றுவரை கூடிக்கொண்டும், கூர்மைப் பட்டுக் கொண்டும் உள்ளது. இச்சூழலே இந்நாவலின் முக்கியத்து வத்தை உணர்த்துவதாகும்.

3

இந்நாவல் பிராமணர்களின் சடங்குசார்ந்த பண்பாட்டின் பின்னுள்ள ஆதிக்கச் சுரண்டலைக் கட்டுடைத்துக் காட்டுகிறது. சான்றாக, பார்ப்பனர்கள் வளர்க்கும் அக்னி குண்டத்தில் நவ தானியங்களை எரித்தல் என்ற சடங்கு, சாகுபடிக்கான விவசாயி களின் விதை நெல்களை அழிக்கும் ஒரு செயலாக தொடங்கி யிருக்கலாம் என்ற ஒரு கதையாடல் வருகிறது. தஞ்சையில் பிரபலமான வசவுச் சொல்லான 'குச்சிக்காரி' குறித்த கதை யாடலில், ஏன் ஆண்களை ஊரிலிருந்து ஒதுக்கி குச்சிக்கட்டி 'குச்சிக்காரர்களை' உருவாக்கவில்லை என்ற கேள்வியை எழுப்பு கிறது. 'அடித்துப்பிடுங்கும் வரி' என்ற வரிமுறையைக் குறித்து கதைக்கும் இடத்தில், மன்னருக்கு அதில் விருப்பமில்லை என்ற புரளியைக் கிளப்பி, அடித்துப் பிடுங்கும்போது ஏதோ மன்னருக்கு விருப்பமற்று நடப்பது போன்ற ஒரு மனப்படிவை உருவாக்குவது. இது அர்த்தசாத்திர சாணக்கிய தந்திரம். அதில் சாணக்கியர் தெளிவாகச் சொல்கிறார். மன்னன் மக்களை ஆள இந்தப் புரளி களை மன்னனே உருவாக்கிப் பரப்ப வேண்டும் என்று. தற் போதைய இந்துத்துவ அரசு அதை இணையம் வழியாக அச்சாகப் பின்பற்றுவது கண்கூடு.

சைவக்குரவர் நால்வர் வந்தால்தான் சிதம்பரம் கோயிலில் ஓலைச் சுவடி தருவார்கள் என சைவக்குரவர்களின் தங்கச் சிலையை செய்து தரும் நிகழ்வை, அதைத் தங்கத்தில் ஏன் செய்யவேண்டும்? சாதாரண உலோகத்தில் செய்யக் கூடாதா? என்கிற கேள்வியை எழுப்பி, அச்சிலைகள் இறுதியில் என்னவாகின என்றும், பிராமணர்கள் அரச சொத்தை கொள்ளையடிப்பதற்கான பல உத்திகளில் ஒன்றெ‌ன ஒரு வாதம் இதில் பேசப்படுகிறது.

'குடும்பு' என்கிற ராஜராஜ சோழனின் ஆட்சியில் உள்ள அதிகார அமைப்பைத் தேர்ந்தெடுக்கும் குடவோலை முறையில் வேதம் படித்தவர்கள், அதைப் பாராயணம் செய்தவர்களின் பெயர்கள் மட்டுமே நறுக்கோலையில் எழுதிப் போடும் வழக்கை சுட்டிக்காட்டுகிறது. இத்தகைய அதிகாரத்தால், சதிர்வேதி மங்களம், பிரமதேயம், அகரம், மஹாதானம் எனப் பிராமணர்கள் நிலங்களைப் பறித்து கையகப்படுத்தி நிலவுடைமையாளர்களாக மாறிய கதையைச் சொல்கிறது. அது வெள்ளைக்காரனின் ஆட்சியில் பிராமண துபாஷிகள் உதவியுடன், ஹரி என்கிற ஆங்கிலம் படித்த ஒரு பார்ப்பனரால், மனைவியை அலங்கரித்து, அதிகாரியான வெள்ளையருக்கு அவரது கையால் பல்வகை உணவுகளைப் பரிமாறும் விருந்து வைத்து, நிலத்தை (காணிகளை) கைப்பற்றுவதாகத் தொடர்கிறது. அந்த அலங்கரிக்கப்பட்ட மனைவி, கணவனால் காமசுகம் பெறமுடியாத தவிப்பை ஓரிடத்தில் காட்சியாக்குகிறது நாவல். மனைவியைவிட நிலத்தின் மீதும், அதிகாரத்தின் மீதுமான வேட்கையே அதிகம் கொண்டவனாயிருக்கிறான் அந்த ஹரி.

'திருநந்தா விளக்கு குடிகள்' என்கிற இடையர்களிடம் 'சாவா முவா வாழ்மாடு'களைத் தந்து, அதில் நெய் உருவாக்கி விளக்கெறிப்பது குறித்த ஒரு கதையாடலில், இடையர்கள் வாழ்வின் அவலங்கள் பேசப்படுகிறது. அப்பொருளியல் சுழற்சி ஏற்பாடு வியப்பு தரும் ஒன்றாக அமைந்துள்ளது. சங்கப்பாடல் ஒன்றில் வரும் இடைச்சி ஒருத்தி, பால் தந்த காசிற்குப் பசுமாட்டைப் பெறும் பொருளியல் ஓர்மையை நினைவூட்டுவதாக உள்ளது.

பொதுவாக, மதமும், கோயிலும், கடவுளும் தொடர்ந்து இருக்க வேண்டும் என்றால், ஒன்று அரசதிகாரத்துடன் தொடர்பு கொண்டிருக்க வேண்டும் அல்லது பெரும் சொத்துகளைக் கொண்டிருக்க வேண்டும். 'பொருளில்லாக் கடவுளுக்கு இவ்வுலகு மில்லை, அவ்வுலகுமில்லை' என்பதை அய்யன் வள்ளுவர் எழுதாமல் விட்டுவிட்டார் என்று எண்ணும் அளவிற்கு கோயில், அதிகாரம், நிலம் எனக் கடவுள் பெயரால் பிராமணர்கள் தொடர்ந்து தங்கள் சொத்துடைமையையும், அதிகாரத்தையும் மீட்டுருவாக்கம் செய்துகொண்டே உள்ளனர் இன்றுவரை.

கோயில் திருப்பணிகளைச் செய்யும் தேவதாசிகளை, கோயிலிலிருந்து அகற்றி, தளிச்சேரி பெண்டிர்களாக மாற்றி, பிராமணர்கள் தங்கள் உடலுக்கான உடைமைகளாக மாற்றிய வரலாறும், அப்பெண்களை வேற்றாள் நினைத்தலே பெருங்குற்றம்

சொற்களால் நெய்யப்படும் உலகு 175

என்பதான ஒரு ஒடுங்கிய மன அமைப்பையும் கட்டமைத்துள்ளனர் என்பதைக் கதையாடிச் செல்கிறது.

'அனல்வாதம் புனல்வாதம்' என சமணர்களைக் கழுவிலேற்றும் சதியில், சைவ ஓலைகள் குறிப்பாக ஞானசம்பந்தரின் தேவாரப் பாடல்கள், ஒரு குறிப்பிட்ட ரசவகை தடவி நெருப்பில் கருகாமல் ஏய்க்கப்பட்டது குறித்து ஒரு விவரணைத் தரப்படுகிறது. சமணர்கள் கழுவேற்றப்பட்ட வரலாறு அதன் கொடூரத்துடன் புனைந்து காட்டப்பட்டுள்ளது. அதில் வரும் ஒரு மழைக்காட்சி சமணர்கள் கழுமரத்தில் பிளக்கப்பட்ட நிலையில் மழை வந்து, அதன் ஒரு துளி கழுமரத்தில் பட்டு இரண்டாகப் பிரிந்து, சமண முனிவர்களின் வாயில்பட, 'உதடு பிரிந்து உள்வாங்கா உறுதியுடன்' அவர்கள் தங்கள் உயிரைத் துறக்கிறார்கள். புலியூர் முருகேசனின் படைப்பாற்றலுக்கான ஒரு அத்தாட்சி இது. அதேபோல் பல இடங்களில் அவரது புனைவாற்றலுக்கான கற்பனைக் காட்சிகள், வாசிப்பவரின் உணர்வில் படியும்படி எழுதப்பட்டுள்ளது.

நாவலின் மொழிக் கட்டுக்கோப்பில் அவரது புனைவாற்றல் நுட்பமாகச் செயல்பட்டிருக்கிறது. ஒரு புலைக்குடியைச் சேர்ந்த உதிரனின் பேச்சு ஒரு படித்தவன் தொனியில் வெளிப்படும். அதை "வேற்றுநடையில்" பேசும் திறன்கொண்டவன் என கவனித்து எழுதுவது என்பது மிக நுட்பமான ஒன்று. படைப்பாளியாக மலைக்க வைக்கும் புனைவுகள் இதில் நிறைய உண்டு. பிராமணர்கள் மாட்டுக்கறி தின்ற வரலாறு, சிவசர்மன் என்கிற பிராமண போஜனத் தலைவன் தனது தனிப்பட்ட வஞ்சத்தால் இரண்டு வீரர்களை மோதவிட்டு ஒருவனைக் கொல்வது. ஆதித்த கரிகாலனை பிராமணர்கள் கொன்றது. ராஜராஜன் மற்றும் அவனது தேவி சிலை ஆயிரம் ஆண்டுகள் கண்டங்களில் அலைந்து *50* ஆண்டுகளுக்குபின் வந்து சேரும் என்று இன்றைய சிலைதிருட்டைக் கண்டுபிடித்து கோயிலில் சேர்த்ததை முன் அனுமானமாக சொல்லப்படுவதெல்லாம், அவரது புனைவு சாத்தியத்தைப் பறைசாற்றுவதாக உள்ளது.

4

நாவலின் அதிகபட்ச புனைவு சாத்தியத்தை எழுதிக்காட்டிய பகுதி கடைசி மூன்று அத்தியாயங்கள். அவரது வரலாற்று அறிவும், அரசியலும், அழகியலும் இணைந்து உருவான பகுதிகள் அவை. குறிப்பாக ஆதிக்குடிகளின் வளமைப் பெருக்கச்

சடங்காக புணரும் பகுதிகள் கற்பனைக்கு எட்டாத உணர்ச்சி கரமான மொழியில் எழுதப்பட்டுள்ளது. ராகுல சாங்கிருத்தாயன் மார்க்சிய வரலாற்றுப் பொருள்முதல்வாத அடிப்படையில் மனிதகுலம் குறித்து எழுதிய நாவலான “வால்கா முதல் கங்கை வரை” போன்றதொரு புராதன சமூகம் குறித்தது என்றாலும், இதில் முழுக்க பிராமண ஆதிக்கம் உருவான புள்ளிகள் பற்றிய விவரணையம், வர்ணனைகளும் முக்கியமானவை. ஆதிக்குடிகளின் வேட்டைச் சடங்கு, மழைவேண்டிய பாவனை நடனம் (இது குறித்து கலைகளின் தோற்றம் குறித்த ஜார்ஜ் தாம்சனின் ‘மனித சமூகசாரம்’ நூலில் விளக்கப்பட்டுள்ளது), ஓவியமாக தங்கள் எண்ணங்களை வரைதல் தொடங்கி மொழியாக உருவாகும் சப்த ஒழுங்குகள் அதுவே மந்திரங்களாக உருவானதை காட்சிப்படுத்தும் நுட்பம் முக்கியமானது. உழைப்பில், புணர்ச்சியில், செய்கைகளில் வெளிப்படும் வாயோசைகள், நிகழ்வுகளோடு இணைந்து சொற்களாக மாறுவதை நுட்பமாக காட்சிப்படுத்தியுள்ளார்.

சான்றாக பறவையொன்றின் ஓசையோடு நிகழும் நிகழ்ச்சி, அவ்வோசையோடு மனப்பதிவில் இணைத்து, அவ்வோசையே அந்நிகழ்வை குறிப்பதாக மாறுவதும், அவ்வோசையே மொழியில் சொல்லாக வடிவமெடுப்பதற்கான அடிப்படைகளைக் காட்டு வதைச் சொல்லலாம். ழாக் லக்கான் என்ற மொழி உளவியல் அறிஞர், மொழி என்பதே ஒரு குறிப்பான் (ஓசை) வளையம் என்கிறார். இந்தக் குறிப்பான் வளையம் என்பது சடங்குகள், மந்திரங்களைப் புரிந்துகொள்ள எப்படி உதவும் என்பது குறித்து எனது உடலரசியல் கட்டுரையில் விளக்கியுள்ளேன். மொழி இவ்வாறு செயல்களைக் குறிக்கும் ஓசைகளாக மாறி, சொற்களாகி அர்த்தங்களாக (குறிப்பீடுகளாக) மாறுகிறது. இதைத்தான் பிரஞ்சு அமைப்பு மொழியியலாளரான பெர்டினான்ட் டி சசூர் குறிப்பானுக்கும் (ஓசைக்கும்), குறிப்பீட்டிற்கும் (அர்த்தத்திற்கும்) உள்ள உறவு ஏதேச்சையானது என்கிறார். இதை உணர்த்தும் ஒரு காட்சி பழையோள் என்கிற மூத்தோளான தாய்க்கும் அவளுக்கு கீழுள்ள ஆதிமூதன் என்பவனுக்கும் இடையில் ஒரு பறவை ஒலியை வைத்து உருவாகும் புணர்ச்சி நிகழ்வு பற்றிய குறியியக்க உருவாக்கம் காட்சிப்படுத்தப்பட்டுள்ளது. அதேபோல் அப்பழையோள் குகைகளில் உருவாக்கும் பாறை ஓவியங்கள் குறித்த குறிப்பும் உள்ளது.

வேட்டை சமூகமான அலைகுடிகள், விவசாயத்தைக் கண்டு பிடித்து, நிலைகுடிகளாக மாறியபின், அவர்களது ஊரை ஆரிய

மறை மந்திரங்கள் கொண்டவன் வசியத்தால் சூறையாடல், அன்று விளைநிலங்களை எரித்த அக்னி இன்றுவரை சுடர்விட்டு எரிவதை நாவல் நம் மனதில் ஒரு காட்சி பிம்பமாக மாற்றிவிடு கிறது. அன்று நுழைந்த ஆரிய வசியபிரு, வடநாட்டு சைவனான சிவநேசன் எனச் சோழப் பேரரசின் ராஜகுருவாக, சிவசர்மன் என்கிற பிராமண போஜன அதிகாரியாக, திருஞானசம்பந்தர் என்ற பக்தி இயக்கப் பார்ப்பனராக, வெள்ளையர் காலத்தில் ஹரி என்கிற ஆங்கிலம் படித்தவனாக, உலகமயத்தில் மரபணுநீக்கிய விதைக்கான ஒப்பந்த கார்ப்பரேஷனாக பல அவதாரங்களைக் காலங்காலமாக எடுத்து அடிமைகளாக சூத்திர மற்றும் அவர்ணர் களான பஞ்சமர்களின் உடலாற்றலைப் பிழிந்து உறிஞ்சும் அட்டைகளாக மாறிவிட்டதை நாவல் எழுத்து வாசிப்பவரிடம் உருவாக்கிச் செல்கிறது. இதற்கு இணையாக ஒடுக்கப்பட்ட மூதன், கருவூரார், வேம்பன், உதிரன், உவச்சன், சமணர்கள், மருதன், ராஜன், கலியமூர்த்தி என ஒடுக்கப்பட்ட உடல்கள் படிவுப் பாறைகளாக மொழிக்குள், அதன் சரித்திரத்திற்குள் புதைக்கப் பட்டுள்ளதை நாவல் தனது புனைவு எனும் துரப்பணம் கொண்டு தோண்டி எடுத்துள்ளது.

5

கோயிலை மையமாகவும், அதைச்சுற்றி, சனாதன வர்ணக் குடிகளின் வளையங்களும், விளிம்பில் புலைச்சேரி, பறைச்சேரி என்ற கிராமியப் புவியல் இன்றுவரை சாதியின் ஒரு உள் கட்டுமான அமைப்பாக இருக்கிறது. இக்கட்டமைப்பு உடைந்து ஒன்று கலக்கும்போதே சாதியத்தின் அகநிலையில் உடைச்சல் உருவாகும். இது ஒரு கிராமிய நிலமான்ய உற்பத்திக்கான புவியியல். இன்றுவரை இப்புவியியல் பாதுகாக்கப்பட்டு வருகிறது. இப்புவியியல் புலையன் என்ற சொல்லாட்சி உருவாகிய சங்ககாலத்தில் இருந்ததா? என்பது ஒரு முக்கியமான ஆய்வுப்புள்ளி. ஆனாலும், புலையன் என்ற சொல் குறித்த ஆய்வில் நண்பர் மு. ரமேஷ் அவர்களது 'எந்தை' என்று நூலில், புலவர் என்கிற சான்றோரை, அறிவுடையோரை குறிக்கும் சொல் புலையனிலிருந்தே பெறப்பட்டிருக்க வேண்டும் என்பதைக் குறிப்பிடுகிறார். ஆக, புலையராக இருந்த உழுகுடிகள் அறிவில் சிறந்த சான்றோராக இருந்திருக்க வேண்டும். பிந்தைய பிராமண மேலாண்மையில் புலையர்கள் 'ஆடுரித்து தின்றுழலும்' என்பதாக ஒதுக்கப்பட்டு கீழ்நிலையில் வைக்கப்பட்டிருக்கலாம்.

இந்நாவலில் இதற்கு இணையாக பழையோள் என்ற தாய்வழிச் சமூக தலைவியின் கீழ் சமூக உருவாக்கம் பற்றிய கதையாடல் ஒன்று உள்ளது. மிக முக்கியமான ஒரு கதையாடல் அது. அதில் வேட்டைச் சமூகம் உழுகுடிகளாக மாறும் போக்கில் கண்டுபிடிக்கும் விவசாயம், விதை நெல் உள்ளிட்ட பயிர் தானியங்கள் குறித்த அறிவு விவரிக்கப்படுகிறது. அறிவாற்றல் கொண்ட அச்சமூகமே பின்னாளில் புலையராக மாற்றப்படுகிறார்கள் ஆரியரின் தாக்குதலால். இக்கிராமப் புவியியலில், கோயில் மையமாக இன்று உள்ளது என்றால், பண்டைய அமைப்பில் நிலம் மையமாக இருந்திருக்க வேண்டும். உணவு உற்பத்திக்கான நிலம், அதை ஒட்டிய உழுகுடிகளின பறச்சேரியும், புலைச்சேரியும் அதன்பின் விளிம்புகளில் பார்ப்பன, இடைநிலைச் சாதி வேளாண் குடிகளும் இருந்திருக்க வேண்டும். இப்புவியியல் இன்று மையம் மாறியதாக மாற்றப் பட்டது பிராமண ஆதிக்கத்தால்.

ஆக, அறிவிற் சிறந்த சான்றோராக கருதப்பட்ட புலையர்கள் பின்னாளில் நிலமும், அவர்களது அறிவும் பறிக்கப்பட்டு அடிமையாக மாற்றப்படுகிறார்கள். எல்லா மதங்களின் தேவதூதர்களும் (கிருஷ்ணன், மோஸஸ், ஏசு, முகமது நபி) ஏன் ஆடு மேய்க்கும் மேய்ப்பர்களாக உள்ளனர் என்கிற கேள்வியும் இத்தோடு இணைத்து கேட்டுக் கொள்ளலாம். இந்தப் பகுதி நாவலின் மிக முக்கியமான பகுதி.

6

"ஆயிரம் ஆண்டுகளாக
அழுகை
மொழிமாற்றிக்கொண்டதில்லை;
ஆத்திரமும் கூடத்தான்.
கண்ணீர் –
நிறம்மாறிக் கொண்டதில்லை;
ரத்தமும் கூடத்தான்"

என்ற இன்குலாபின் "ஸ்ரீராஜராஜேச்சுவரியம்" உருவாக்கிய ராஜராஜன் என்கிற மாமன்னன் மற்ற நாடுகளை அடக்கி அடிமைகளை உருவாக்கி பார்ப்பனர்களை கொழுக்கவிட்டதை எதிர்த்த கவிதைப் பிரதிக்குப் பிறகு, இந்நாவல் அதை வலுவான புனைவாக மாற்றியுள்ளது.

நாவலின் நுண்தளப்பிரதியாக உருவாகியுள்ள மேஜிக்கல் உணர்வுகள், ஊடிழைப் பிரதியாக உருவாகியுள்ள வரலாற்றுக் கதையாடல்கள் நாவலை அதன் ஆழ்தளத்திற்கு நகர்த்துவதாக உள்ளது. கருவூரார் 'ஒளிப்பயணம்' மேற்கொள்பவர் என்பது குறித்த விவரணை, கருவூரார் மன்னனிடம் பிராமணர்களின் அட்டூழியங் களை விளக்கி, அது ஆட்சிக்கு ஏற்படுத்தும் களங்கத்தை விளக்கியதால், அவரைப் பார்ப்பனர்கள் ஜீவசமாதி என்ற பெயரில் கொன்றழித்து காணா பிணமாக்கியதைக் கேள்வியுற்ற கொடு மூடியார், அவரிடம் எண்ண ஓட்டத்தில் பேசி நிகழ்ந்ததை அறிய முற்படலாம் எனச் சொல்வது, ஆறு பெருக்கெடுத்து ஓடும்போது கெட்ட சகுனமாக நினைத்து அதன்பின் விதைநெல் ஊர்முழுவதும் எரிந்துவிடுவது, செருப்பாட்சி, கையாச்சி, விரலாச்சி என விளக்கும் ஏகலைவ கட்டைவிரல் இடையீட்டுக் கதையாடல், ஆதிக்குடிகள் உணரும் அழிவிற்கான சகுனங்கள் எனப் பகுத்தறிவினால் அறியமுடியாத உள்ளுணர்வு சார்ந்த விஷயங்கள், திறந்தநிலையில் வாசிப்பிற்கான இடைவெளிகளாக விடப்பட்டுள்ளன.

7

நாவலில் பிரதியுணர்வு (textual emotion) என்ற ஒன்றை இதன் வாசிப்பில் ஒரு புதுக்கருத்தாக்கமாக என்னால் உணர முடிந்தது. ஒரு குறிப்பிட்ட உணர்வுகளின் வெப்பத்தால் தாளமுடியாத வேதனையைப் புனைவின் எழுத்துருவிற்கு நிகழ்த்தும்போது, புனைவுப்பிரதியே ஓர் அதீத உணர்வுகொண்டதாக மாறி, அதற்கு எதிர்ப்பைக் காட்டுவது. சான்றாக, காஞ்சன தாமோதரன் என்கிற சேனாதிபதி பார்ப்பனரின் கைத்தடியாக மாறி அனைத்து அட்டூழியங்களை நிகழ்த்துபவனாக இருப்பவனை பிரதியுணர்வே கோபம் கொண்டு ஒரு கொடுங்காற்றில் அவனை அகழியில் தள்ளிவிடுகிறது. இதுபோன்ற நிகழ்வுகள் முன்திட்ட மின்றி பிரதியை எழுதும்போக்கில் உருவாகுபவை. தர்க்கரீதியான கட்டமைப்பிலிருந்து பிரதி மாறி ஒருவகை அதர்க்க மனநிலைக்குச் செல்லும் கணங்கள். மௌனியின் கதைகளில் இந்த அதர்க்கம் அரூப மொழிச் சிக்கலாக வெளிப்படும். பிரதி தனக்குள்ளிருந்தே உருவாக்கிக் கொள்ளும் ஓர் உளவியல் நாடகம். இதைப் பிரதி யுணர்வு என்ற கருத்தாக்கமாகக் குறிக்கலாம்.

பார்ப்பனர்கள் தங்களை வர்ணமாக அடையாளப்படுத்த அணியும் பூணூல் (அதில் மூவர்ணங்களுக்கும் நூல் வித்தியாசம்

உண்டு என்கிறது மனுதர்மம். பார்ப்பனர் பருத்தி நூலிலும், சத்திரியர் சணலிலும், வைசியர் ஆட்டு மயிரிலும் போடவேண்டும்) என்பது ஒரு வர்ண அடையாளம். இந்நாவலில் பார்ப்பனர்கள் பயன்படுத்தும் மற்றொரு மொழி அடையாளமாக காயத்ரி மந்திரமும், 'அபிவாதயே' எனப்படும் பார்ப்பன குல, கோத்திரங் களைக் கூறும் மந்திரமும் இருப்பதை நுட்பமாக ஒரு பிராமண போஜன காட்சியில் முன்வைக்கிறது பிரதி. பூணூல் அணியும் போது இந்த மந்திரம் அவர்களுக்குக் கற்றுத் தரப்படும். மந்திரம் மதங்களில் எப்படி ஒரு பேச்சடையாளமாக உள்ளது என்பதைச் சொல்கிறது. இப்படியாக மதம், சாதி எல்லாம் மொழிவழி அடையாளங்களைக் கொண்டு இயங்குபவையாகவும் உள்ளன.

ஆரிய குதிரை சாயல் முகம், ஆவுடையான லிங்க உரு வாக்கத்தின் வளமைப் பெருக்கச் சடங்கு, சைவத்தில் அது நிறுவனமயப்படுத்தப்படுதல் என ஒரு பெரும் வரலாற்றுத் திரையில் விளிம்புநிலை மக்களின் வாழ்க்கைச் சிதைவை வரைந்த ஒரு ஓவியமாக உள்ளது. எண்ணற்ற சிறு சிறு குறியீடுகளை வரலாற்றுடன் இணைத்துச் சொல்லிக்கொண்டே நகர்கிறது இந்நாவல். ஒவ்வொன்றையும் வாசிப்பவர், நின்று யோசித்து மறைக்கப்பட்ட அடிமையாக உருவான வரலாற்றையும், பெருமிதமாகச் சொல்லப்பட்ட கதைகளையும் கீழுருப்பு (subvert) செய்து காட்டும் இந்நாவல் ஒரு முக்கியமான அரசியல் அழகியல் நாவல்.

தோழர் புலியூர் முருகேசன் ஏற்கனவே இரண்டு சிறுகதை தொகுப்புகளும், இரண்டு நாவல்களும் எழுதியுள்ளார். இது அவரது மூன்றாவது நாவல். அவரது வாசிப்பும் அனுபவமும் ஒரு முக்கியமான இடதுசாரி அரசியலோடு, ஒடுக்கப்பட்டவர்களின் குரலைப் பதியும் அழகியலான புனைவுகளை உருவாக்கும் திறன் கொண்டவர் என்பதற்கு இந்நாவலின் எழுத்துமுறையே ஒரு சான்று. தனது முதல் சிறுகதைத் தொகுப்பிலுள்ள ஒரு சிறு கதையால், இடைநிலைச்சாதியினரால் கொலைக்களத்திற்குக் கொண்டு சென்ற தப்பி வந்தவர். தனது சொந்த ஊரைவிட்டு, தஞ்சையில் தஞ்சம் புகுந்து வாழும் அவரது வாழ்வே ஒரு சான்றுதான் இவ்வொடுக்கு முறைகளுக்கு. தோழர் தமிழில் அரசியலும் அழகியலும் இணைந்து ஒரு இடதுசாரி நாவல் எழுத்து இல்லை என்கிற இடைவெளியை நிரப்பியுள்ளார். அவர் இன்னும் பல சிறந்த படைப்புகளை உருவாக்க வாழ்த்துகிறேன்.

(07.12.2018)

11

“சரித்திரித்தில் படிந்த நிழல்களை” முன்வைத்து சில பனுவலாக்க உத்திகள்

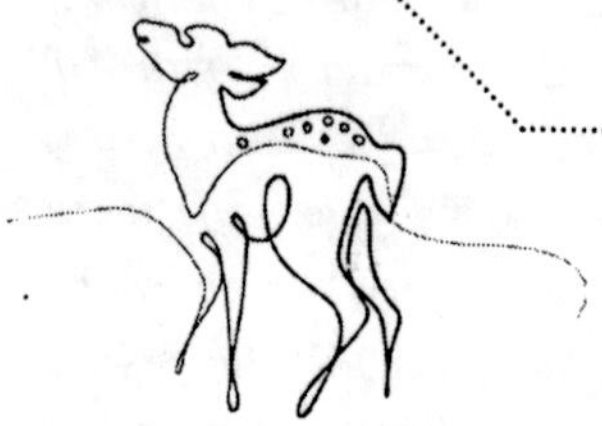

1

தமிழவனின் “சரித்திரத்தில் படிந்த நிழல்கள்” – நாவல் வெளிவந்த காலம் முதல் இன்றுவரை இந்நாவல் பற்றிய ஒரு மௌடீக மௌனம் நிலவுகிறது. அந்த மௌனத்திற்குக் காரணம் தமிழில் கடந்த 20 ஆண்டுகளாக ஓர் இலக்கிய கானனைசேஷன் (பீட–உருவாக்கம்) நடந்து கொண்டிருக்கிறது. இது குறிப்பிட்ட சில இலக்கிய ஆசிரியர்கள் மற்றும் இலக்கிய வடிவங்களைச் சுற்றிக் கட்டமைக்கப்படுகிறது. எல்லோருக்கும் புரியும்படியான யதார்த்தவாதத்தை அடிப்படையாகக் கொண்ட நேர்க்கோட்டு கதையாடலும் சமூக அனுபவங்களின் பிரதபலிப்பும் அழகியலில் ரசனைவாதத்தையும் கொண்ட ஓர் இலக்கிய அதிகாரபீடமாகக் கட்டப்படுகிறது. இதற்கு இங்குள்ள இலக்கிய பத்திரிக்கைகளும், பதிப்பகங்களும் ஒரு வலைப்பின்னலை உருவாக்கியுள்ளன.

இந்த வலைப்பின்னலுக்கு வெளியில் நிறுத்தப்பட்ட ஓர் இலக்கிய வடிவமாகவே இத்தகைய பின்காலனிய, பின்நவீன இலக்கிய உத்திகள் பார்க்கப்படுகின்றன. குறிப்பிட்ட இலக்கிய வடிவங்களை மீறுகிற புதிய சோதனைகளைச் செய்கிற உண்மையான இலக்கிய அக்கறையும் சமூக பொறுப்புணர்வும் கொண்ட இலக்கியங்கள் எழுத்தாளர்கள் புறமொதுக்கப்படும் ஒரு வலைப்பின்னல் இங்கு இயங்குகிறது, இந்த வலைப்பின்னலின் அதிகார பீடமாக பதிப்பகங்கள் வீற்றிருக்கின்றன. இந்த

நிலையில்தான் இத்தகைய நாவல்கள் முக்கியத்துவம் பெறுகின்றன என்பதும், அது குறித்து புதிய தலைமுறைக்கு எடுத்துச் செல்ல வேண்டிய பொறுப்பும் உருவாகுகிறது.

இலக்கியபீடம் கட்டமைக்கப்படுவது என்பது தமிழ் இலக்கியச் சூழலில், பாரதி காலந்தொட்டு நிகழும் ஒரு நவீனத்துவ கலைமையவாத நிகழ்வு. தேசிய போராட்ட காலங்களில் தமிழில் நிகழ்ந்த இலக்கியபீடம் என்பது தேசிய கருத்தியலை ஒட்டி கட்டமைக்கப்பட்டது. இக்காலகட்டத்தில் உருவான கல்கி உள்ளிட்ட பிரபலமான எழுத்தாளர்கள் ஒரு பீடமாக மாறும்போது, அவர்களுக்கு எதிராக உருவானதே கலைமையவாத இலக்கிய வட்டம். இவர்கள் சிறுபான்மையாக இருந்து, அந்த இலக்கிய அழிவுப்போக்கிற்கு எதிராக சிறு பத்திரிக்கைள் துவக்கி, நவீனத்துவ இலக்கியங்கள் ஆய்வுகளை வெளியிட்டனர்.

தேசியக்கட்டம் முடிந்து தமிழில் உருவான திராவிடக் காலகட்டத்தில், திராவிட இலக்கியம் என்பது இலக்கியபீடமாக மாற்றப்பட்டது. அக்காலகட்டத்தில் திராவிடத்திற்கு எதிரான போக்காக சிறுபத்திரிக்கைகள் கலைமையவாதத்தை முன்வைத்து இயங்கின. எண்பதுகளுக்குப் பிந்தைய பின்னைய–திராவிடக் (Post-Dravidian) காலகட்டத்தில், கலைமையவாதம் என்பதைக் கேள்விக்குட்படுத்தி, கலை, இலக்கியம் போன்றவற்றின் சமூக வினை குறித்த உரையாடல்கள் தொடங்கின. சிறுபத்திரிக்கை என்கிற எதிர்ப்பு இலக்கியம் இடைநிலை இதழ்களாக மாறி, சமூக அரசியல் வேறு, கலை இலக்கியம் வேறு என்கிற நிலைமாறி, எல்லாம் அரசியல்மயமாகின. இலக்கிய பீடம் என்பது கலை இலக்கியத்தில் யதார்த்தவாத இலக்கியமாக நிலைநிறுத்தப்பட்டது. இந்த யதார்த்தவாத பீடத்தை தகர்ப்பதற் கான முயற்சியாக உருவான நாவல்களில் ஒன்றே "சரித்திரத்தில் படிந்த நிழல்கள்".

மலேசிய பத்திரிக்கை ஒன்றிற்கு அளித்த பேட்டியில் தமிழவன் "ஒரு எழுத்தாளன் நாவல் எழுதுவதற்கான அடிப்படை எது?" என்ற கேள்விக்கு கீழ்க்கண்டவாறு பதில் சொல்கிறார். "அனுபவம்தான். மொழி சரித்திர வடிவங்களைச் சொல்வதற்கு நான் விரும்புகிறேன். மாய எதார்த்தவாத பாணியில் எழுத வேண்டும். புனைவுகள் இருக்கலாம். கற்பனைகளில் இதுவும் சாத்தியமே." (தமிழவன்)

தமிழவனின் படைப்பிலக்கிய முயற்சிகள் நாவல்களாகட்டும், சிறுகதைகளாகட்டும் அனைத்தும் மேற்கொண்ட கூற்றை நிரூபிக்கும் வண்ணம் எழுதப்படுபவை. இந்நாவல் இந்திய குறிப்பாக தமிழக சரித்திர வடிவத்தை முன்வைத்து எழுதப்பட்ட நாவல். இதன் கதையாடல்கள், கூறுகள் ஆகியவற்றிற்குள் போக வில்லை. (ஏற்கனவே இந்நாவல் வெளிவந்த 90–களில் விரிவான திறனாய்வு செய்யப்பட்டு, அது எனது கட்டுரைத் தொகுப்பு நூலிலும் வந்துள்ளது.) இந்நாவல் தமிழவனின் கோட்பாட்டுப் பின்புலத்திலிருந்து கிளைத்தெழுகிறது என்பதே முக்கியம்.

சான்றாக, ஒரு பகுதியைத் தருகிறேன். நாவலின் பக்கம்–9ல் தெற்கு திசைகளுக்கும் இவர்களுக்கும் உள்ள உறவு குறித்து சில குறிப்புகள் உள்ளது. தெற்கு பக்கத்தைச் சேர்ந்தது எதுவும் இவர்கள் மொழியில் அழகுடையதாக இருக்கும். உதாரணம், தெற்கு பக்கத்தில் வீசும் காற்று சுகமானது என்றனர். இது "ஒப்புமைச் சிந்தனை" (resembalance) என்கிற பூஃக்கோவின் கோட்பாடு புரிந்த ஒருவரால்தான் எழுத முடியும். தெற்கு என்கிற திசை இவர்களது நிலம் தெற்கு என்பதுடன் ஒரு ஒப்புமை உணர்வை ஏற்படுத்துகிறது. இது தெற்கில் நம் நிலம் நன்மையுடையது என்பதால் தென்திசை சார்ந்த அனைத்தும் நன்மையுடையது என்கிற பரிவுணர்ச்சி சார்ந்த ஒப்புமை சிந்தனையிலிருந்து வருகிறது. தெற்கிலுள்ள நட்சத்திரம், தெற்கு திசையில் தலைவைத்துப் படுத்தல் என இது நன்மை சார்ந்ததாக இணைக்கப்படுகிறது.

நாட்டார் வழக்காக உருவாகிய இவ்வொப்புமை சிந்தனை, மதங்கள் வழியாகவோ, சாதிகள் வழியாகவோ அல்லது இனத் தொன்மங்கள் வழியாகவோ ஒரு நம்பிக்கையாக மக்களிடம் மாறிவிடுகிறது. அதாவது சமூக நனவிலியில் உறைந்த ஒரு நியமமாக (legitimization of social-unconscious) மாறிவிடுகிறது. இப்படி ஓர் இனம் பல ஒப்புமைகள் வழியாக, கதைகள் வழியாக தனது தேசத்தைக் கட்டிக் கொள்வதே இந்நாவலின் களன் (தொல்காப்பியம் கூறும் களன் (தொல்.சூத்.1458 "கரும நிகழ்ச்சி இடம் என மொழிப"), என்பது ஒரு மொழியில் வெளி). காலம் தமிழகத்தின் திராவிடக் காலகட்டம் என்கிற பெரும்பொழுது (தொல்காப்பியம் காலம் என்பதை நாம் கருத்தியல் அல்லது சொல்லாடல் உருவாக்கும் காலமாக தொல்.சூத். 1459 ("பொருள் நிகழ்வு உரைப்பது காலம் ஆகும்") புதியதொரு திறனாய்விற்கு பயன்படுத்தலாம்).

2

"அண்மைக் காலத் தமிழ் நாவல்களின் போக்குகள் – சில மதிப்பீடுகள்" என்ற ஒரு கட்டுரை கீற்று இணைய இதழில் பா. ஆனந்தகுமார் என்பவரால் எழுதப்பட்டுள்ளது. அதில் தமிழவனின் இந்நாவல் பற்றி "பிறழ் எழுத்தும் மொழிச் சிதறடிப்பும்: தமிழவன்" என்ற துணைத்தலைப்பில் குறிப்பிடுகிறார். விரிவாக பேசுகிறார் என்றாலும் அவர் முன்வைக்கும் விமர்சனத்தை மட்டும் பார்க்கலாம்.

"பழைய சரித்திரக்கதைப் போன்ற புனைவுக்குள் நிகழ்கால அர்த்தத்தைப் பொதிய வைக்க நாவலாசிரியர் முயற்சித்துள்ளார். ஆயின் புனைவு வாசகனிடம் எந்தவிதமான கதையனுபவத்தையும் வாழ்க்கையனுபவத்தையும் வாசக அனுபவத்தையும் ஏற்படுத்த வில்லை. மாறாக வாசகனைப் பற்றி எந்தவிதமான அக்கறையும் இல்லாத இந்தப் பிரதி படைப்பாளியின் மேதா விலாசத்தைப் பறைசாற்றுவதாக அமைந்துள்ளது. இதயத்தால் எழுதப்படாது மூளையால் செய்யப்பட்ட இந்த நாவல், பின்நவீனத்துவ இலக்கணம் கொண்ட நாவலாக இருக்கலாம். இலக்கியம் கண்டதற்குத்தான் இலக்கணம் இயம்பப்படும். ஆனால், இந்நாவலோ இலக்கணத்திற்காக உருவாக்கப்பட்ட இலக்கியப் பிரதியாக அமைந்துவிட்டது. பழைய யாப்பு, அணி இலக்கண நூல்களில் விவரிக்கப்பட்ட இலக்கணத்திற்கேற்ற எடுத்துக்காட்டுப் பாடல்கள் கிடைக்கவில்லையெனில், இலக்கணக்காரர்கள் தாமே சொந்தமாக செய்யுட்களை எழுதிச் சேர்ப்பர். அதைப்போன்று இந்நாவலும் பின்நவீனத்துவ நாவல் இலக்கணத்திற்கு எடுத்துக் காட்டாகக் காட்டுவதற்குச் செய்யப்பட்ட நாவலாக இருக்கின்றது. ஆயின், முதற்பதிப்பில் பின்நவீனத்துவ நாவல் என்ற முத்திரையைத் தாங்கிய நாவல் இரண்டாம் பதிப்பில் பின்காலனித்துவ நாவலாக மாறிய அதிசயம்தான் சாதாரண வாசகர்களுக்கு விளங்கவில்லை. பின்நவீனத்துவப் பிரதி, 'நகரும் பிரதி' என்பதால் ஒருவேளை முதற்பதிப்பிலிருந்து இரண்டாம் பதிப்பிற்கு நகரும்போது வேறொரு வகையான பிரதியாக மாறிவிட்டதோ என்னவோ!"

இதில் நான்கு பிரச்சனைகள் முன்வைக்கப்படுகிறது.

I. இந்நாவல் வாசகருக்கு எந்த பாதிப்பையும் அனுபவத்தையும் ஏற்படுத்துவதாக இல்லை. இப்படிக் கூறும்போது ஒரு தனிமனிதராக இல்லாமல், ஒரு வாசகப் பிரதிநிதியாக தானே

தன்னை கருதிக் கொள்கிறார். இது ஒரு அதிகாரம் நுண்ணளவில் செயல்படுவதும், அதற்கு பலியாவதும். திறனாய்தல் தன்னிலை சார்ந்தது என்பதுடன் அது திறனாய்பவரின் அரசியலையும் வெளிப்படுத்தக்கூடியது. திறனாய்வாளன் தனது திறனாய்வு வழியாக தன்னையும் திறனாய்ந்து கொள்கிறான். திறனாய்வு இங்கு ஓர் அரசியல் நீதிபதியின் பணியைச் செய்கிறதே தவிர, திறனை ஆய்வதாக இல்லை. தனிப்பட்ட முறையில் ஒருவரது அனுபவங்களைச் சொல்லவில்லை என்பதை பொதுமைப் படுத்திப் பார்க்க முடியாது. வாசகனைப்பற்றி அக்கறை கொள்ளவில்லை என்பதை எப்படி புரிந்துகொள்வது? வாசகன் என்பவன் வாசிப்பில் உருவாகுபவன் ஒரு புறநிலை யதார்த்தமாக இயக்கமற்ற ஒரு மூடுண்ட பொருள் அல்ல. அதாவது முன்பே வடித்து வைக்கப்பட்டவன் அல்ல. வாசிப்பின்வழி உருவாகுபவனே வாசகன். அதனால் வாசகனாக உருவாக முடியாதவன் எப்படி வாசகனாக ஒரு படைப்பிற்கு ஆகமுடியும். இந்நாவல் தனக்கான வாசகனை உருவாக்கியுள்ளதா இல்லையா என்பதையும் வாசகன் தனக்கான ஒரு பிரதியை உருவாக்குவதற்கான உத்தியை அளிக்கிறதா? இல்லையா? என்பதை வெளிப்படுத்துவதே திறனாய்வாளரின் பணி.

II. அடுத்த இலக்கணத்திற்காக இலக்கியம் எழுதப்படுவதுபோல் இந்நாவல் கோட்பாட்டை விவரிக்க எழுதப்பட்டுள்ளது என்பது. இலக்கணத்தை எழுதும் ஆசிரியன் எந்த இலக்கணத்தைப் பின்பற்றி எழுதுகிறான்? இலக்கணம் என்பது இலக்கண ஆசிரியன் கண்டுபிடிப்பது அல்ல. ஏற்கனவே வழக்கில் உள்ளதையும், அதற்கு முந்தைய பிரதிகளை ஆராய்ந்தும் உருவாக்கும் மொழி இயங்குவதற்கான புலத்தை ஒழுங்கமைப்பதே இலக்கணம். அதை உருவாக்கவும் அவ்வாசிரியன் ஒரு கோட்பாட்டை பின்பற்றுகிறான். ஆகையால் இலக்கணத்திற்காகத் தான் பல ஆயிரம் செய்யுள்கள் தமிழில் எழுதப்பட்டுள்ளன. அனைத்தும் தவறு என்கிறாரா? இப்படி கூறுவதன்பின் ஒரு கோட்பாடு சிக்கல் உள்ளது. எந்தக் கோட்பாடும், முன்திட்டமும் இன்றி தான்தோன்றியாக படைப்பதே படைப்பு என்கிற அனுபூதிநிலை வாதம். இந்தியாவின் பெருங்காப்பியங்களான மகாபாரதம், இராமாயணம்கூட ஒரு கோட்பாட்டை, தத்துவத்தை, உலகநோக்கை, அறத்தை, மதத்தை விளக்கவே எழுதப்பட்டது. ஆக, எந்த நாவலும் ஒரு ஆசிரியனின் கோட்பாட்டுப் புரிதலிலும், தான் நம்பும் கோட்பாட்டை விவரிக்கவுமே உருவாகுகிறது.

ஒருவேளை ஆசிரியன் நம்பும் கோட்பாட்டை எழுதுதல் என்ற செயல் தலைகீழாக்கிவிடலாம். அது மொழியின் செயல்பாடும், மொழியின் கட்டற்ற ஆதிக்கத்தில், ஆசிரியன் சுதந்திரமாக ஈடுபடும்போது மொழியின் சிதைவாக்கப் பண்பால் தலைகீழாக மாறிவிடலாம். ஒரு நாவல் என்பது கோட்பாட்டை விவரிக்க எழுதப்படலாம். அது ஏதோ பெரும் தவறு என்ற படைப்பு புனிதக் கோட்பாட்டின் அடிப்படையில் வெளிப்படுகிறது. சுயமாக எழுதுதல் என்பதன்பின் "சுயம்" கட்டப்பட்டுள்ள ஆசிரியனின் சுயத்துவம் குறித்த கோட்பாடு உள்ளது. அந்த ஆசிரியனின் கோட்பாட்டை விவரிப்பதாக அமைவதே அவனது படைப்பு. முதல் நாவலாக கருதப்படும் நாவல்களில் ஒன்றான டான் குவிக்ஜோட் கூட வரலாறு பற்றிய மிகைப்படுத்தப்பட்ட சிந்தனைக்கு எதிராக எழுதப்பட்ட ஒரு கோட்பாட்டு நாவலே.

III. பின்நவீனத்துவ நாவல் எடுத்துக்காட்டாக எழுதப்பட்டுள்ளது. இதற்குக் கூறப்படும் காரணம், இது மூளையால் எழுதப்பட்டது, இதயத்தால் எழுதப்படவில்லை என்பது. மூளை இதயம் என்பது ஒரு முரணே அல்ல. மூளை என்பது அறிவு அறிவைவிட உணர்வே முதன்மையானது என்பது. அறிவிற்கும் உணர்விற்குமான உறவு, பதப்படுத்தப்பட்ட உணர்வே அறிவாகவும், பதப்படுத்தாத அறிவே உணர்வாகவும் உள்ளது என்பதே உடலியங்கியல். ஆனால், இவை நேரதிரானவை என்பது ஒருவகை இலக்கிய உருவகத்தால் கட்டப்பட்டதே. படைப்பு இதயத்தால் எழுதப்படுவது. (இதை விவரிக்க தனிக்கட்டுரைதான் எழுத வேண்டும்.) இதன்பொருள் தானாக தோன்றுவது ஊற்றெடுப்பது உள்ளொளி தெறிப்பில் உருவாகுவது என்கிற படைப்பு பற்றி இந்திய பழைமைவாய்ந்த மனப்பிம்பமே. வெளிப்படையாக நவீனமாக உள்ள இவர்கள் உள்ளூர பழைமை வாய்ந்த மனதைக் கொண்டவர்கள் என்பதே வெளிப்படுகிறது. கோட்பாட்டிற்காக மூளையைக் கொண்டு நாவல் எழுதுவது சரியா? என்ற கேள்வியே பொருளற்றது. ஒருவர் பிரக்ஞைபூர்வமாக எழுதுகிறார். மற்றவர்கள் கோட்பாடு இல்லை என்று நனவிலி நிலையில் தங்கள் கோட்பாட்டை வெளிப்படுத்துகிறார்கள். போஸ்ட்–தியரி என்ற எழுத்துவகை தமிழில் இன்னும் உதயமாகவில்லை. ஒருவேளை போஸ்ட்–ஹியுமன் என்கிற சமூக அமைப்பில் அது சாத்தியமாகலாம்.

IV. இவர் முன்வைக்கும் மற்றொரு குற்றச்சாட்டு ஏன் பின்-நவீன நாவலாக சொல்லப்பட்ட இது புதிய பதிப்பில்

பின்காலனியம் நோக்கி நகர்கிறது என்பது. இது பின்நவீனம், பின்காலனியம் இரண்டிற்கும் உள்ள உறவு மற்றும் ஒற்றுமை பற்றிய புரிதலின்மையால் வருவது. பெரும்பாலான பின்நவீன எழுத்தாளர்கள் இந்நாவலில் பயன்படுத்தும் உத்தியான மேஜிக்கல் ரியாலிஸம், பாலிம்செஸ்ட், மெட்டாபிக்ஷன், நவ வரலாற்றுவாத அடிப்படையில் வரலாற்றையும் தொன்மத்தையும் கலத்தல், யதார்த்தவாத எழுத்தை மறுத்து எழுதுதல் போன்றவற்றைப் பயன்படுத்துபவர்களே. பின்காலனிய அழகியல், பின்நவீன அழகியலின் கூறுகளைக்கொண்டதே. பின்நவீனம் ஐரோப்பிய தொழில் வளர்ச்சியடைந்த, நவீனத்துவ திட்டம் முற்றுப்பெற்ற சமூகங்களில் சாத்தியம். காலனியத்திற்கு பிந்திய இந்தியா உள்ளிட்ட மூன்றாம் உலகநாடுகளில் நவீனத்துவம் காலனிய நாடுகளின் மரபுகளுடன் ஒன்றுகலந்து ஒரு கலப்பினமாக உருவான நிலையில், ஐரோப்பிய முதலாளிய அதிகாரத்தைக் கவிழ்த்த பின்நவீனத்துவ உத்திகள் இங்கு காலனியத்தால் உருவாக்கப்பட்ட உள்ளூர் அதிகாரத்தை எதிர்ப்பதாக வெளிப்படுகிறது. பின்நவீனத்துவத்திடமிருந்து பின்காலனிய சமூகம் பல உத்திகளை எடுத்துக் கொண்டது என்பதே இந்த மாற்றுத் தலைப்பிற்கான காரணம். இதை ஒரு குற்றமாக எடுக்க முடியாது. காரணம் தற்போதைய தலைப்பே சரியானது.

இந்நாவல் – நவீனத்துவம் இந்தியா போன்ற காலனிய நாடு களில் ஏற்படுத்தியுள்ள அடையாள நெருக்கடியில், இந்திய அறிவு மரபை, அதன் பழங்கதைகளை, தொல்மரபுகளை கீழ்மைப்படுத்தும் அரசியலைத் தலைகீழாக்கி அதன் பகுத்தறிவின் வன்முறை அரசியலையும், அது ஏற்படுத்திய தேசம் என்கிற ஒன்று எப்படி அரசியல் விளையாட்டுக்களமாக மாறியுள்ளது என்பதையும் புனைகிறது, ஒரு கற்பனையான தேசத்தின் வரலாறாக. தமிழ் வரலாறு என்பது எப்படி ஒப்பனைக்குள் ஆழந்துள்ளது என்பதையும், அந்த ஒப்பனையாளனான பார்பர்தான் நவீன இன்றைய திராவிட கட்சிகளின் தமிழ் வரலாற்றை உருவாக்கிய வனாகவும் சொல்கிறது. ஒப்பனை செய்யப்பட்ட முகம் என்பதன் அரசியல் எப்படி தலைவர்களிடம் சரணடைவதாக ஒரு இன மக்களை மாற்றியுள்ளது என்பதைச் சொல்கிறது. ஒப்பனை முகம் என்பது சினிமாவிற்கான ஒரு குறியீட்டு உத்தி. நாவலில் வரும் பார்பர், சர்க்கஸ் கோமாளி எல்லாம் நுட்பமாகச் சிந்தித்து வடிவமைக்கப்பட்டது தமிழவனின் தமிழ்ச்சமூகம் பற்றிய தமிழ் உணர்வினால்.

3

தமிழில் இந்நாவல் புது படைப்பாளிகள் கற்பதற்கென பல உத்திகளை முன்வைத்தது. அவ்வுத்திகளைப் பார்க்கலாம்...

I. மேஜிக்கல்–ரியாலிசம் எனும் மாய–யதார்த்தம்

1. மேஜிக்கல் ரியாலிசம் என்பது இரண்டு முரணான சிந்தனைகளின் அடிப்படையில் உருவானது. ஒன்று யதார்த்தம் பற்றிய பகுத்தறிவு பார்வை. இரண்டு இயற்கைக்கு அப்பாற் பட்டதான யதார்த்தம் பற்றிய பார்வை. இது ஒரு பேண்டஸி வகைப் புனைவு அல்ல. பேண்டஸி என்பது இன்பறுப்புனைவு. அது இயற்கை மீறியதான கற்பனைகளைக் காட்டுவது. அதில் யதார்த்தம் இருப்பதில்லை. மேஜிக்கல் ரியாலிஸம் என்பது சமூக யதார்த்தத்துடன் இன்றைய உலகுடன் இன்புறுப்புனைவை இணைப்பது. அதாவது இருமை எதிர்வுகளாக உள்ள வாழ்வு/சாவு மற்றும் காலனியத்திற்கு முந்தைய சமூகமும், இன்றைய நவீன தொழில்துறைக்குப் பிந்தைய சமூகத்திற்குமுள்ள முரணை நீக்கி, அவற்றினை ஒன்றிணைத்துக் காட்டுவது.

2. உண்மையையும், புனைவையும் ஒன்றிணைக்கும் ஒரு ரசவாதம். குறிப்பாக ஐரோப்பிய பகுத்தறிவையும், பூர்வக்குடிகளின் மாயத்தன்மையையும் இணைப்பதன் வழியாக ஒரு புதிய உலக யதார்த்தத்தை உருவாக்க முனைகிறது. உலகம் இயற்கையான, பௌதீக விதிகளால், புறவய யதார்த்தத்தை அடிப்படையாகக் கொண்டதில்லை என்ற பார்வை அடிப்படையில் உருவாகும் பார்வை. இப்படிக் கூறியவுடன் ஏதோ மாயாவாதம் பேசும் ஒன்றாகக் கருத வேண்டியதில்லை. எல்லாவற்றையும் பகுத்தறிவு கொண்ட விஞ்ஞானக் கருதுகோள்களால் மட்டுமே விளக்கிவிட முடியாது. பகுத்தறிவால் இந்த உலகைப் பார்க்கத் தொடங்கியது முதல் முதலாளித்துவம் என்கிற பொறியில் சிக்கவைக்கப் பட்டுள்ளோம். அது ஐரோப்பிய ஆங்கிலேய காலனியத்தால் உலகப்பார்வையாக நமக்குள் விதைக்கப்பட்டுள்ளது. பின் காலனியம் ஐரோப்பிய காலனியத்தை எதிர்ப்பதும் அதற்குப் பகரமாக பூர்வக்குடிகளின் தொல்மரபை முன்வைத்து தனது இலக்கியத்தை உருவாக்கிய ஓர் அழகியல் வடிவமே மேஜிக்கல் ரியாலிசம். இதில் இன்புருப்புனைவும் யதார்த்த உண்மைகளும் கலந்து ஒரு ரசவாதமாக வெளிப்படுவது.

3. யதார்த்தவாத நாவல்களைப்போல் புதிய உலகை படைப்பதல்ல; இருக்கும் உலகிலுள்ள மாயங்கள் புதை யுண்டிருக்கும் உண்மைகளை வெளிப்படுத்துவது. நடப்புலகின் அரசியலை மாயத்தன்மையுடன் விவரிப்பது. அதற்காக நாட்டார் கதைகள், பழங்கதைகள், பழமொழிகள், பாட்டிக்கதைகள் ஆகியவற்றைப் பயன்படுத்தி எழுதிக் காட்டுவது.

4. ஆசிரியன் தன்னை ஒழித்துக்கொண்டு காரணகாரியங்களைச் சொல்லாமல் கமுக்கமாக கதையை நகர்த்திச் செல்லுதல். மாயமாக வெளிப்படும் இயற்கைமீறிய சம்பவங்களுக்கு விளக்கம் தராமல் இயல்பாகச் சொல்லுதல். அதனால் வாசிப்பவன் மாயத்தைத் தர்க்க அறிவால் உணர்ந்து, பகுத்தறிவால் கீழ்மைப் படுத்திக் கொள்வதில்லை.

5. மிகைப்படுத்துதல், காட்சியாகக் காட்டுதல். இயல்பில் உள்ளதைத் தாண்டிய அதீத தன்மைகொண்டதாக மிகைத்தல். கலப்பினமாக்குதல். எதிரெதிரான கிராமம் X நகரம், மேற்கத்தியம் X கீழைத்தேயம் போன்றவற்றைக் கலந்து ஓரினமாக்கிக் காட்டுதல். பின்காலனிய கலப்பினத்திற்கு ஓர் உதாரணம் இந்திய மேட்டிமை யினரைக் கூறலாம். நம்பிக்கையையும், பகுத்தறிவு தர்க்கத்தையும் ஒன்றாகக் கலந்து வாழ்தல்.

6. வாசிப்பவரை ஒரு உயர்தளத்தில் வைத்து, உலகில் புதைந் துள்ள ரகசியங்களை, மாயங்களை. மர்மங்களை அறிவதற்கான உத்திகளைக் காட்டுதல், உணரவைத்தல். சமூகத்தின் அதிகார அரசியலை, மேட்டுக்குடியை அம்பலப்படுத்திக் காட்டுதல். அதிகாரத்தின் சொல்லாடல்களில் மறைந்துள்ள மர்மங்களை அவிழ்த்தல். எளிய மக்களுக்கு, விளிம்புநிலை மக்களுக்கான அறிதலை அவர்களது நிலையில் நின்று எழுதிக்காட்டுதல்.

மேற்கண்ட அனைத்து உத்திகளும் நாவலின் கதையாடலில் நிகழ்வுகளாக, பெயர்களாக, உரையாடல்களாக வெளிப்படுகிறது. முழு நாவலிலும் பல நிகழ்வுகளை இவ்வுத்திகளுடன் பொறுத்திக் காணலாம். விரிவஞ்சி விடுகிறேன்.

II. அழித்தெழுதப்பட்ட பிரதி (பாலிம்செஸ்ட்)

1. அழித்தெழுதும் முறை என்பது பண்டைய காலத்தில் ஆட்டுத்தோலில் எழுதுவார்கள். அதன்பின் அதை அழித்துவிட்டு அதன்மேல் புதிதாக எழுதுவார்கள். அப்படி அழித்து எழுதினாலும், முந்தைய பிரதியின் சுவடுகள் அதில் இருக்கும்.

இதை ஓர் உருவகமாகப் புரிந்துகொண்டு, வரலாற்றை அழித் தெழுதும் உத்தியே "பாலிம்செஸ்ட்" எனப்படுகிறது. இந்நாவலில் திராவிட இயக்க குறிப்பாக 1973–ற்கு பிந்தைய வரலாறு முந்தைய வரைத்தோலான தமிழர்களின் மனப்புலங்களில் அழித்தெழுதப் படுவதை தெகிமோலா என்ற இனத்தை வைத்து நிகழ்த்திக் காட்டுகிறது. இதில் வரும் கருணாகரனை, அவனது அரசியலை, மக்களின் மாயபிம்ப வேட்கையால் வென்ற பார்பரின் ஒப்பனை முகம் கொண்ட பச்சை ராஜன், பாக்கியத்தாய் ஆகியோர் வடிவமைப்பதையும், கருணாகரனின் வரலாறு அழித்தெழுதப் பட்டதையும் விவரிக்கிறது. இன்றைய தேர்தல்களம் வரை அந்த புது வரலாறு ஆதிக்கம் செய்வது கண்கூடு.

2. பிராய்டின் மாய எழுத்தட்டைப்பற்றிய இந்நாவலின் திறனாய்வு முற்பகுதியில் உள்ள "தொல்காப்பிய எச்சவியலும் தெரிதாவின் எழுத்தியலும்" என்ற கட்டுரையில் தரப்பட்டுள்ளது என்பதால் அப்பகுதி இங்கு மீளவும் தரப்படவில்லை. வாசகர்கள் அக்கட்டுரையில் உள்ள இப்பகுதியை " தமிழவனின் "சரித்திரத்தில் படிந்த நிழல்கள்" நாவல" என்ற தலைப்பின் கீழ் வாசித்துக் கொள்ளலாம்.

3. இந்நாவல் இப்படியான வரலாற்று நினைவுகளால் சொற்களில் ஏற்றப்பட்ட பொருள் (meaning) எப்படி அழித்து எழுதப்படுவதன் வழியாக மாற்றியமைக்கப் படுகிறது என்பதைப் பேசுகிறது. புரட்சி என்ற சொல்லடுக்கு தமிழகத்தில் வந்துள்ள இடம் என்பது அரசியலால், குறிப்பாக திராவிட அரிசியலால் எந்த எல்லைக்கு வந்துள்ளது என்பதை இணைத்து நோக்கலாம். இந்நாவலில் தெகிமோலா என்ற இனம் தனது மொழியை திரமிள் எனத் தொடங்கி பல அடுக்குகளில் பெற்றதை விவரிக்கும். தொல்காப்பியம் விளக்கும் செந்தமிழ் நிலத்தில் புழங்குவது தமிழ் என்றும், கொடுந்தமிழாக, செந்தமிழ் நிலம் சுற்றி அமைந்த நிலங்களில் 18 குறுநிலங்களில் வழங்கியது திராவிட மொழி என்று சமீபத்தில் நண்பர் மு. ரமேஷ் அவர்கள் எழுதிய "எந்தை"–என்ற தமிழாய்வு நூலில் குறிப்பிடுகிறார். தமிழ் என்பதை அகழ்ந்தால் அதனுள்ளே உள்ள சுவடுகளை சிந்துவெளிவரை நீட்டிச் செல்லமுடியும்.

III. மெட்டா–பிக்ஷன்

1. மெட்டா–பிக்ஷன் (கருவிப் புனைவு). புனைவை வாசகரிடம் புனைவாக, அதாவது ஓர் எழுதப்படும் உண்மையாகக் காட்டுதல்.

உண்மையை நோக்கிய வாசகரை வழிநடத்தாமல் இது புனைவு தான் என்பதை வாசகருக்கு இடையீட்டின் வழி காட்டுதல் மெட்டாபிக்ஷன் எனப்படுகிறது. புனைவு உலகிற்கு வாசகரை அழைத்து வருதல் அல்லது வாசகரின் உலகில் புனைவு நுழைதல். இந்நாவல் முழுக்க ஒரு புனைவு உலகை உருவாக்கிக் காட்டுவதன் வழியாக வாசிப்பாளர் இது புனைவு என்ற உண்மையை அறிகிறார். அதே நேரத்தில், புனைவாக்கப்பட்டுள்ள நிகழ்வுகள் அவரது சமூக அரசியல் நிகழ்வாகவும் இருப்பதை அறிகிறார்.

2. சொல்வோன் கேட்போன் கூற்றுமுறையில் சொல்லுதல். ஆதாரங்கள் அடிப்படையிலான வரலாறு அல்ல என்பதைச் சொல்லுதல். இம்முறையால் நாவல் இடையீடு செய்தபடி ஒரு இடையீட்டுப் பிரதியாக மாறுகிறது. பழந்தமிழ் கூற்றுமுறையை இடையீடு செய்து நவீன தமிழ்ச் சமூகத்தின் உள்மன பழைமை விருப்பை விமர்சிப்பதாகவும் அமைந்துள்ளது.

3. நாவல்தான் இது என்கிற உணர்வை ஏற்படுத்தி வாசிப்பில் ஒட்டவிடாமல் செய்வது என்பது மெட்டாபிஷன் உத்தி. அதை இந்நாவல் தொடர்ந்து வாசிப்பினூடாக ஒரு பழங்கதையை வாசிக்கும் உணர்வை ஏற்படுத்துவதாக உள்ளது. அதனால்தான் இந்நாவல் வாசக அனுபவத்தை இடையீடு செய்தபடியே நகர் கிறது. இதைத்தான் துவக்கத்தில் வாசக அனுபவமாக இல்லை என்று விமர்சனமாக வைக்கப்பட்டதை வாசித்தோம்.

IV. கதைகளின் வழி கட்டப்படும் தேசம்

1. தேசம் என்பதற்கு முன்பு இருந்தது நாடுகள்தான். நாடு என்பது ஒரு எல்லைக்குள் நிகழும் குடியாச்சி. ஒரே எல்லைக்குள் பல நாடுகள் இருக்கும். தேசம் என்பது மொழியாலும் அதைப் பேசும் மக்கள் திரள்களின் எல்லையாலும் தீர்மானமாகிறது. முதலாளிய சந்தை தேவையே, ஒரே மொழிபேசும் மக்களை ஒரே இனமாக உருவாக்குகிறது. இதற்கு மக்கள் பேசும் மொழி ஒரு சங்கேத அமைப்பிற்குள் கொண்டுவரப்பட வேண்டும். ஒரு நாட்டிற்குள் உள்ள ஒரே மொழிபேசும் வட்டார வழக்குகளை ஆதிக்கம் செய்ய ஓர் அலுவலக மொழி உருவாக்கப்பட வேண்டும். இந்த மொழிவழியாகக் கதைகள் பேசப்படவேண்டும். மொத்த இனத்திற்கும் மொழிக்கும் கதைகள் வரலாறு உருவாக்கப் பட வேண்டும். நவீனத்துவ முதலாளிய குறிப்பாக ஆண்டர்சன் குறிப்பிடும் அச்சு முதலாளித்துவமே தேசங்களை உருவாக்குகிறது. கன்னியாகுமரியில் உள்ளவனும் காசிமேட்டில் உள்ளவனும் ஒரே

மொழியமைப்பிற்குள் வருவதற்கும், ஒருவரை ஒருவர் இணைப் பதற்கும் இந்த அச்சு முதலாளியம் உதவுகிறது. அதன்வழியாக ஒரு பொது நிலஅமைப்பு பற்றிய நினைவுள் தளம் கட்டப்படுகிறது.

2. தேசம் கதைகள் வழி எப்படி கட்டப்படுகிறது என்பதே இந்நாவலின் மையமான எடுத்துரைப்பு வடிவமாகும். தேசத்தின் மன அமைப்புகள் எப்படி இக்கதைகளின் புனைவுகள் வழியாக மன அமைப்பாக மாறுகிறது என்பதும், இதில் கதையாடலாக வெளிப்படுகிறது. தேசம் என்பது மொழிவழியாகவும், நிலம் வழியாகவும் உருவாகும் போக்கை உணர்த்துவதாக உள்ளது.

V. தொல்காப்பிய பனுவலியல் கோட்பாடு

1. இந்நாவல் தொல்காப்பியம் முன்வைக்கும் பனுவல் உத்தியாக கூற்றுமுறையை எடுத்தாள்வதன் வழியாக ஒரு அசலான தமிழ்க் கதையாடல் முறையை முயற்சித்துப் பார்க்கிறது. சிலப்பதிகாரம் இந்த உத்தியைத் தனது உரையிடையிட்ட பாட்டுடைச் செய்யுளில் பயன்படுத்தியது. அதை நவீன நாவலுக்குப் பயன்படுத்துவதன் வழியாக தமிழின் அசலான நாவல் அல்லது கதையாடலை உருவாக்க முயற்சி செய்துள்ளது.

2. உரை நான்கு வகையானது என்கிறது தொல். சூத்.1431–ல் அந்நான்கில் ”பொருள் மரபு இல்லாப் பொய்ம்மொழியானும், பொருளொடு புணர்ந்த நகைமொழியானும்,” என்ற இவ்விரண்டும் இந்நாவலில் பொய்மொழியாகவும், நகைமொழியாகவும் பயன் படுத்தப்பட்டிருக்கிறது. சான்றாக மலைமீது ஒளி, அம்மிக் குழவி, துறைத்தலைவர் போன்றவை தொல்காப்பியத்தின் இம்மரபோடு ஒப்பிடத் தக்கவை.

3. தொல்காப்பியம் நூல் குறித்து விவரிக்கும் சூத்திரங்களில் ”உண்ணின் றகன்ற உரையொடு புணர்ந்து, நுண்ணிதின் விளக்கல் அதுவதன் பண்பே.” (தொல். சூத்.1424) இதற்கு இளம்பூரணர் உரை செய்யும்போது “அகன்றவுரையோடு பொருந்துதலாவது சொல்லாத பொருண்மையெல்லாம் விரிக்கவேண்டியவழி அதற்கெல்லாம் இடனுண்டாதல்” என்ற விளக்கத்தைத் தருகிறார். தொல்காப்பிய செய்யுளியல் அன்றைய எழுத்து வடிவமாக இருந்த செய்யுளுக்கான இலக்கணம் என்றாலும், அது பொதுவான தொரு எழுத்துப் பிரதிகளுக்கான இலக்கணமாக வாசிக்கப்படும் போது, இதில் குறிப்பிடப்படும் நூல் என்பது தற்கால இலக்கியத் திறனாய்வில் பயன்படும் பிரதி அல்லது பனுவல் என்ற

சொல்லிற்கு இணையானதாக கருதத்தக்கது. "உரையோடு புணர்ந்த" என்பது செய்யுள் (அதாவது புனைவு) உரையோடு இயைந்து வருவதைக் குறிப்பதாகக் கொள்ளலாம். அவ்வகையில் தமிழவன் இதை உரையிடையிட்ட நாவல் வடிவாக முயற்சித் திருக்கிறார். மேற்சொன்ன மெட்டாபிக்ஷன் என்கிற வடிவத்தோடு பொருந்திய ஒன்றே. 1. விரிந்த பொருளுடைய, அகன்ற பொரு ளுடைய உரையோடு இயந்துவருதல்; 2. நுண்ணிய விளக்கம் தரக்கூடியதாக அமைதல் என்ற தொல்காப்பியம் முன்வைக்கும் நூல்–இலக்கணத்திற்கு உரியதாக இந்நாவல் படைக்கப்பட்டுள்ளது. அதாவது ஒரு உரையோடு புணர்ந்த பிரதியாக. பன்முக அர்த்தங்களாக அகன்ற பொருள் கொண்டதாக இந்நாவல் பல்தள அடுக்குகளைக் கொண்டது.

VI. இலக்கிய முன்னோக்குதல் மொழிவினை

பாக்கியத்தாய் நோய்வாய்ப்படுதல் குறித்த பகுதிகளை வாசித்தால், இதன் சமூக அரசியலின் முன்னோக்குதலைப் புரிந்துகொள்ள முடியும். புதுமைப்பித்தனால் 40–களில் எழுதப் பட்ட "நாரத ராமாயண"த்தில் அயோத்தியில் முசலிவாஹனால் கட்டப்பட்ட ஒரு மசூதி பிந்தைய ராமர் வாரிசுகளால் இடிக்கப் பட்டு ராமர் கோயில் கட்டப்படுவதாக எழுதப்பட்டுள்ளது. 1940–ல், 1992–ல் இடிக்கப்பட்ட மசூதி குறித்த புனைவு எப்படி சாத்தியம்? அது புனைவு என்றாலும், அதில் படைப்பின் ஒரு முன்னோக்குதல் (தீர்க்கதரிசனத்தன்மை எனலாம்) இருக்கிறது. இத்தகைய பிரதியியல் முன்னோக்குதல் படைப்புமனம் கொள்ளும் சமூக உணர்தல் மொழிவழி பதிவுற்று வெளிப்படுவதே. சமூகம் என்கிற பாவில், மொழியால் நெய்யப்படுவதே பனுவல். அது சமூகநனவிலி பனுவலைப் பின்னும் மொழியால், எதிர்கால அறிகுறிகாளாக வெளிப்படுத்துவதே முன்னோக்குதல் உத்தி.

இந்நாவலில் பச்சை ராஜனின் மரணத்திற்குப் பிறகு அவனது துணையாக இருந்த பாக்கியத்தாய் என்கிற தெகிமோலாவின் சர்வாதிகார ராணி ஒரு வினோத நோயால் பாதிக்கப்பட்டு உடல் உப்பி அவள் படுத்துள்ள அறை முழுவதும் அடைத்துக் கொண்டு விடுவாள். உலகின் அனைத்து உயர்தர மருத்துவர்களும் அழைக்கப்பட்டு சிகிச்சை அழிக்கப்பட்டு, இறுதியில் அவள் மரணம் அடைந்துவிடுவாள். அவளுக்காக பல பிரார்த்தனைகளில் ஈடுபட்ட மக்கள், அவளது சாவில் மர்மம் இருப்பதாகவும் அதற்காக பல்வேறு கதைகளையும் உருவாக்கி பரப்புவார்கள்.

அவளது மரணததிற்கு அங்கு ஆட்சியை பிடிக்க முனைந்த கருணாகர தெண்டைமான் காரணம் என்பதும் அக்கதைகளில் ஒன்றாக பரவும். அந்த பாக்கியத்தாய்க்கு ஒரு தோழியும் இருப்பாள்.

இந்நாவல் *90*–களில் வெளியானது. ஆனால், பாக்கியத்தாயின் மரணம் குறித்த மர்மம் இன்னும் தெகிமோலாக்களிடம் நீடிக்கிறது என்பதும், அதற்காக போடப்பட்ட விசாரணை கமிஷன் இன்னும் விசாரித்து முடிக்காமல் ஆறு மாதம் என்பதை ஆறு மாதங்களாக நீட்டிக் கொண்டிருக்கிறது இன்றுவரை என்பதுமே, இந்நாவலின் முன்னோக்குதல் மொழிவினையை விளக்கப்படுத்தும்.

(21.03.2019)

(துஞ்சையில் "சரித்திரத்தில் படிந்த நிழல்கள்" நாவல் குறித்து 26.11.2016ல் பேசியதை விரித்து எழுதப்பட்டுள்ளது.)

12

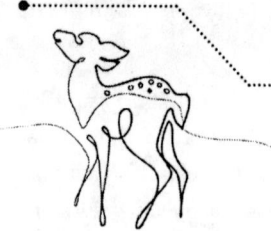

ஊடிழை நுண்கதையாடல்களாக பிரேமின் "நந்தன் நடந்த நான்காம் பாதை"

வெளியே மழை பெய்துகொண்டுள்ளது. நிவார் புயலுக்கு முதல்நாள் தொடங்கிய மழை. இரண்டு நாட்களாக வானம் மேகமூட்டத்துடன் இருள்படிந்து கிடக்கிறது. தெரு இருளின் சாயலினால் சாம்பல் நிறம் படிந்துள்ளது. குளிர் வீட்டினுள் பரவிச் சில்லிடுகிறது. ஒரு தட்டில் பொறியரிசி(பொறித்த அரிசி)யுடன் நண்பர் பிரேமின் 'நந்தன் நடந்த நான்காம் பாதை' வாசிக்கிறேன். அதில் இரண்டாவது கதை "பொன்னியின் செல்வன்". அது ஒரு குறுநாவல். 28 பக்கங்கள். ஆனால் பிரபலமான எண்ணற்ற பதிப்புகளும், எண்ணற்ற பதிப்பகங்களும் வெளியிட்ட "பொன்னியின் செல்வன்" 5 பாகங்களையும் போன்று விறுவிறுப்பு குறையாமல் எழுதப்பட்டுள்ளது.

பொன்னியின் செல்வன் நாவலைப் போலவே ஐந்து பாகங் களையும், கதைக்கு வெளியே இரு குறிப்புகளும் கொண்டது. கதையின் முதல்வரி பிரபலமான 'பொன்னியின் செல்வனி'ன் ஆடிப்பெருக்கு என்கிற முதல் அத்தியாயத்தின் வரிகளைப்போல எழுதப்பட்டுள்ளது. "ஆதி அந்தமில்லாத காலவெள்ளத்தில் கற்பனை ஓடத்தில் ஏறி எம்முடன் சிறிது நேரம் பிரயாணம் செய்யுமாறு அன்பரை அழைக்கிறோம். விநாடிக்கு ஓர் ஆண்டு வீதம் எளிதில் கடந்து, இன்றைக்கு நாற்பது ஆண்டுகளுக்கு முந்தைய காலத்துக்குச் செல்வோமாக."

அப்படித்தான் நானும் முதன்முதலாக 'பொன்னியன் செல்வன்' படித்த அந்த நாற்பது ஆண்டுகளுக்கு முன்பு சென்று விட்டேன். இதேபோல் ஒரு மழைக்காலத்தில் எனது கண்மங்கிய

தாத்தாவிற்கு 'பொன்னியின் செல்வன்' படித்துக் காட்டிய நாட்கள். அப்பொழுது எனக்கு ஒரு பன்னிரண்டு அல்லது பதிமூன்று வயது இருக்கலாம். தீவிரமாக எனது வாசிப்பை துவக்கி வைத்தவர் எனது தாத்தாதான். அவருக்காக நூலகம் செல்வது நூற்கள் எடுத்துவந்து வாசிப்பது எனத் தீவிரமாகத் தொடங்கியது வாசிப்பு. இக்கதையிலும் அப்படியான ஒரு கதைசொல்லியாக நாயகன் வருகிறான். அவனுக்கும் ஒரு தாத்தா இருக்கிறார். அவனது சிறுவயது வாசிப்பும், வளர்ப்பும் கதையாடப்பட்டுள்ளது. ஆனால், அவனது கதையில் ஒரு ஊடிழைப் பிரதியாக (inter-text) "பொன்னியின் செல்வன்" வைத்து தைக்கப்பட்டுள்ளது. அதற்குள் ஒரு இயக்கத்தின் தொடக்கம் வளர்ச்சி என்பது கதையாடப் பட்டுள்ளது. "பொன்னியின் செல்வன்" என்ற வரலாற்றுப் புனைக்கதையின் அரசியல் மிகக் காத்திரமாக பேசப்பட்டுள்ளது. 'மூலப்படி' என்கிற மூலக் கதையைத் தேடுதல் என்பதாக அப்பிரதி ஒரு வரலாற்றுப் புனைவைக் கதையாக்குவதன் வழியாக அதையே நிகழ்காலத் தமிழ் வரலாறாக மாற்றும் வித்தையைப் புனைந்துரைக்கிறது. இதைச் சற்று விரிவாகப் புரிந்துகொள்வது அவசியம்.

வரலாறு நிகழ்கால அரசியலால் வாசிக்கப்படும் ஒன்று என்றும், இலக்கியங்கள் வரலாற்றின் இடைவெளிகளை நிரப்பக்கூடியவை என்றும் புதுவரலாற்றுவாதம் என்ற நவீன திறனாய்வுக் கோட்பாடு விவரிக்கிறது. பொன்னியின் செல்வன் எழுதப்பட்ட 1950–55 காலத்தில் தஞ்சை சோழர் வரலாறு குறித்த புரிதல் ஆரம்பநிலையானதாகவே இருந்தது. பொன்னியின் செல்வன் நாவல் ராஜராஜனை ஒரு தமிழின அடையாள பிம்பமாக மாற்றுவதையும், ஆதித்த கரிகாலன் மரணத்தை மர்மமானதாக மாற்றுவதையும் மிகச்சிறப்பாக செய்த ஒரு புனைவு. அவ்வடிப்படைகளைப் புனைவு வாசிப்பு வழி கேள்வி கேட்கிறது பிரேமின் இக்கதை. அதன் தொடர்ச்சியாக ஆதித்த கரிகாலனின் வாரிசுகளை ஆட்சியில் அமர்த்துவது என்ற ஒரு புனைவைக் கட்டமைக்கிறது. ஆதித்த கரிகாலன் புதுச்சேரி பகுதியில் வாழ்ந்த ஒரு பெண்ணுடன் கொண்ட உறவால் ஒரு வாரிசை உருவாகியது குறித்த ரகசியம் "பொன்னியின் செல்வன்" நாவலின் மூலஏட்டில் இருப்பதான ஓர் ஊகத்தை மர்மப்படுத்தி நகர்கிறது இக்கதை.

ஆதித்த கரிகாலன் கொலை சோழர்கள் வரலாற்றில் ஓர் அவிழ்க்கப்படாத மர்ம முடிச்சாக உள்ளது. ஆதித்த கரிகாலனை

சில பிராமணர்கள் இணைந்து கொன்றதும், அவர்கள் ராஜ ராஜனின் ஆட்சியில் நாடுகடத்தப்பட்டதும் கல்வெட்டுகளாக உள்ளன. அடுத்து மன்னனாக வரவேண்டிய ஆதித்த கரிகாலன் (பட்டத்து இளவரசன்), பிராமணர்களால் கொல்லப்படுவதும், அவனது தம்பி ராஜராஜன் ஆட்சிக்கு வராமல் தனது சித்தப்பன் உத்தம சோழனுக்கு அரச பதவியை விட்டுத் தந்ததும் வரலாறு என்று சொல்லப்படுகிறது. ஆதித்த கரிகாலன் ஏன் பிராமணர்களால் கொல்லப்படுகிறான் என்பதும், உத்தம சோழனின் ஆட்சியில் அக்கொலையை செய்த பிராமணர்கள் கண்டுபிடித்து தண்டிக்கப்படவில்லை என்பதும், பின்னால் ராஜராஜன் ஆட்சியில் அவர்கள் குடும்பம் மற்றும் உறவினர் பரம்பரைகளுடன் நாடுகடத்தப்படுவதும் கல்வெட்டு ஆதாரங்களாகச் சொல்லப் படுகிறது. ராஜராஜன் ஆட்சியில் அமர்ந்ததும் தனது அண்ணனின் படுகொலைக்கு பழிவாங்குவதைத் தனது முதல் பணியாகச் செய்கிறான்.

இங்கு எழும் கேள்வி, உத்தமசோழன் பதவி ஏறுவதும், அந்தப் பிராமணர்களைத் தண்டிக்காததும், அதன்பின் சோழமண்டலம் பிராமணர்கள் ஆதிக்கம் மிக்கதாக மாறுவதும், இந்த வரலாற்றில் ஒரு மர்மமானதாக, நிரப்பப்பட முடியாததாக உள்ளது. காந்தளூர்ச் சாலை எனப்படும் கேரளாவிலுள்ள ஒரு போர்ப் பயிற்சி பள்ளியில்தான் இந்தச் சதிகள் திட்டமிடப்பட்டதாகவும், அதில் சேர, பாண்டிய, ஈழ மன்னர்கள் பங்குபெற்றதாகவும் ஒரு வரலாறு சொல்லப்படுகிறது. ஆனால் கல்கியின் புனைவான பொன்னியின் செல்வனோ ராஜராஜனையும், வந்தியத்தேவனையும் முன்வைத்து ஆதித்த கரிகாலன் கொலையை மர்மமானதாக மாற்றுகிறது.

நாவலின் இடைவெளிகள் வழியாக பிராமணர்களின் அந்தக் கொலைபாதகம் மறைக்கப்படுகிறது. நந்தினி என்கிற பாத்திரத்தின் உடலை நாவலின் மொழியில் குலைத்து வர்ணமெருகேற்றி, வாசிப்பவனின் இன்புருப்புனைவாக எழுதப்பட்டதால் அந்த மறைவு மறதியாக மாற்றப்படுகிறது. (பொன்னியின் செல்வன் நாவலை தற்காலச் சூழலில் வைத்து, அதன் அரசியலை ஆய்வது மற்றொரு பணி, ஆதித்த கரிகாலன் கொலை வழக்கிற்கும் அதன்பின் அரசேறிய அரசர்கள் ராஜராஜசோழன் உட்பட, சோழ சாம்ராஜ்ஜியம் பிராமணர்கள் மேலாண்மையை பிரம்ம தேயம், மஹாதானம், இறையிலி என நிறுவியதைப் பேசலாம்,

விரிவஞ்சி விட்டுவிடலாம் இங்கு.) பிரேமின் கதையாடல் ஆதித்த கரிகாலன் வாரிசு என்பதாக ஒரு விளிம்புநிலை மக்கள் வரலாறாக பொன்னியின் செல்வன் நாவலின் அரசியலை தலைகீழாக்கி எடுத்துரைக்க முனைகிறது.

புரட்சிகர இயக்கமும், எதிர்ப் புரட்சிக்கான இயக்கமும் ஒரே நிறுவன வழிகளைப் பின்பற்றுவதையும் இக்கதையாடல் முன்வைக்கிறது. இந்துத்துவ பாசிச சக்திகள் தங்கள் நிறுவன வலைப்பின்னலை இன்று இந்தியாவெங்கும் மதவாத அடிப்படையில் குறுக்கு மறுக்காக பின்னியுள்ளன. ஒன்றோடு ஒன்று தொடர்பற்றதாகவும், ஒன்று மற்றதை நிரப்பிக் கொள்வதாகவும், தேவைப்படும்போது ஒன்றுபட்டுச் செயல்படுவதாகவும் அமைந்துள்ளது. அதற்காக அது தொன்மங்கள், புராணங்கள், நாட்டார் மரபுகள், பிராந்திய வரலாறுகள் என அனைத்தையும் தனக்கானதாக மாற்றுகிறது. இன்று ராஜராஜ சோழனை ஓர் அரசியல் பிம்பமாக மாற்றும் இந்துத்துவ அரசியலுக்கான ஓர் அடிப்படை பொன்னியின் செல்வனில் உள்ளது என்பதை இக்கதையானது தனது புனைவு யதார்த்தப் பொறி வழியாகக் கண்டுணர்ந்து வெளிப்படுத்தியுள்ளது என்பதே முக்கியம்.

இக்கதையாடலின் மற்றொரு உத்தியாக, 'டெம்பளார்ஸ்' எனப்படும் இயேசு கிறிஸ்துவின் வாரிசுகளைக் காக்கும் கதையாடல் (மக்தலேனாவிற்கும் இயேசுவிற்கும் ஒரு வாரிசு உள்ளதாக மைக்கல் ஆஞ்சலோவின் கடைசி விருந்து ஓவியம் சிதைசங்கேதப் படுத்தப்படும் ஒரு கதையாடல்) போன்று, ஆதித்த கரிகாலனுக்கு ஒரு வாரிசு கதையை இடையில் சொல்லி, அந்த வாரிசுக்கான ஆட்சியதிகாரத்தை உருவாக்குவதான ஒரு கதையாடல் நுட்பமாக பின்னப்பட்டுள்ளது. இன்று நம்மிடம் உள்ள "பொன்னியின் செல்வன்" என்ற பிரதி மூலஏடு அல்ல என்றும், மூலப்பிரதியைத் தேடும் ஒரு கூட்டம் தொடர்ந்து இந்தியா, குறிப்பாக தமிழக அரசு அதிகாரத்தை நிர்ணயிக்கும் கூட்டமாக உள்ளது என்பதும் ஒரு குறியியல் யதார்த்தமாகக் கதையாடப்பட்டுள்ளது. அந்த மூலக்கதை உருவாக்கம் என்பதே ஒரு புனைவுக் கட்டமைப்பு என்பதும், அந்த "ஆடிப்பேரவை அடியவர் கூட்டம்" ஒரு அரசியல் இயக்கமாக மாறுவதும், அதை துவக்கியவரே தலைமறைவாகப் போவதும் என ஒரு எதிர்புரட்சிகர இயக்க நிகழ்வுகள் போல சித்திரிக்கப்பட்டுள்ளது. தமிழக அரசியலில் எம்ஜியார் வருகைகூட இவ்வியக்கம் உருவாக்கியது என்பது

எளிமையாக கடந்து சென்றுவிடக்கூடிய சொற்றொடர் (வாக்கியம்) அல்ல. அதன்பின்னுள்ள தமிழ் விரோத, குரோத மனோநிலை முக்கியமானது. அது ஒரு ரகசிய சங்கமாக இயங்குவதைப் புனைவாக்கி, அதன்வழியாக இன்று ரகசிய இயக்கமாக உருவாகி அதிகாரத்தைப் பெற்ற வரலாற்றிற்கான நுட்பத்தைச் சொல்வதாக உள்ளது.

இக்கதையாடல் பின்நவீன உத்திகளில் ஒன்றான ஊடிழைப் பிரதி (inter-textuality) அடிப்படையில், தமிழின் பல்வேறு இலக்கியப் பிரதிகளின் வாசகங்கள் இடைக்கிடை பகடியாக எடுத்தாளப்பட்டுள்ளது. அவற்றில் ஒன்றாக "எவற்றின் நடமாடும் நிழல்கள் நாம்" (மௌனி), "பின்தொடரும் நிழலின் குரல்" (ஜெய மோகன்), "ஐம்பது கிலோ தங்கம்" (வைரமுத்து) என்பதை எடுத்துக் காட்டலாம். இவ்வரலாற்றுப் புதினத்தை சினிமாவாக்க முயல்பவர்கள் குறித்த கிண்டல்கள் நன்றாக எழுதப்பட்டுள்ளது. இன்று தமிழக இந்துத்துவ அமைப்புகள் ராஜராஜ சோழனைத் தங்கள் மூதாதையாக்க முனைவதும், பொன்னியின் செல்வன் திரைப்படமாவதும் ஓர் இணை நிகழ்வே. இரண்டுமே இந்துத்துவ அரசியல் நனவிலியால் இயக்கப்படுபவை.

தமிழ் அரசியல் வரலாறு மூவேந்தர் மீட்டெடுப்பின் வழியாக நிகழ்ந்த திராவிட அரசியலும், அதையே உள்வாங்கிச் செரிக்கத் துடிக்கும் இந்துத்துவ அரசியலும் ராஜராஜனை தங்கள் பிம்பமாக மாற்றுவதற்கான ஒரு கதையாடலாக எப்படி பொன்னியின் செல்வன் சுமார் 65 ஆண்டுகளுக்கு முன்பே எழுதப்பட்டுள்ளது என்பதை கட்டுடைக்கும் ஒரு நுண்கதையாடலே பிரேமின் "பொன்னியின் செல்வம்". தமிழகத்தின், குறிப்பாக புதுச்சேரியைக் களமாகக் கொண்டதால், ஏரிகள், நீர்நிலைகள், குளங்கள் எப்படி சூறையாடப்பட்டது என்பதையும் இக்கதை தனது மையக் கதையாடலுடன் இணைத்துச் செல்கிறது. "ஏரிகள் அழிந்த மண்ணில், ஆறுகள் மறைந்த நிலத்தில், இரவு முழுக்க குடங்களை வைத்துக் கொண்டு ஊர் முழுக்கக் காத்திருக்கும் ஒரு நாட்டில் வாழ நேர்ந்ததைவிட, இவையெல்லாம் என்ன பெருந்துயரம்." (பக். 50) என்று கதைபோக்கில் முன்வைத்துச் செல்கிறது.

"யாரும் எங்களிடமிருந்து தப்பமுடியாது, தப்பித்து எங்கும் போய்விட முடியாது. எல்லா இடத்திலும் நாங்கள் இருப்போம். எந்தக் கட்சியிலும், எந்தக் கல்லூரியிலும், திரைப்படத்துறையில், பதிப்பகத்துறையில், ஊடகத்துறையில், மத்திய மாநில அலுவலகங்

களில் நாங்கள் இருப்போம். நாங்கள் என்றால் நாங்களே அல்ல. அது அனைவருமாக உள்ள ஒரு மந்திரநிலை. அனைவருக்குள்ளும் கூடுபாய்ந்த அதிசய நிலை." (பக். 40) இதற்கு விளக்கம் தேவை யில்லை. இன்று இந்தியாவில் ஆட்சி மாற்றங்கள் நிகழலாம். அரசாங்கங்கள் மாறலாம். ஆனால் அரசாக, அதிகாரமாக மாறி விட்ட ஆளும் வர்க்கம் மாறுவதில்லை. லெனின் சொன்ன அரசு என்கிற பொறியமைவின் அனைத்து அதிகார எந்திரங்களுடன் (நீதிமன்றம், போலிஸ், இராணுவம், சிறைச்சாலை), ஊடகங்களும் முழுக்க உயர்சாதிகளின் அதிகாரமயமாகிவிட்டது. ஒவ்வொரு தனித்த உடலிலும் ஒரு மதவாத, சாதிய, இனவாத தன்னிலைகளாக அந்த மந்திரம் உருவமைக்கப்பட்டுள்ளது. அதன் ஒரு விளைவு தான் இன்றைய பாசிச அரசுருவாக்கம். இத்தகைய நுண்ணரசியல், நுண்பாசித்தை விரிவாகக் காட்சியாக்கும் கதையாடல்களே இந்தச் சிறுகதை தொகுப்பிலுள்ள மற்ற கதைகளும்.

தமிழ் இலக்கியத்தில் பிரேமின் பங்களிப்பு தனித்துவமானது மட்டுமின்றி, தமிழின் தற்கால நிகழ்வாக இருந்த போக்கை மாற்றி யமைத்ததும், புதிதாக வடிவமைத்ததும் குறிப்பிடப்பட வேண்டிய ஒன்று. தமிழில் புதியதொரு மலர்ச்சியை உருவாக்கிய எழுத்துக்கள் அவை. விளிம்புநிலை, ஒடுக்கப்பட்டவர்கள், பிறழ்ச்சி அடைந்த தாகக் கருதப்பட்டு, ஒதுக்கப்பட்டவர்கள், பேசப்படாததாக ஒதுக்கப்பட்டவை, பேசத் தகுதியற்றதாக மௌனப்படுத்தப்பட்டவை ஆகியவற்றை முன்னுக்குக் கொண்டு வந்தவை. தமிழ் நவீனத்துவம் என்று அறியப்பட்ட மேட்டிமையை உடைத்து தமிழ் எழுத்து பரப்பை ஜனநாயகப்படுத்தியதில் முக்கிய பங்கு அவற்றிற்கு உண்டு.

புதிய சிந்தனைகளை, மரபுகளை, புனைவுலகை தமிழுக்கு அறிமுகப்படுத்தியதில் அவர்களின் (பிரேம்-ரமேஷ்) பங்கு குறிப்பிடத்தகுந்தது. தமிழ் இலக்கிய வரலாற்றில் நிகழ்ந்த எண்பதுகளில் தமிழவனின் அமைப்பியல் அறிமுகம் உருவாக்கிய திருப்புமுனையை அதன் உச்சத்திற்குக் கொண்டு சென்றவை. கிரணம் இதழ்களின் வழியாக புனைவிலக்கியங்களான கவிதைகள், அவற்றைத் தொடர்ந்து நாடகங்கள், சிறுகதைகள், நாவல்கள், கோட்பாடு சார்ந்த கட்டுரைகள், தமிழ் மரபில் மௌனிக்கப்பட்ட பகுதிகள் குறித்த ஆய்வுகள் எனத் தமிழ் இலக்கியச் சூழலில் ஒரு பேரதிர்ச்சியையும், அதே நேரத்தில் பேரார்வத்தையும் உருவாக்கி யவை. ஏற்கனவே புழங்கிய படைப்பாளர் என்கிற இருப்பை, பீடத்தை அசைத்தவை.

குறிப்பாக கிரணம் கவிதைகள் 1984–களில் வெளிவந்தபோது தமிழ் எழுத்துச் சூழல் மட்டுமல்ல, தமிழ் மொழியே ஒரு மீநுண்தளத்தில் நுழைந்தது என்பது மிகைக் கூற்றாகாது. தமிழில் பல சொற்களை உருவாக்கியும், புதுமையான அர்த்தங்களைத் திணித்து அடர்வு கூட்டியும் வெளிவந்த எழுத்துக்கள். ஆய்வு தளத்தில் பாலியல், உடலியல், வரலாறு, சமூகவியல், குற்றவியல் உள்ளிட்டவற்றை மரபான பிரதிகளில் கட்டுடைத்து, அமைப்பியல், பின்அமைப்பியல், பின்காலனியம், பின்நவீனத்துவம், பாலியல் அரசியல், பாசிச உளவியல், உடலரசியல் எனப் பல தளங்களில் விரிவாக எழுதப்பட்டு, தமிழின் ஆய்வுப்புலத்தை அகலித்தவை. தமிழ் இலக்கியப் புலத்தில், அழகியலில் வித்தியாசங்களின் பன்மைத்துவத்தை முன்வைத்ததன் வழியாக ஒரு உலகளாவிய கோட்பாட்டுப் பின்புலத்தை முன்வைத்தவை.

சுருக்கமாகச் சொன்னால், தமிழில் ஒரு புதிய மரபு உரு வாக்கம் நிகழ்ந்தது. அம்மரபின் தொடர்ச்சியாக வெளிவந்திருப்பதே இந்தப் புதிய சிறுகதைத் தொகுப்பு. இதில் உள்ள ஏழு கதைகளும் ஏழு வகையான வடிவங்களில் எழுதிப் பார்க்கப்பட்டுள்ளன. வழக்கமான சிறுகதைப் பாணிகளில் அமையாமல், முற்றிலும் புதிய வடிவங்கள், உத்திகள், புனைவுகள் அடிப்படையில் எழுதப்பட்டுள்ளன. சிறுகதை என்று புரிந்துகொள்ளப்பட்டுள்ள வழமையான பாணிகளில் எழுதப்படவில்லை இக்கதைகள். சில கதைகளில் கோட்பாடு, அரசியல் பத்திகள் பேச்சாக, ஆவணப் படத்தின் எழுத்தாக, திரைக்கதைக்கான வசனங்களாகப் பயன் படுத்தப்பட்டுள்ளன. கதைகள் சிறுசிறு தலைப்புகளாகப் பிரிக்கப் பட்டு, அதன் ஒருமை ஓர்மையுடன் (பிரக்ஞையுடன்) சிதைக்கப் பட்டுள்ளது.

அதிகாரத்தின் நுண்உத்திகள், நாடகங்கள், அதன்வழியாக பாசிச அரசிற்கான கட்டுமான உருவாக்கம், மனித உரிமையாளர் களின் இடையீட்டுக் கதையாடல் என ஒரு புதிய தளத்திலான கதைகள் இவை. தொன்மம், வரலாறு, புராணம், பாணர்களின் பாடல், நாட்டார்கதை மரபு, மாயக்கதைப் புனைவு எனப் பல வடிவங்களில் எழுதப்பட்டுள்ளன. கதையாடப்பட்டுள்ள களங்களும் தமிழில் பேசப்படாத புதிய தளங்களில் இயங்குபவை. அதாவது இந்தியாவின் வெவ்வேறு பகுதிகளில் நிகழ்ந்த நிகழ்வுகள், பழங்குடிகளின் பிரச்சினைகள், புரட்சிகர இயக்கங் களின் நிகழ்வுகள், பத்திரிகைத்துறை, இந்திய அரசியலில் உருவாகி யுள்ள புதிய போக்குகள், அரசு வன்முறையின் புதிய வடிவங்கள்,

தற்கால அரசியலே ஒரு குற்றச்செயல்பாடாக (கிரிமினலாக) மாறியுள்ள தன்மை ஆகியவற்றைக் காட்சியாக்கும் கதைகள்.

தொகுப்பின் முதல்கதை "அல்குல் அடவி என்கிற காதல் கானகம்". குஜராத்தில் நிகழ்ந்த மதப் படுகொலையால் அனாதை யாக்கப்பட்ட பிள்ளைகளின் பெற்றோரை இழந்த கொடுங்கனவுகள் குறித்துப் பேசுகிறது இக்கதை. அதை பின்னணியாக்கி, காட்டில் புதையுண்ட ஒரு நாட்டார் இருபாலினக் கடவுள் (கிரேக்க ஹெர்மோபுரோடைட் போன்றது, இந்திய அர்த்தநாரிசுவரர் எனப்படும் மாதொருபாகர் அல்ல, இரண்டும் வேறானவை. ஹெர்மோபுரோடைட் மேல்கீழ் பாதியாக உள்ளது, அர்த்த நாரீஸ்வரர் இடம், வலம் பாதியாக உள்ளவை) கண்டெடுக்கப்பட்டு, அதைத் தனது விடுதியில் வைத்துள்ள நாயகியின் மூன்றாவது காதலனான திருநம்பியொருத்தனுடன் உள்ள உறவும், காவல்துறை அந்த விடுதியை நாசப்படுத்தி, அதன் தலைவியான நாயகியைக் கைதுசெய்து, அதன்பின் அங்குள்ள குழந்தைகள் அனைவரும் மாயமாகி, அந்த திருநம்பியை காவல்துறை 3 மாதங்கள் பாலியல் வதைக்கு ஆளாக்கி, இறுதியில் அந்த விடுதித் தலைவியே தனது மூன்றாவது காதலனை கொல்வதாகச் செல்கிறது கதை.

பிரேமின் கதைகளில் பல நுண்விபரங்கள், நுண்தளத்திலான குறியீடுகள் விரவிக் கிடக்கும். ஒவ்வொரு வரிக்குள்ளும் பன்முக அர்த்தங்கள் கொண்டதான மொழி விகசிப்பு தன்மை ஒளிர்ந்து கொண்டே இருக்கும். அவற்றில் தற்கால அரசியலின் அதி காரத்தின் வன்முறையான, குரூரம் நிறைந்த செயல்கள் இருக்கும். இக்கதைகள் எளிமையான மொழியில் ஆழ்ந்த பலதள விகசிப்பைக் கொண்டவை. இக்கதையின் இறுதியில் குழந்தைகள் தங்கியிருந்த விடுதியை ஒரு சாமியாரின் ஆசிரமமாக மாற்றி, மையமண்டபத்தில் பூஜை புனஸ்காரங்களுடன் அந்த நாட்டார் இருபாலின தெய்வம் அலங்கரிக்கப்பட்டிருக்கும். இப்படியான பல நுண்குறியீடுகளைக் கொண்டதாக இக்கதைத் தளங்கள் அமைக்கப்பட்டுள்ளதே சிறப்பு.

ஒரு கதைப்பாடலைப்போல எழுதப்பட்டுள்ள 'இரட்டைக் கிளிகள் எழுதிய காவியம்', இரண்டு வேறுபட்ட புலங்களை, மதங்களை, கடவுளை பண்பாட்டை கிளிகள் வழியாக இணைத்துப் பேசுகிறது. இதில் வரும் மதுரையைச் சேர்ந்த குளிர்ந்த நெருப்பாள் கயல் என்ற ஒரு பெண்ணும், தில்லியைச் சேர்ந்த குங்குமச் சிவப்பாள் செம்மலர் என்ற ஒரு பெண்ணும் இருவரும் இரு

இளவரசிகள் வளர்க்கும் கிளிகள் வழியாக அவர்களது உள்ளுணர்ச்சியின் பெண்மை வெளிப்படும் விதம் அழகாகச் சொல்லப்பட்டுள்ளது. கதை கிளிகள் பற்றியது, ஆனால் கிளிகள் உணர்த்துவதோ இருவேறு பெண்ணுடலின் வேட்கைகள். மதுரை மீனாட்சியின் கையில் ஒரு கிளி உண்டு என்பதை நினைவுபடுத்தும் இக்கதை, அந்த மீனாட்சி கூடல் நகரைக் காக்கும் ஒரு நாட்டார் தேவதை என்பதை உள்ளுரையாகக் கொண்டு கதை வாசிப்பை நகர்த்துகிறது. மீன் என்ற சின்னம் நெய்தல்நில பரதவ மீன் குலத்துக் குமரி என்பதை உட்கிடையாகக் காட்டுகிறது. மதுரையைச் சேர்ந்தவள் தமிழ் நாட்டார் மரபிலும், தில்லியைச் சேர்ந்தவள் முகலாய இஸ்லாமிய மரபிலும் எடுத்துரைக்கப் படுகிறார்கள். இரண்டு கிளிகளும் இடம்மாறி இருவரிடமும் கலவி கொள்வதாகச் செல்லும் கதையின் குறியீட்டு மொழி வேறு பல பொருள்கொள்வதற்கான சாத்தியங்களை உருவாக்குகிறது.

மாய யதார்த்த புனைவுபோல எழுதப்பட்டுள்ள 'யோகினிக் கோட்டம்' ஒரு உச்ச அழகியலில் திளைப்பதாக எழுதப்பட்டுள்ளது. குலதெய்வ வழிபாடு என்கிற குலக் குடிகளின் வழிபாட்டைக் கொண்ட கதை என்றாலும், அதற்குள் தமிழ் சித்தர்களின் சரித்திரமும், பெண் என்ற வடிவத்தில் ஆண் என்ற இறையை அடைவதாக பக்திமார்க்கக் குறிப்பாக வைணவம், சூஃபியிசம் குறித்த புரிதலோடு வாசிப்பை நகர்த்தும் கதை. பெண் ஒரு வேட்கைப் பெருவெளி என்பதை நுண்கதையாடலாக இழைத்துச் செல்கிறது கதை. காடு, உறைதல், உடனழிதல், நாயகி பாவம் கொள்ளல் என்று பானலினமாதல் அரசியல் கதையாக எழுதப்பட்டுள்ளது. சக்திபோத மார்க்கம், சந்ததிப் புராணம் என்ற சொற்கள் வழியாக இக்கதை ஒரு மொழிவிளையாட்டாக மாறுகிறது. அதாவது அடர்ந்த மொழியில் எழுதி காட்டப்பட்ட ஒரு ஊடிழைப்பிரதியாக மாறும் நாட்டார் தொன்மக் கதை யாடலாக உள்ளது.

மொழிவிளையாட்டு என்பது ஒரு குறிப்பிட்ட துறைசார்ந்த சொற்களாக, பயன்பாடாக இருப்பிலுள்ள மொழியைக் கொண்டு எழுதப்படுவது எனலாம். ஒவ்வொரு அறிவுத்துறையும், கதையாடலும், கதைத்தலும், எடுத்துரைப்பும் அந்தத் துறைக்கான தனிச்சிறப்பான குழுவுக்குறித் தன்மை கொண்ட மொழிக் கிடங்கைக் கொண்டிருக்கும். அதே மொழியைப் பயன்படுத்தி, அதற்கு இணையான ஒரு பிரதியை எழுதிக்காட்டுவதே இலக்கியப் பனுவல்களில் மொழிவிளையாட்டு என்பது. அவ்வகையில்

இக்கதை ஒரு நாட்டார் கதைப் பாடலாக தொன்மங்களின் மொழிக் கட்டமைப்பில் எழுதிப்பார்க்கப்பட்டுள்ளது.

இதில் வரும் யோகினிக் கோட்டம் ஒருவகையில் தமிழ் ஆதிக்குடிகளின் நிலம் என்ற குறிப்பீட்டைக் கொண்டிருக்கிறது. எல்லா மொழியும் குறிப்பான்களால் ஆனது என்கிறார் லக்கான். இதன் பொருள் அந்தந்தச் சமூகம் குறிப்பீட்டை அந்த குறிப்பானுடன் இணைத்துப் பொருள் கொண்டுவிடும். இதைத் தெளிவு படுத்திக் கொள்ள, சங்ககால கவிதைகள் வெறும் சொற்கள்தான், அதாவது குறிப்பான்களே (சொன்மைகளே). அதற்கான குறிப்பீடு களை (பொருண்மைகளை) உருவாக்கி நிலைநிறுத்துவதே அதன் உரைகள். உரை வழியாக அதன் குறிப்பீடுகள் மாறிக்கொண்டே இருக்கும். அதனால் அதன் பொருள்கொள்ளுதலும் மாறிக் கொண்டே இருக்கும். அதனால்தான் சொற்களை மிதக்கும் குறிப்பான்கள் என்கிறது பின்னமைப்பியல் சிந்தனைகள்.

இச்சிறுகதை தமிழ்த் தொன்மங்கள், தமிழ் சித்தர் மரபிலும், ஆதிக்கம் வகிக்கும் சைவ மரபிலும் உள்ள அகத்தியன் (சுனை), திருமூலன் (கிணறு) ஆகியோர்களின் மொழியில் புனைவான ஓர் மாய யதார்த்த உலகைக் கட்டமைக்கிறது. இந்தச் சுனையிலும், கிணற்றிலும் எண்ணற்ற பெண்கள் விழுந்து மறைந்ததாகச் சொல்கிறது. இக்கதை இப்படியான பல குறியீட்டு வாசிப்புகள் வழியாக எழுதப்பட்டுள்ளது. கதையை நாம் பிரித்துக் கோர்த்துக் கொள்வதற்கான சாத்தியப்பாட்டைக் கொண்டுள்ளது. புதுமைப் பித்தனின் 'கபாடபுர'த்தில் எப்படி தமிழ் மூவேந்தர் வரலாறு ஒரு தொன்மமாக உள்ளே வைத்து தைக்கப்பட்டதோ, அப்படி யானதொரு முயற்சியை இக்கதையில் காணமுடிகிறது. கதையில் ஆண் பெண்ணாகவும், பெண் ஆணாகவும் ஒரு நாள் முழுக்க மாறுதல் என்பதே அந்த யோகினிக் கோட்டத்தின் முக்கிய வினை.

கதையின் அடுத்த பகுதி மூவரின் பயணத்தை மேற்சொன்ன சடங்குகள் வழியாக நிகழ்த்துகிறது. ஒரு ஆவணப்படத்திற்காக செல்கிறார்கள். சத்தீஸ்கர் போராளிகளுக்கு அடைக்கலம் தந்தார் எனக் கைது செய்து 3 ஆண்டுகள் சிறையில் கழித்த தாரா, ஆவணப்படம் எடுக்கும் யாழினி மற்றும் கபிலா என்கிற மூவர் புறப்படுகின்றனர். பல அடுக்குகளாகக் கதை விரிந்து செல்கிறது. யோகினிக் கோட்டம் வனத்தையும், அந்தக் கோட்டம் என்கிற வழிபடு தளத்தையும் விவரிக்கும் பகுதிகள் அற்புதமானதொரு

சொற்களால் நெய்யப்படும் உலகு   205

உணர்வை ஏற்படுத்தக்கூடியதாக உள்ளது. அங்கு சென்று அந்தக் கோட்டத்தைப் படம்பிடித்த அவர்களது திரைப்படம் 'யோகினிக் கோட்டம்' என்ற பெயரில் திரையிடப்படுகிறது. புரிதலுக்கும், தர்க்கத்திற்கும் அப்பால் நிகழும் ஒரு கதை, ஆண்மை, பெண்மை என்பதன் நிகழ்த்துநிலை பாலின (gender performativity) அரசியலாக விரிகிறது.

தொகுப்பிலுள்ள கதைகளில் இந்தியாவில் நிகழும் அனைத்து போராட்டங்களும் ஏதோ ஒருவகையில் இடம்பெற்றுள்ளன என்பதுடன், அப்போராட்டங்கள் குறித்த அரசியலும் உள்ளுரையாக சொல்லப்பட்டுவிடுகிறது. தண்டகாரண்யத்தில் ஒரு ஒற்றையடிப்பாதை வனவாசிகளின் போராட்டம் குறித்த கதை என்றாலும், அதற்குள் ராமாயணம் என்கிற ஆண்மையவாத, மதவாத, இந்துத்துவ வளர்ச்சி குறித்த அரசியலுக்கு மாற்றாக சீதாயணம் என்று சொல்லக்கூடிய வகையில் ஒரு புதிய வனவாசிகளின் சீதளம்மா என்கிற தாய்தெய்வக் கதையாடல் எதிர்க்கதையாடலாக வைக்கப்படுகிறது. '300 ராமாயணங்கள்' என்ற ஏ.கே. ராமானுஜத்தின் கட்டுரையைப் பல்கலைக்கழகப் பாடதிட்டத்தில் இருந்து நீக்கியவர்களின் உளவுத்துறை அரசியல் இதில் நுட்பமாக கதையாடப்படுகிறது. வனம் அழிந்த வரலாறே ராமாயணம், மகாபாரதக் கதைகயின் உள்ளார்ந்துள்ள மனிதார்த்த மானுடவியல் பார்வை என்பதை நிகழ்த்தும் ஒரு கதையாடல் இது. முழு ராமாயணக் கதையும் சீதா என்கிற வனதேவதையை மையமாக வைத்து மீளவாசிக்கப்படுகிறது இக்கதையில். நாம் அறிந்த ராமாயணம், கீமாயணம், லங்கேஷ்வரன் உள்ளிட்ட பல கதைகளுக்கு இணையான ஒரு சீதாயணக் கதையாடல் இக்கதையில் உள்ளது.

"விருப்பக் குறிகள்" என்ற கதை தமிழ் சீரிய இலக்கியம் குறித்த ஒரு பகடியை பிரான்ஸ் ப்னானின் வனமுறை குறித்த ஒரு விளக்க உரையுடன் தொடங்குகிறது. இக்கதையை வாசிப்பவர்கள் தமிழ் இலக்கியச் சூழல் எப்படி சில பீடங்களை உருவாக்கி அதன் வழியாக இலக்கிய ரசனை என்ற ஒன்றை உருவாக்கி, அரசதி காரத்தின் வன்முறைக்கும், படுகொலைக்கும் துணைக்காரணியாக அமைகிறது என்பதை உள்ளுறையாகக் கொண்டு அநேர்க்கோட்டு பாணியில் பல குரல்களில் எழுதப்பட்டுள்ளது. புதுமைப்பித்தனின் "இலக்கிய மம்ம நாயனார் புராணம்" எழுதிப் பல ஆண்டுகள் ஆகியும், தமிழில் இலக்கிய மம்மாக்களின் தொல்லைகள் பெருகியே உள்ளன. புதுமைப்பித்தன் கூறும் "இலக்கிய மம்மா,

'யாதும் ஊரே யாவரும் கேளிர்' என்ற பழைய பண்பாடும், பிறர் பர்ஸ் எமதே என்ற பெருநோக்கும் நம் சொல் என்றும் பொய்யே என்ற இலட்சியமும் பெற்ற கருவிலே திருவுடைய பெரியார்" என்ற இலக்கணம் வழுவா தலக்கணம் கண்ட ஒரு கூட்டம் தமிழில் "பிறர் பர்ஸ் எமதே" என்ற இலக்கியச் சேவையை ஆற்றிக் கொண்டிருப்பதைப் பகடி செய்வதே இக்கதை. என்றாலும், இக்கதைக்குள்ளும் மனித வாதைப் பற்றியும், பெண்கள் மீதான காமத்தை நுகர்வாக்கி விற்கும் வன்முறையை விளக்கும் குறிப்பீடு உள்ளது. கதை முழக்க இலக்கிய மம்மாக்களின் பாணியிலேயே ஊடிழைப்பிரதியாக எழுதப்பட்டுள்ளது என்பதே இதன் நுண்ணரசியல்.

இறுதிக்கதை, "நந்தன் நடந்த நான்காம் பாதை". ஒரு குறுநாவலைப்போல எழுதப்பட்ட நீண்ட கதை. இந்தியாவில் நடக்கும் மனித உரிமை மீறல், பழங்குடி அழிப்பு, தலித்துகள் மீதான வன்முறை, தேர்தல்களால் அதிகாரம் பெற்ற அச்சமூட்டும் வலதுசாரி பாசிசம், குண்டர் படைகளை உருவாக்கும் பாசிசம் எப்படி விடுதி மாணவர்கள், சிறைக்கைதிகளைப் பயன்படுத்துகிறது என்பதை எல்லாம் விவரிக்கும் இக்கதை, நந்தன் நடக்க வேண்டியது ஏற்கனவே உள்ள மூன்று பாதைகளில் அல்ல. நான் காவதாக ஒரு புதியதொரு அரசியல்பாதை என்பதை முன் வைப்பதாக உள்ளது.

நகர்மயமயாக்கல், வளர்ச்சித்திட்டம் என்பதன் பின்னுள்ள முதலாண்மை அரசியல் இதன் உள்ளுரைத்தலாக உள்ளது. நந்தன் வரலாற்றை இன்றைய புதிய அரசியலுக்குள் வைத்து தலித் ஓர்மையுடன் கதையாடப்பட்டுள்ள கதை. நந்தன் ஆதிக்கத்திற்கு எதிரான தனது உரிமைப் போரை நிகழ்த்திய ஒரு மிதக்கும் குறிப்பானாக வரலாற்றில் பிறந்து பிறந்து அழிக்கப்படும் தொடர் வரலாற்றின் தடம் இதில் உள்மறைந்து, உருமறைந்து வெளிப் படுகிறது. நந்தன்களை எரித்த தீ, ஆண்டைகளை நோக்கித் திரும்பும் காலத்திற்கான அரசியல் பாதையே நந்தன் நடந்த நடக்கின்ற, நடக்க வேண்டிய நான்காம் பாதை.

இத்தொகுப்பின் பெரும்பாலான கதை உருக்கள் (கதைக்காக கட்டமைக்கப்பட்டவர்கள்) தலித்துகள், பழங்குடிகள், இடது சாரிகள் மற்றும் ஒடுக்கப்பட்டவர்கள், ஒதுக்கப்பட்டவர்கள். கதைக்களனும் முற்றிலும் பழகிய நிலப்பரப்புகள் இல்லாத ஒரு போராட்டவெளி அல்லது போராட்டக்களங்கள், பழங்குடி

வாழ்வெளிகள், காடுகள், கல்லூரி விடுதிகள், தனியர்களாகக் கூடும் அறைகள். கதைகளுக்குள் வரும் பாத்திரங்கள் அனைத்தும் அறிவுத்துறையாளர்கள், மேட்டிமையாளர்கள், மனித உரிமை போராளிகள். அனைவரும் பாசிச எதிர்ப்பரசியல் கொண்டவர்கள். பாசிச உளவுத்துறை மற்றும் பாசிச கருத்தியலை உருவாக்கும் பேராசிரியர்கள். குறிப்பாக உலகமயமாதலுக்கு பின் உருவான தொரு இளந்தலைமுறையினர். ஆவணப்படம் எடுப்பவர்கள் குறித்தும், திரையாக்கம் குறித்தும் பெரும்பாலான கதைகளில் பேசப்படுகிறது. அதேபோல் எல்லாக் கதைகளும் மனித உரிமை, மனித விடுதலைக் குறித்த போராட்டங்களை உள்ளடக்கியதாக உள்ளது. ஒருவகையான 'மேட்டிமை' (எலைட்டிசம்) தன்மை கொண்டதாக இன்றைய அரசியல் எதிர்ப்பியக்கங்கள் உருவாகி யுள்ளதை தடம்காட்டுவதாக உள்ளது. உலகமயமாதலில் அரசியல், எதிர்ப்பு, புரட்சி, விடுதலை, உரிமை உள்ளிட்ட அனைத்தும் நுகர்வுப்பண்டங்களாக மாற்றப்பட்டுள்ளதையும், அவற்றை உணர்ந்து ஓர்மையுடன் போராடுபவர்களைக் கொன் றொழிப்பதும், சிறையில் தள்ளுவதும் என்ற அடக்குமுறை அமைப்பாக இன்றைய சூழல் மாற்றப்பட்டிருப்பதை உணர்த்துவ தாக இக்கதைகள் உள்ளன. உலகமயமாகி வரும் பாசிச அரசு களிடம் மனித யத்தனங்கள் என்னவாக அமைய முடியும்? என்ற கேள்வியை இக்கதைகள் முன்வைக்கின்றன.

இன்று நாம் மார்க்ஸ், அம்பேத்கர், பெரியார் சிந்தனைகளை, கோட்பாடுகளை, கருத்தியலை உள்ளடக்கிய புதியதொரு அரசியல் பதை நோக்கி நடக்க வேண்டும் என்பதை உணர்த்துவ தாக, அதற்கான மொழி அழகியலைக் கொண்டதாக உள்ளன பிரேமின் "நந்தன் நடந்த நான்காம் பாதை" என்ற தொகுப்பில் உள்ள சிறுகதைகள்.

(11.02.2021)

13

"ஷம்பாலா"
தமிழவனின் புதிய அரசியல் குறியீட்டு நாவல்

"உலகம் முழுவதும் எதேச்சதிகாரப் போக்குள்ளவர்கள் தேர்தல்மூலம் மக்களால் தேர்ந்தெடுக்கப் படுகிறார்கள். ஜனநாயகப் பண்புகளைத் தோண்டிப் புதைக்கும் நபர்களும் இயக்கங்களும் வெற்றி பெற்று வருகிறார்கள். தங்களுக்குக் கஷ்டம் கொடுத்தாலும் மக்கள் அந்த எதேச்சதிகாரிகளைத் தேர்ந்தெடுப்பதை விளக்கிக் கூறுவதற்கு இன்றைய அறிவுத்துறை வளரவில்லை போலுள்ளது."

– பக். 127 ஷம்பாலா

"கலைகள் எப்போதும் பூரணமான விளக்கத்தை நிராகரிக்கின்றன. எந்த எதிர்கால அரசும்கூட கலையைக் கைது செய்யமுடியாது."

– பக். 210 ஷம்பாலா

தமிழவனின் புதிய நாவல் ஷம்பாலா. ஓர் அரசியல் நாவல் என்ற துணைத் தலைப்புடன் வெளிவந்துள்ளது. அரசியலைப் பல குறியீடுகள் வழிப்பேசும் ஓர் அரசியல் குறியீட்டு நாவல். அரசியல் குறியீடு என்பது மற்ற குறியீடுகளைவிட சமூக முக்கியத்துவம் வாய்ந்தவை. ஜார்ஜ் ஆர்வெல்லின் "விலங்குப் பண்ணை" என்ற நாவல் உலகளவில் மிக முக்கியமான அரசியல் நாவலாகப் பேசப்பட்ட ஒன்று. முழுக்க எதேச்சதிகார அமைப்பு குறித்த பல குறியீடுகளைக் கொண்ட நாவல். ஆனால், அந்நாவல் முழுக்க ஒரு விலங்குப் பண்ணையாக எதேச்சதிகார சமூகத்தையும், அந்தச் சமூகத்தின் அதிகாரத்திலுள்ள கட்சியையும் குறியீடாகக் கொண்டு எழுதப்பட்ட நாவல். அந்நாவல் ஆசிரியரான ஜார்ஜ் ஆர்வெல் குறித்து பல சந்தேகங்கள் உள்ளன. அவர் அமெரிக்க உளவுத்துறையோடு இணைந்து செயலாற்றியவர் என்றும் ரஷ்ய சோஷலிச சமூகத்திற்கு எதிராக எழுத வைக்கப்பட்டவர் என்றெல்லாம். அந்நாவல்கூட சமூகத்துவ சமூகத்தை (சோஷலிஸ்ட் சொசைட்டி) ஒரு விலங்குப்பண்ணையாகக் குறியிடப்பட்டு எழுதப்பட்டது என்பதும், அது உலகளவில் முதலாளிய

சக்திகளால் கொண்டாடப்பட்டதும் வரலாறாகச் சொல்லப் படுகிறது. அது முழுக்க ஒரு குறியீட்டு நாவல் என்பதைவிட ஒரு அங்கத வகையைச் சேர்ந்ததாகும். தமிழவனின் இந்நாவலோ, பல அரசியல் குறியீடுகளைக் கொண்டு எழுதப்பட்டுள்ளது. நிகழ்ந்த பல அரசியல் நிகழ்வுகள் நாவலில் வெவ்வேறு வடிவங்களில் பேசப்பட்டுள்ளது.

தொடர்ந்து உலக, இந்திய, தமிழக அரசியலை கவனித்துவரும் ஒரு படைப்பாளியின் தற்கால அரசியல் குறித்த ஒரு புனைவாக வெளிவந்துள்ளது இந்நாவல். உலக அளவிலும் குறிப்பாக இந்தியாவிலும் பெருகிவரும் வலதுசாரி பாசிச அரசியல் குறித்து கவனம் குவிக்கச் செய்கிறது இந்நாவல். அதற்காக அங்கதம் என்பதை நாவலின் வடிவமாகக் கொள்ளாமல் நாவலுக்குள் நிகழும் நிகழ்வுகளில் உள்ளிருத்தியும், நாவல் நடப்பியல்யதார்த்தம் மற்றும் புனைவுயதார்த்தம் இரண்டிலும் எழுதப்பட்டுள்ளது. யதார்த்த சித்திரிப்புகளும், யதார்த்தமீறிய நிகழ்வுகளுமாக. உலகெங்கிலும் வலதுசாரிவாதம் கோலோச்சும் இன்றைய சூழலில், அதற்கான உளவியல், சமூகவியல் சார்ந்த அரசியலை ஆராய முற்படுகிறது இந்நாவல். வலதுசாரிவாதம் ஜனநாயக அரசமைப்பிற்குள் நுழைந்து ஒரு சட்டவாத பாசிச அரசாக மாறிக்கொண்டிருக்கும் சூழலில், அதன் உள்ளார்ந்துள்ள உலக ஆதிக்கம் பற்றிய கனவைப் பேசுகிறது. அக்கனவிற்கான ஒரு ஆன்மீக மையமாக அமைந்த இடமே "ஷம்பாலா".

நாவலின் பெயர் "ஷம்பாலா". ஷம்பாலா என்பது ஒரு தொன்மம். உலக அரசாட்சியின் மையமான அதிகாரம் நிறைந்த இடம். இது குறித்து நாவலின் இறுதி அத்தியாயத்தில் தண்டிபத்லா என்கிற சாமியரால் விளக்கப்படுகிறது. நாவலில் ஷம்பாலா என்பது ஒருவகை ஆன்மீக அரசியலின் குறியீடு. அது புத்த லாமாக்களால் கொண்டாடப்படும் திபேத்திலுள்ள ஒரு மலைச்சிகரம். புத்த கருணையின் வடிவமாக உள்ள ஷம்பாலா, உலக அதிகாரத்தைக் கருணைக்கு எதிரான கொலைவெறி மூர்க்கத்தின் வழிபெற்றுவிடலாம் என்று நம்பவைக்கப்படுவதே இந்த நாவலின் நகைமுரண். நாவலில் ஷம்பாலா குறித்துப் பேசப் படுவது மிகக்குறைவுதான். மதமும், ஆன்மீகமும், அரசியலும் கலந்து நவீன சாமியார்கள் எப்படி அதிகாரத்தோடு கைகோர்த்துக் கொண்டு, அரசை ஆட்டுவிக்கிறார்கள் என்பதை வெளிப்படுத்தும் ஒரு குறியீடு. இதுபோன்ற குறியீடுகள்தான் ஆன்மீகத்தை அரசிய லாக மாற்றும் ஒரு மர்மமான பகுதியாக, திரைமறைவில்

இயங்குவதாக உள்ளது. ஆக, ஷம்பாலா என்பதே நாவலின் மையப்படிமம். உலக அதிகாரம் பெற அதீத மனிதஉருவாக்கம் நிகழ வேண்டும். அந்த அதிமனிதன் (Superman) உருவாக்கமே நாவலின் புனைவுயதார்த்தமாக, நாவலுக்குள் உள்ள நடப்பியல் யதார்த்த எழுத்தாளன் நாயகன் அமர்நாத்தால் எழுதப்படும் நாவலாக எழுதிக் காட்டப்பட்டுள்ளது.

நாவல் ஒரே நேரத்தில் ஒரு புராணிகத் தன்மைகொண்ட உலக அதிகாரத்திற்கான வேட்கை செறிந்துள்ள ஆன்மீக ஆற்றல் மையத்தையும், பரவிவரும் உலக அரசாட்சிக்கான மதம் சார்ந்த வேட்கையையும் புனைவாக்கிக் காட்டுகிறது. நாவலின் நாயகராக உள்ள அமர்நாத் தொடர்ந்து அரசால் கண்காணிக்கப்படுவதும், அவரைக் கண்காணிக்கும் உத்திகளும் மிக நுட்பமாக நாவலில் பகடி செய்யப்படுகிறது.

அமர்நாத் ஓர் எழுத்தாளர். தன்னை ஒரு இடது தாராள வாதியாகக் கருதிக்கொண்டு எழுதுபவர். அவரை "சிந்தனை போலிஸ்" என்ற ஒரு வகை போலிஸ் மோப்பம் பிடிக்கிறார்கள். எப்படியென்றால், அவர் சிறுநீர் கழித்தபின் அவரது கழிப்பறையில் உள்ள கழிப்பிடத்தை முகர்ந்து, அந்த மோப்பம் வழி அவரது சிந்தனையை அறிய முற்படுகிறார்கள். இப்படி உளவுத்துறை முழுக்க எழுத்தாளர்களை, சிந்தனையாளர்களைக் கண்காணிப்பதும், அப்படி கண்காணிப்பதன் வழியாக சில உத்திகளைப் பயன்படுத்தி அவர்களது சிந்தனைகளைக் கட்டுப்படுத்துவதுமே நாவலின் நடப்பியல் யதார்த்த பகுதி.

நாவலில் இரண்டு யதார்த்தங்கள் உள்ளன. மேலே சுட்டி யுள்ளதைப்போல ஒன்று நடப்பியல் யதார்த்தம். வழக்கமாக நாம் வாசிக்கும் நாவல்களில் நிகழும் நடப்பியல் சார்ந்த கதையாடல். மற்றொன்று, இந்நாவலில் வரும் புனைவு யதார்த்தம். அந்தச் சிந்தனை போலிஸ் அமர்நாத்தைக் கட்டுப்படுத்த தொடங்கியவுடன் அவருக்குள் உருவாகும் ஒரு புனைவு யதார்த்தமே நாவலின் மற்றொரு கதை. இவ்விரண்டு கதைகளும் ஒன்றோடு ஒன்று தொடர்பு கொண்டவையே. அதாவது நடப்பியலில் எழுத் தாளர்கள் அரசால் அச்சுறுத்தப்படுவதற்கான நடவடிக்கையாக உளவுபார்த்தல், அவர்களைக் கைது செய்தல், வழக்காடுதல் என்பது ஒரு புறம். இதெல்லாம் நடப்பதற்கான அரசு உருவாக்கம் நிகழ்வது மறுபுறம். இந்நிகழ்வுகளே மற்றொரு புனைகதையாக நாவலில் எழுதப்படுகிறது. அந்தப் புனைவுயதார்த்தம் இன்றைய

சொற்களால் நெய்யப்படும் உலக 211

அரசியலின் நடப்பியல் யதார்த்தமாக உள்ளது. சங்கத்தமிழ் அல்லது தொல்காப்பிய முறையியலில் சொன்னால், ஒன்று அகத்தில் உருவாகும் கதை, மற்றது புறத்தில் நிகழும் கதை. இந்த அக புற விளையாட்டு இரண்டு அகபுற யதார்த்தங்களாக எழுதப்பட்டுள்ளது நாவல்.

யதார்த்தமும், புனைவும் கண்ணாமூச்சி ஆட்டத்தை நிகழ்த்துவதாக நாவல் வாசிப்பில் சுவராஸ்யத்தையும், சிரத்தையையும் கூட்டுகிறது. சொல்லப்பட்ட அரசியல் சார்ந்த செய்திகள், குறிப்புகள் கவனத்துடன் உருவாக்கப்பட்ட பதிவுகளாக உள்ளன. ஒரு சிறுவன் கிணற்றில் பிணமாக மிதக்கிறான். அவனது உடல் முஸ்லிம், இந்து என்கிற மதம்சார்ந்த கதையாடலுக்குள் நுழைந்து வதந்தியாகப் பரவுகிறது. இப்படி எல்லாவற்றையும் மதக் கண்கொண்டு பார்க்கும் நிலைக்குக் காரணமாக அமைவது ஷம்பாலா போன்ற தொன்மங்கள் உருவாக்கும் அரசியல் அதிகாரம் இதில் விவரிக்கப்படுகிறது. ஊடகங்கள் எப்படி அரசிற்கு விலைபோயின என்பதையும் நாவல் விட்டு வைக்கவில்லை. அமர்நாத்தின் நண்பரான சுரேஷ் என்ற எழுத்தாளர் கைது செய்யப்பட்டு நீதிமன்றம் கொண்டுவரப்படுகிறார். அதை ஒரு செய்தியாகக்கூட ஊடகங்கள் காட்ட தயாரற்ற நிலையே உள்ளதைக் காட்சிப்படுத்துகிறது.

நாவலுக்குள் வரும் புனைவுயதார்த்தம் ஒரு கிராமத்தில் பிறந்த முரட்டுச் சிறுவன், தனது தாய் இறந்துவிட்டாள் என்று கூசாமல் பொய் சொல்லி ஆசிரியரிடம் தப்ப நினைக்கும் சிறுவன், குஸ்தி பயில்கிறான், ஓவியக்கலை படிக்கிறான், அவன் விரும்பிய பெண்ணால் "ஹெல்பர் பல்பர்" என்றும் "ஹிட்லர் பட்லர்" என்றும் அழைக்கப்படுகிறான். எப்பொழுதும் அவனுள் ஒரு கோரப் புலி ஒன்று உறங்கிக்கொண்டு உள்ளது. அது அவனைச் சில வேளைகளில் அவனே அறியாத பல அசாத்தியங்களைச் செய்ய வைக்கிறது. உள்ளுறங்கும் புலிதான் அவனது ஆன்மீக மையமாக உள்ளது. அதை சாமியார்கள் உசுப்பேற்றி அவனது திறமையாகக் கூறி, அவனை அதிமனிதனாக (சூப்பர் மேன்) மாற்ற முயல்கிறார்கள். பிற்காலத்தில் அரசியலில் நுழைந்து குறுகிய காலத்தில் இணை அமைச்சராகி, சாமியாரின் ஆசியுடன் எதிர்காலத்தில் தலைமைக்கு வரக்கூடியவனாகக் காட்டப்படுகிறான்.

இயல்பில் வெற்றி என்கிற அதிகார வெறிகொண்ட, கருணை யற்ற, தனது போட்டியாளர்கள் மேல் வன்மம் கொண்டு

பலிவாங்கும் அவன், ரத்த உறவு, பாசம், காதல் உள்ளிட்ட எந்த ஒரு உணர்வுகளையும் தனது முன்னேற்றத்திற்கான ஒன்றாக பாவிக்கும் குணம்கொண்டவனாக இருக்கிறான். ஹார்வேர்டில் படித்த முதல்வர் தனது அறிவாற்றலை முழுக்க தனது அதிகாரத்தை நிலைநிறுத்தும் சக்திகளுக்குப் பயன்படுத்த, அவருக்கு நம்பிக்கைக்கு உரிய உள்வட்ட ஆளாக மாறுகிறான். அவன் அமைச்சர் பொறுப்பைப் பெற முதலமைச்சரின் அடியாளாக, ஏவலாளாக அனைத்து வேலைகளையும் செய்கிறான். அவனது பெயர் ஹிட்லர். அதாவது வரலாற்றில் உருவான முதல் ஹிட்லர் யாரென்றே அறியாத இரண்டாவது ஹிட்லர் அவன்.

ஒரு குறிப்பிட்ட கால இடைவெளியில் மார்க்சியம் முன் அனுமானித்த முதலாளித்துவ பொருளாதார நெருக்கடி உலகில் வரும்போதெல்லாம், இப்படியான ஒரு ஹிட்லரை அந்த முதலாளிய உற்பத்தி முறையே உருவாக்கி விடுகிறது. தற்போது உலக அளவில் நிலவும் பொருளாதார மந்தம் உருவாக்கியுள்ள எண்ணற்ற ஹிட்லர்களின் ஒரு குறியீடே இந்நாவலில் வரும் 32 இட்லி தின்ற மேஸ்திரியின் மகனான ஹிட்லர். பொருளாதாரப் பெருமந்தம் (great depression) முதலாளித்துவத்தின் தவிர்க்கமுடியாத விதி. காரணம் சரக்குகளின் மிகை உற்பத்தி உருவாக்கும் தேக்கநிலை, சந்தை நிறைவு ஆனபின் புதுச்சந்தை தேடுதல் என்பதற்காக அது ஜனநாயக அரசை ஓர் எதேச்சதிகார அரசாக மாற்றி அந்நிய நாடுகளை நோக்கிப் படையெடுத்து புதிய சந்தை உருவாக்கத்தை நிகழ்த்தும். அப்படியான ஓர் அரசியல் நிகழ்வே நெப்போலியன், ஹிட்லர், முசோலினி ஆகியோரின் தோற்றத்தை உருவாக்கியது. இன்று அந்த பெருமந்தம் உலக முதலாளியச் சந்தைகளாக மூன்றாம் உலக நாடுகளைச் சூறையாடத் தொடங்கியுள்ளது. இந்நிலையில் பேச்சில் சுதேசி, செயலில் விதேசியாக ஒரு எதேச்சதிகார அரசு உருவாக்கம் உலகளவில் நிகழ்கிறது. இதன் ஒரு கருத்தியல் விளைவே வலதுசாரி எழுச்சி. இந்த எழுச்சிக்கான அரசியல் உளவியலைப் புனைவாக்க முயன்றதே இந்நாவலின் வெற்றி. தமிழவனின் கோட்பாட்டு வாசிப்பு அதற்கான பின்புலத்தைத் தருகிறது. நாவல் பல நுட்பமான நிகழ்வுகள் குறித்தும் அதன்பின்னுள்ள சமூக உளவியலை வெளிப்படுத்துவதாக உள்ளது.

நாவலைக் கோட்பாட்டு அடிப்படையில் வாசித்தால், நுண் (மைக்ரோ) அரசியல் மற்றும் பாரிய (மேக்ரோ) அரசியல் தளத்தில் இரண்டு வடிவங்களாக எழுதப்பட்டுள்ளது எனலாம்.

பொதுவாக நாவல் தரும் வாசிப்பு இடதுசாரிகள் மேக்ரோ அரசியலைப் பேசிக்கொண்டிருக்கிறார்கள். ஆனால், வலதுசாரிகள் மைக்ரோ அரசியலை நடைமுறைப்படுத்துகிறார்கள். பக். 190ல் இது குறித்த ஒரு விரிவான குறிப்புகள் உள்ளது. ராபர்ட் என்கிற வினாயக் எப்படி வலதுசாரி அரசியலுக்குள் போய், தீவிர மதவாதியாக மாறி, ஒரு சாமியாரிடம் பயிற்சிபெற்று, பிறகு அந்த சாமியாரின் தம்பி செய்த கொலையை ஏற்று சிறை சென்று, அங்கு ஒரு சமண அதிகாரியால் மனம்மாறி புத்தக வாசிப்பாள னாகி, மதவாதத்தை எதிர்ப்பவனாக மாறுகிறான். புத்தக வாசிப்பு மனதை எப்படி பண்படுத்தும் என்பதைச் சொல்லும் இப்பகுதிகள் கவித்துவமாக எழுதப்பட்டுள்ளது. இக்கதையில் வலதுசாரிவாதம் எப்படி ஒரு நுண்அரசியலாக (மைக்ரோ அரசியலாக) கண்ணுக்குத் தெரியாமல் உள்ளார்ந்து இயங்கி ஒரு பெரும் படையைக் கட்டமைத்துள்ளது என்பதை நாவல் விவரிக்கும் பகுதிகள் மிக முக்கியமானவை.

நமக்குப் புரியாத பகுதி எப்படி வலதுசாரி இந்துத்துவ மதவாத பாசிசம் இந்தியாவில் வெற்றிவாகை சூடுகிறது என்பது. அதற்குக் காரணமாக அமைந்த அவர்களது இந்துத்துவ உடல் உருவாக்கம் எப்படி, உடற்பயிற்சி என்பதில் தொடங்கி வலுவான உடலை உருவாக்குதல், அறிவும், மனமும் ஆரோக்கியமான உறுதியான உடலுக்கு எதிரானது என்று அறிவு எதிர்ப்பு சிந்தனையைக் கொஞ்சம் கொஞ்சமாக சமூகத்தின் பொதுச் சிந்தனையாக, பொதுப்புத்தியாகக் கட்டமைத்தது என்பதை விவரிக்கிறது. இது அரசியலில் முட்டாள்தனம், உடலுறுதி என்கிற பாசிச உறுதிப்பாடாக கோலோச்சத் தொடங்கியதை விவரிக்கிறது. உலக ஆன்மீக மையம் என்ற நவீனத் தொன்மமாகக் கட்டப்பட்ட புண்ணிய பூமி என்கிற இந்தியாவில், ஹிட்லர் என்ற ஜெர்மானிய பாசிசவாதி, சமூகத்தின் அறிவற்ற மூடத்தனத்தால், அதாவது உடலுறுதி என்ற 60 இன்ச் மார்பு உள்ளது. யோகம் செய்தல், உடலை வலுப்படுத்துதல் ஆகிய ஊடகத் தொன்மங்கள் வழி எப்படி உருவாக்கப்படுகிறது என்பதைப் புனைவாக்கிக் காட்டுகிறது நாவல். அரசியல் திரைமறைவு வேலைகள் எப்படி இயல்பானதாக நிகழ்த்தப்படுகிறது என்பதையும் சுட்டிக்காட்டுகிறது.

நாவலின் மையப்படிமம் சிந்தனை போலிஸ். இந்த சிந்தனை போலிஸ் மிக நுட்பமாக உருவாக்கப்பட்டுள்ள ஒரு குறியீடு. இவர்கள் புறத்தில் சிந்தனையைக் கண்காணிப்பவர்களாக இருந்தாலும், அகத்தில் இவர்கள் சிந்தனை தணிக்கை செய்யும்

தன்னிலையாக வடிவமைகிறார்கள். அதாவது ஒவ்வொருவரது உடலிற்குள்ளும் சிந்தனை போலிஸ் என்கிற தணிக்கை செய்யவும், சிந்தனையை, உணர்வை கட்டுப்படுத்தவும், தனக்கு ஏற்ப மாற்றியமைக்கவும் ஆன ஒரு நனவிலியே இந்தச் சிந்தனை போலிஸ். இந்நனவிலி எப்படி ஒவ்வொரு உடலுக்குள்ளும் உருவாக்கப்படுகிறது என்பதை உள்ளூறையாகக் கொண்டு எழுதப்பட்ட பிரதியே நடப்பியல்-யதார்த்த பிரதி. இதன் மறுதலையாக உருவாகுவதே மேக்ரோ லெவலில் ஆன பாசிச அரசியல். ஆக பாசிசத்தின் இரண்டு தளங்களுமே இந்நாவலின் மையப்பிரதியின் அமைப்பாகப் பொருந்தியுள்ளது.

சிந்தனை போலிஸ் எப்படி நமது தன்னிலைக்குள் ஊடுருவி நம்மை முழுக்க அதிகாரத்திற்கு ஏற்புடைய தன்னிலைகளாக கட்டமைக்கிறார்கள் அல்லது நமது எதிர்ப்பை எப்படி நீர்த்துப் போகச் செய்கிறார்கள் என்பதை இந்நாவல் சிறப்பாக காட்சிப்படுத்தியுள்ளது. அமர்நாத்தின் மகள் அவர்களது கண்முன்னால் உள்ளபோதே காணவில்லை எனப் புகார் அளித்ததாகக் கூறி, தொடர்ந்து அவரது மனதை இருண்மைக்குள் நுழைத்து, பெரும் மனஉளைச்சலுக்கு ஆளாக்குவார்கள். தினமும் தொலைபேசியில் அவருக்கு உங்கள் மகளை காணவில்லை என நீங்கள் புகார் அளித்துள்ளீர்கள் எனத் தகவல் அனுப்புவது மட்டுமே அவர்கள் பணி. ஆனால், மகள் காணாமல் போகலாம் என்கிற ஊகத்தை அளித்து அவளைப் பாதுகாப்பதற்கான அவரது முழுமையான செயல், அறிவு, உணர்வை அதைநோக்கி திருப்பிவிடுவார்கள். ஒரு பொய்த்தகவல் உண்மையாக நம்ப வைக்கப்படுவது பற்றிய ஒரு நிகழ்வைக் குறியீடு மட்டுமின்றி, எது உண்மை? எது பொய்? என்று பிரித்தறியும் பகுத்தறிவை இல்லாததாக்கும் செயலும் பாசிச நுண்தள உளவியல் ஒடுக்கு முறையாகும். அதை நுட்பமாக வெளிப்படுத்துவதாக உள்ளது. அதாவது அவரது தினவாழ்வு என்பதே சிந்திக்க முடியாத அந்த நகரச் சூழலில் சிக்கிவிடும். இப்படியாக அவரது தன்னிலை அவர்களது பிரசன்னம் இல்லாமலேயே அவர்கள் இவருடன் தன்னிலையில் அமர்ந்துகொண்டு அவரைக் கண்காணிக்கத் தொடங்கிவிடுவார்கள். இந்தக் கண்காணிப்பு என்கிற விளை யாட்டை நமது கற்பனை மனத்தளத்தில் உருவாக்கி நமது தனிப் பட்ட வாழ்வை (பர்சனல் லைஃப்) முழுக்க பொதுப்பார்வையில் நிகழ்த்துவதான தன்னிலையாக மாற்றிவிடுகிறார்கள். இது சிந்திப்பவருக்கு என்றால், சிந்திக்காத பொதுமக்களுக்கு

ஊடகங்கள் வழியாக இந்தத் தன்னிலை கண்காணிப்பு நிகழ்த்தப் பட்டு, தன்னிலை வடிவமைக்கப்படுதல் நிகழ்கிறது.

பிரஞ்சு மார்க்சிய திரைப்பட இயக்குநரான லூயி புனுவல் திரைப்படம் ஒன்று முதலாளியத்தின் இத்தகைய கண்காணிப்புப் பேயுருக்கள் (surveillance phantom) குறித்து விரிவாகக் காட்சிப் படுத்தப்பட்ட திரைப்படம் ஒன்றை எடுத்தார். அதிலும் குழந்தை வீட்டில் உள்ளபோதே காணவில்லை என்று புகார் கொடுத்து காவல்துறை தேடிக் கண்டுபிடித்து விளையாடுவார்கள். முதலாளியத்தின் பேயுருக்களே இந்தச் சிந்தனை போலிஸ் என்பது. இவை எல்லோரையும் அதனதன் அளவில் பிடித்தாட்டும் ஒன்றாக மாறியுள்ளது. ஆக, இன்றைய வாழ்வு பாசிசம் கையளித் துள்ள அதன் கண்காணிப்பு கட்டுப்பாட்டுக்குள் நிலவும் ஒன்றே. இங்கு அனைவரும் இந்தச் சிந்தனை போலிஸ் என்கிற நனவிலி கொண்டவர்களாக மாற்றப்பட்டுள்ளோம். இதற்கு முக்கியமான காரணங்களில் ஒன்று இலக்கியம், எழுத்து உள்ளிட்ட அனைத்து அறிவுசார் துறைகளும் படைப்பு என்பதை முதன்மைப்படுத்தி, அதன்வழியாக கோட்பாடற்ற ஓர் அறிவு எதிர்ப்பு மரபைக் கட்டியமைத்ததே. இந்த இலக்கியக் குழுக்களின் நுண் அரசிய லுக்கும் இத்தகைய பாசிச உருவாக்க பாரிய அரசியலுக்கும் உள்ள உறவை நுட்பமாக இந்நாவல் தனது உள்ளார்ந்த குறியீட்டு வழி முன்வைக்கிறது. எழுத்தாளர்களும், பதிப்பகங்களும், வாசகர் களும் ஒரு வலைப்பின்னலாக இப்பாசிச விஷத்திற்கு எப்படி இரையாக்கப்படுகிறார்கள் என்றும், ஒரு பிரிவினர் எப்படி விளைபொருளாக மாற்றி விஷத்தைப் பரப்புகின்றனர் என்கிற ஒரு நுட்பமான பார்வை வெளிப்படுகிறது. இதை உணர இந்நாவல் வாசிக்கப்படுவது அவசியம்.

இந்நாவல் உலக நாவல் தன்மை கொண்டதாக, பொதுவான வலதுசாரி பாசிசத்தின் தோற்றமூலத்தைத் தேடுகிறது. அதே நேரத்தில் தமிழ் நாவல் தன்மைகொண்டதான அகபுற ஊடாட்டத்தில் அதன் அரசியல், கருத்தியல் ஆகியவற்றை அகழ்ந்து முன்வைக்கிறது. பிரஞ்சு சிந்தனையாளரான ஜீல் டெல்யுஸ் இறந்தபின் வெளிவந்த அவரது மிக முக்கியமான அறிக்கை ஒன்று எதிர்காலச் சமூகம் எப்படிக் கண்காணிப்பும் கட்டுப்படுத்தலும் ஆன சமூகமாக மாறப்போகிறது என்பதை விவரிக்கிறது. அக்கட்டுரை இறையாண்மை என்பதன் வரலாறு எப்படி ஒரு மனித உடலை, சமூகத்தைக் கண்காணிப்பதிலிருந்து,

கட்டுப்படுத்தலை நோக்கிச் செலுத்துகிறது என்பதை விவரிக்கிறது. இன்றைய அரசுகளின் இறையாண்மை கட்டுப்படுத்தும் சமூகமாக மாறியுள்ளது என்பதே. அதற்கான ஒரு புனைவு யதார்த்தமாக இந்நாவல் வெளிப்பட்டுள்ளது.

இன்றைய அரசு பாசிசம் சட்டவயமாக மாறுவதற்கான பல அரசியல் சித்துவேலைகள் இந்நாவலில் ஆச்சர்யப்படும் விதம் வெளிப்படுத்தப்பட்டுள்ளது. மதுசூதன் என்ற போலிஸ் அதிகாரியின் கதை, இதை வெளிப்படுத்துவதாக அமைகிறது. நமக்கு யார், என்ன செய்கிறார்கள் என்பது தெரியாமலே நாம் நம்மை அறியாமல் இந்த பாசிச அரசியலுக்குள் உள்ளிழுக்கப் படுவதையும் குறிநிலைப்படுத்தும் நிகழ்வு அது.

மதமும், சாமியார்களும், ஆன்மீகமும் வலதுசாரிவாதத்தின் மைய வடிவமாக இருத்தல், இரண்டு கதைகள் எது உண்மை? எது புனைவு? என்ற சிக்கலை உருவாக்குதல், பாத்திர அறி முகங்கள் குறித்த விபரங்கள் துண்டு துண்டாகச் செய்தல், ஒரு பாத்திரம் குறித்து வழக்கமான நாவல் பாணியில் ஓர் அறி முகத்தைச் செய்யாமல், அந்த பாத்திரம் யாரால் நோக்கப்படுகிறதோ, அவரது உணர்விற்கு ஏற்ப அறிமுகப்படுத்துதல், அதாவது நாவலுக்குள் ஒருவர் மற்றவரைப் பார்ப்பது குறித்து, ஒரு நோக்கு நிலை வர்ணனையை வெளிப்படுத்துதல் என்பது வாசிப்பில் புதியதொரு உணர்வைத் தருவதாக உள்ளது.

வேதகால ராக்கெட் குறித்த பகடி? 30களில் சமஸ்கிருத பண்டிதர்கள் ஹிட்லர் உறவு, மொழி அடையாளமாக வெளிப் படும் உளவியல், சிந்தனை போலிஸ் மொழியை ஓர் உளவியல் குறியாகக்கொண்டு (symptoms) ஆய்வது, அதற்கென அவர்கள் வைத்துள்ள சொல்தொகுப்பு ஆய்வு, எழுத்தாளர் கண்காணிப்பு சிறிது சிறிதாக நனவிலி இயக்கமாக மாற்றப்பட்டு, மனப்பிறழ்ந்த நிலைக்குத் தள்ளுதல் என மிகவும் தற்காலத்தன்மை கொண்ட நாவலாக வெளிப்பட்டுள்ளது.

நாவலின் மிக முக்கியமான பகுதி சிறுபான்மை (மைனாரிட்டி) பெரும்பான்மை (மெஜாரிட்டி) குறித்த உளவியல் கட்டமைப்பு. இந்தியாவின் மிகப்பெரும் ஆபத்தே இதுதான். இதை அந்த சிறுபான்மை ராபர்ட் வினாயக்காக மாறுதல் என்பதில், அவன் சிறுபான்மை, பெரும்பான்மையாக உள்ள ஒரு கிறித்துவ கிராமத்தில், அவனது இந்து நண்பன் ஒடுக்கப்படுவதும், அவனது நண்பன் வீடு இடிக்கப்படுவதும், அதனால் பாதிக்கப்பட்டு

ராபர்ட் வினாயக்காக மாறுதல் என்பதாக விளக்கப்படும் பகுதிகள் முக்கியமானவை. இன்று பெரும்பான்மை அரசியல் எப்படி சிறுபான்மைகளைச் சோதனை எலிகளாக மாற்றி தங்கள் வினாயக வழிபட்டை நிகழ்த்தி, ஒரு பேரச்சத்தைக் கட்டமைக்கிறார்கள் என்பதைப் புரிந்துகொள்ள நல்லதொரு பகுதி. இதில் சிறுபான்மையினர், பெரும்பான்மை உளவியலில் ஏற்படுத்தும் சிக்கல் குறித்த கருத்து முக்கியமானது.

வலதுசாரிகள் சுனாமி போன்ற நிகழ்வுகளில் உதவுதல் என்ற ரீதியில், வேர்க்கால் மட்டத்தில் பணியாற்றுகிறார்கள். அதனால் அவர்களால் இலவச அடியாட்படைகளாக மொத்த பெரும்பான்மை சமூகத்தில் சில பொறுக்கி எடுத்த இளைஞர்களை மூளைச்சலவை செய்து தங்கள் அதிகாரத்திற்கான பகடைக் காய்களாகப் பயன்படுத்த முடிகிறது. மனிதர்களிடம் காணப்படும் பிறன்மை வேட்கையான சேவை மனப்பான்மை, கருணை, இரக்கம் ஆகியவை இவர்களால் உடல்களில் உயிர் முதலீடுகளாக்கி தங்களது உடல் ஆயுதங்களாக அவர்களைப் பயன்படுத்த முடிகிறது. வலதுசாரி வளர்ச்சி, ஊடகங்கள் கதைகள் வாசிப்பின் இடத்தில் காட்சியை முன்வைத்தல், பல பொய் மதவாதக் கதைகளைக் கட்டுவது என ஊடகப் பொய்கள்தான் உலகை ஒரு மீயதார்த்த மெய்நிகர் உலகை (hyper real virtual world) உருவாக்கி உண்மை எனக் காட்டுகிறது. அந்த உண்மைகளின் பொய்மை அரசியலைப் புனைவாக எழுதிக் காட்டப்பட்ட கதையே இந்நாவல். இன்றைய அரசியல் புனைவுகளை அறிய அனைவரும் அவசியம் வாசிக்க வேண்டிய நாவல்.

(21.12.2019)

14. மதப்பெருங்கதையாடலும், சாதியத்தின் நுண்ணரசியல் விளையாட்டும் ப்ரதிபா ஜெயச்சந்திரனின் கரசேவை

> "ஜாதிகள் தாங்கள் வெட்டின குழியில் தாங்களே விழுந்தார்கள்;
> அவர்கள் மறைவாய் வைத்த வலையில் அவர்களுடைய காலே
> அகப்பட்டுக் கொண்டது."
>
> – பரிசுத்த வேதாகமம், சங்கீதம் 9:15

கரசேவை என்ற தலைப்பில் ப்ரதிபா ஜெயச்சந்திரன் அவர்களின் 14 சிறுகதைகள் அடங்கிய தொகுப்பு 2016-ஆம் ஆண்டு வெளிவந்துள்ளது. அந்நூல் குறித்து பரவலான கவனம் இல்லை. தமிழ் இலக்கியச் சூழலில் அரசியல் இலக்கியம்தான் குறைவு, இலக்கிய அரசியலோ சொல்ல வேண்டியதில்லை. இன்னும்கூட இலக்கிய குழுக்கள், லாபிகள், பதிப்பகங்கள் உருவாக்கும் இலக்கிய பண்டங்கள், அவற்றின் விற்பனை முகவர்கள், தரகர்களாக மாறிவிட்ட பத்திரிக்கைகள் என முழுக்க இலக்கியபீட அரசியலில் சிக்கித் தவிக்கிறது. இதற்குத் தமிழ் இலக்கிய வரலாற்றில் பாரதி, பாரதிதாசன் மரபிற்குப் பிறகான ஒரு நீண்ட வரலாறு உண்டு. அந்த வரலாற்றில் சிறுபத்திரிகைகள் என்ற பெயரில் திராவிட எதிர்ப்பு, தமிழ் எதிர்ப்பு மனம் கொண்ட நவீனத்துவ எழுத்து ஆளுமைகளின் பங்கு மிக முக்கிய மானது. அவர்கள்தான் அரசியலற்ற இலக்கியம், கலை உன்னதம் எனத் தொடங்கி, இலக்கிய அரசியலை துவக்கி வைத்தவர்கள். அந்த அரசியலில் ஒதுக்கப்பட்டவர்கள், விளிம்பிற்குத் தள்ளப்பட்டு விளம்பர வெளிச்சம் அற்றவர்களாக, தான் உண்டு தனது எழுத்து உண்டு என்றரீதியில் படைப்பில் எழுத்தில் கவனம் செலுத்தி, தனது இருத்தலுக்கான எழுத்துகளை எழுதுபவர்களில் ஒருவர் ப்ரதிபா ஜெயச்சந்திரன்.

அவரது இச்சிறுகதை தொகுப்பிலுள்ள கதைகள் அவரது படைப்பாற்றலையும், வாசிப்புத் திறனையும் வெளிப்படுத்துவதாக

உள்ளது. கிறித்துவ மறையான வேதாகமம் (திருமறை என்பதே நல்ல தமிழ்ச் சொல். வேதாகாமம் என்பது பிராமணர்களை அடியொற்றிய தமிழ் பாதிரிகள் வைத்த பெயராக இருக்கலாம். வேதம் என்பது பிராமண மறைநூல்களான வேதங்களை மட்டுமே குறிக்கும். அதைப் பொதுச்சொல்லாக பாவிப்பது பிராமண மேலதிக்கத்தை ஏற்பதன் விளைவே. குரானை இஸ்லாமிய திருமறை என்றும், பைபிளை கிறித்துவ திருமறை என்றும் அழைப்பதே சரியானது.) தொடங்கி இந்துப் புராணங்கள் வரை அவரது வாசிப்பை வெளிப்படுத்தும் கதைகள் இதில் உள்ளன. இச்சிறுகதைகளின் மொழிகுறித்து விரிவாகப் பேசப்படவேண்டும். கதைக்கேற்ற மொழியும், வட்டாரவழக்கு மொழியும், நிர்வாக மொழியும் என மொழிகுறித்து கவனத்துடன் எழுதப்பட்டுள்ளன இக்கதைகள். சிறுகதையின் வடிவநேர்த்தியில் கவனம் செலுத்தி, வெவ்வேறுப ாணியில் எழுதிப் பார்க்கப்பட்டுள்ளது.

“வெய்ஜா பலகைக்குள் சிக்கிய மௌனி” என்றொரு கதை. அதில் தமிழ் இலக்கிய உலகின் பீடமாதல் அரசியலின் (Politcs of Literary Canonization) வெளிப்பாட்டை கதையாடிப் பார்த் துள்ளார். மௌனியின் மொழியை அபூர்வ மொழி நடை எனப் பீற்றித் திரிபவர்கள் மத்தியில் மௌனியின் மொழிநடையை எழுதிக்காட்டியிருப்பதும், அவரைச்சுற்றி உருவாக்கபட்ட இலக்கிய அந்தஸ்தின் அரசியலை அம்பலப்படுத்துவதும், வெய்ஜா பலகைக்குள் மௌனியைச் சிக்கவைத்து, அவரவருக்குத் தேவையான மௌனியைக் கட்டமைப்பது குறித்த கிண்டலுமாக அமைக்கப்பட்டுள்ளது இக்கதை. மௌனியை மௌடீகப்படுத்து வதும், மர்மப்படுத்துவதும், தங்களது மேட்டிமைவாத பிராமண திராவிட எதிர்ப்பரசியலுக்குப் பயன்படுத்துவதும் அடிப்படையில் மௌனி என்கிற கலையாளுமைக்குச் செய்யப்படும் துரோகம். அவரை மாய்மாலப்படுத்துவதன் வழியாக, ஒரு கலைதெய்வ நிலைக்குக் கொண்டுசென்று, பரிபூர்ண கலைசமாதிக்குள் அடக்கம் செய்யும் வேலையே. ரசனைவாதத்தின் உச்சியில் நின்று நிகழ்த்தப்பட்ட மௌனி கொலையே இக்கதையாடலின் மையம். ஒரு தலித்தியப் பார்வையில் மௌனி இதில் வசிக்கப்பட்டுள்ளார்.

காஞ்சா அய்லையா கூறியதைப்போல ராமாயணமும், மகாபாரதமும், இலியத்தும் ஒன்றுதான் ஒரு தலித்திற்கு, காரணம் இரண்டுமே அவர்களது வாழ்வைப்பற்றி பேசுவதில்லை. புரியாத மொழியில், தலித் வாழ்நிலையை வெளிப்படுத்தாத மொழியில் எழுதப்பட்டவை. ப்ரதிபாவின் கலை நுட்பம், வெய்ஜா பலகை

என்கிற உருவகத்தையும், அதைக் கதையாடலாக்கியிருப்பதிலும் வெளிப்படுகிறது. வெய்ஜா பலகை என்பது நமது மனவிருப்பத் திற்கேற்ப முடிவுகளை வரவழைக்கும் ஒரு சிறுபிள்ளை மர்ம விளையாட்டுதானே.

மற்றொரு முக்கியமான கதை 'கரசேவை'. கரசேவை என்ற தலைப்பே இன்றைய இந்துத்துவ பாசிசத்தின் தோற்றமூலமாகத் தொடங்கிய சொல்லாடலைக் கொண்டது. கரசேவை என்பது சரியாகச் சொன்னால், சீக்கியர்கள் பயன்படுத்திய சொல். அதை வழக்கம்போல் எந்த அடிப்படையுமற்று இந்துத்துவ சக்திகள் எடுத்துக்கொண்டு பாபர் மசூதி இடிப்பிற்குப் பயன்படுத்தினர். இக்கதை புதுமைப்பித்தனின் 'கடவுளும் கந்தசாமி பிள்ளையும்' கதையின் எதிர்பாணியில் எழுதப்பட்டுள்ளது. அதாவது கடவுள் மனிதச் சமூகத்திற்கு வருவார் அதில். இக்கதையில் ஒரு மனிதன் குறிப்பாக தலித் மேல் உலகம் போய் அங்கும் அவனுக்கு உடல் உழைப்பும், கடப்பாறை பணியும் மட்டுமே தரப்படுகிறது. நுட்பமாக கதையானது கரசேவை என்பது கடப்பாறை சேவை என்பதை வெளிப்படுத்துவதாக உள்ளது. இன்று அதை பெரும் பான்மை மக்கள் சேவைதான் என்று நீதித்துறையே மறைமுகமாக சொல்கிறது. ஆக, மதமீட்பு என்பது கடப்பாறை சேவைதான் என்ற படிமத்தை வைத்து நகர்கிறது இக்கதை.

தலித்துகள் அரசின் இடஒதுக்கீட்டால் சாபவிமோசனம் அடைந்தாலும், மனுவாதத்தால் பாபவிமோசனம் அடையமுடியாது என்பதை விவரிக்கிறது இக்கதை. ஏழேழு லோகத்திலும் கடப்பாறை சேவை மட்டுமே அவர்களது கர்மப்பலன். அவர்கள் முழுக்க இப்படியான சேவைகளுக்குப் பயன்படுத்தி ஒரு தெய்வீகக் கூட்டம் உட்கார்ந்து உண்பதே கதையின் மையமான பொருளாக்கமாக உள்ளது. பாபர் மசூதி இடிப்பில் முழுக்க ஒடுக்கப்பட்ட தலித், பழங்குடி, இடைநிலை சாதிகளே பயன் படுத்தப்பட்டார்கள். அவர்களால் கருவறைக்குள் நுழைய முடியாத, அவர்களது கிராமிய தேவதைகளை ஒழித்துக்கட்டிய, பெருந்தெய்வங்களுக்கான கடப்பாறை சேவையே கரசேவை.

முதல்கதையான 'இடைவார்பட்டை சமயன்' ஒரு அத்வைதக் கயிற்றரவை நினைவுபடுத்தும் கதை. சங்கரர் காலத்தில் நிகழ்ந்த அத்வைத உரையாடல்களில் புகழ்பெற்ற கயிற்றரவு (புதுமைப் பித்தன் கதை ஒன்றும் உள்ளது), இக்கதையில் பாம்பா, பெல்ட்டா என்ற மாயையை உருவாக்கும் ஒரு நகைச்சுவையுடன் முடிகிறது.

கயிறா? பாம்பா? என்பதை வைத்து நமது குறைவான ஞானத்தின் (கேவல ஞானம்) விளைவே இந்த உலகின் பருப்பொருள் தோற்றம் என்கிறது அத்வைதம். பழுதை பாம்பென்றும், பாம்பை பழுதென்றும் அறிகிறோம். தோற்றமாயையை வெல்வதற்கு முழுமையான ஞானத்தை அடைய வேண்டும். அப்படி அடைந்தால் பிரம்மநிலையே உலகின் இந்த அலகிலா மாயா விளையாட்டு என்பதைப் புரிந்துகொள்ளலாம் என்கிறது. இக்கதையில் இந்த விளையாட்டை போகிறபோக்கில், அது படமெடுத்த பாம்பு என ஊரார் அடிக்கத் தயாராக, சமயன் தனது இடைவாரை எடுத்து அணிந்துசெல்வது என முடிகிறது.

கதையின் பாத்திரப் படைப்பும், மொழியும் அந்தச் சூழலை உருவமைப்பதாக உள்ளது. குறிப்பாக காலையில் எழுந்து தனது மனைவியின் முலைகளை போகிறபோக்கில் அழுத்திவிட்டுச் செல்வதும், அதற்கு அவரது மனைவி 'எடுவட்டப்பய' என பொய்க்கோபம் காட்டுவதும், சிறுவயது ஆண்டாளிடம் அவர் காட்டும் வெங்காயமும் நகைச்சுவை ததும்பும் கிராமிய இடக்கை (பகடியை) வெளிப்படுத்துவதாக உள்ளது. கதையில் காமம் ஒரு உற்பத்தி ஆற்றலாக மாறி, அவரது உடலில் புத்துணர்வை உருவாக்குகிறது. அவரது வார்ப்பட்டையும், பாம்பும் என்பது ஒருவகை ஆண்குறி நனவலியாக கதையின் உளவியல் தளத்தை அகழ்கிறது. இந்த நுட்பம் கிராமங்களில் ஒருவகை காமவெளியாக இருந்து அவற்றின் உற்பத்தி ஆற்றலாக இருப்பதை வெளிப்படுத்து கிறது. கி.ரா. போன்றவர்களின் பாலியல் கதைவாசிப்புகளின் உள்ளோட்டத்தில் இருப்பது இந்த உற்பத்தி ஆற்றல் குறித்த அரசியலே.

'அரவணைப்பு' கதை வெகுசனக்கதை பாணியில் எழுதிப் பார்க்கப்பட்டுள்ளது என்றாலும், அதில் ஒரு நுட்பமான பிரச்சனை முன்வைக்கப்படுகிறது. ஒருவரின் மகள் ஒருவனுக்கு மனைவியானபின் முற்றிலுமாக, அவளது தந்தை–தாய்வழி உறவு இரண்டாந்தரமாக்கப்படுவதும், அவள் கணவன் குடும்பத்தைத் தனது குடும்பமாக ஏற்கவேண்டிய தந்தைவழி ஆதிக்கத்தினை விமர்சித்து, தனது மனைவிக்கான பொருளாதார உரிமையை மதிக்கும் நிலை காட்டப்படுகிறது. சமீபத்தில் ஒரு கருத்தரங்கில் கலந்துகொண்டபோது, அதில் பேசிய பல தமிழ்ப் பெண்ணிய வாதிகள், பெண் என்ற சாராம்சவாதத்தில் நின்றே பிரச்சனைகளை அணுகுவதைக் காணமுடிந்தது. அங்கு வந்திருந்த ஆண்கள் எழுப்பிய பிரச்சனை, மாமியார்-மருமகள் பிரச்சனை. இருவருமே

பெண்கள்தானே, பெண்ணே பெண்ணிற்கு எதிராக உள்ளார் என்ற கருத்தைப் பேசினர். அடிப்படையில் பெண் இச்சமூகத்தில் நிர்பந்திக்கப்பட்ட பல பாத்திரங்களை ஏற்கிறார். அப்படியான பாத்திரமே தாய், சகோதரி, மனைவி, மாமியார் போன்றவை. அப்பாத்திரத்தை ஏற்று நடிப்பவள் பெண். அவை ஆணால் கட்டமைக்கப்பட்ட பாத்திரங்கள். மனைவி என்பவள் ஒரு பாத்திரம் மட்டுமே, அவளுக்கு என்று பெற்றவர்களுக்கான கடமை உள்ளது என்பதை வெளிப்படையாக பேசாமல், கதைப் பிரதி காதல், அரவணைப்பு என்று பேசுகிறது. இங்குதான் வெகுசனக் கதையாடலுக்கும், இலக்கியக் கதையாடலுக்கும் உள்ள வித்தியாசத்தை அறிய வேண்டும். இப்படி பேசுவதால் கதை வெகுசனக் கதையாடலாக நின்றுவிடுகிறது.

இதைப்போன்றே பெண்ணின் தலித்சார்ந்த ஒடுக்கப்பட்ட பிரச்சனைகளைப் பல கதைகளில் பேசியுள்ளார் ப்ரதிபா. குறிப் பாக பாலியல் சார்ந்த ஒடுக்கத்தை, பெண் வெளிப்படுத்த முனையும் இரண்டு கதைகளைச் சொல்லும் 'கிட்டா மனம்', 'தேறுதல்'. இரண்டும் பெண் உளவியல் நாடகங்களை நுட்பமாக வெளிப்படுத்தும் கதைகள். பாலியல் ஒடுக்கம் என்பதன்பின் ஒரு பெரும் அதிகாரவர்க்க, ஆதிக்க அரசியல் உள்ளது. சமூகத்தை முழுக்க இருபாலின தேர்வே (ஹெட்ரோ செக்சுவல் நார்மலாட்டி) இயல்பானது என மாற்றப்பட்டதின் வரலாறு அது. பல்வேறு பாலினத் தேர்வுகளைப் புறனடைகளாக ஆக்கி, ஆண்–பெண் இனக்கவர்ச்சியை மட்டுமே பாலின இன்பமாக மாற்றியதன் அரசியல் அது. அதன் ஒரு பக்கவிளைவு பெண் பாலியல் முழக்க ஆணின் வடிவமைப்பாக மாறியது. அதாவது பெண்களுக்கான பாலியல் இன்பம்கூட ஆணினால் கையளிக்கப்படுவதாக, கட்டுப் படுத்தப்படுவதாக மாறியது. இக்கதைகளில் அதை மீறுவதற்கான ஆழ்தள உளவியல் நடத்தும் ஒரு நாடகம் கதையாக்கப்பட்டுள்ளது. அதிலும் பார்க்க காமம்கூட மத்தியதரவர்க்க பெண்ணிற்குத் தேறு தலாகவும், தலித் பெண்ணிற்கு கிட்டா மனமாகவும் இருக்கிறது. இங்கு காமம்கூட ஒடுக்கப்பட்ட தலித்திற்கும், வாய்ப்புள்ள நடுத்தர வர்க்கத்திற்கும் மாறுபட்டுள்ளது. அதை ஒட்டிய தேர்வும், வெளிப் பாடும்கூட வேறுபட்ட வடிவங்களை எடுப்பதாக உள்ளது.

"ஒரு பேரன்பு குகைகளினூடாக அழைத்துச் செல்லப்படுவது போன்றதொரு எதிர்பார்ப்பு, பிரம்மை தொற்றிக் கொண் டிருந்ததில் வியப்பில்லை" என்ற வரிகள் கிட்டா மனத்திற்கு ஏங்கும் ஒரு தலித் பெண்ணின் பேருந்துப் பயணத்தில் உருவாகும்

முகமற்ற ஆடவனின் நெருக்கம் வெளிப்படுத்தும் வரிகள். காதல் பிரபஞ்ச விகசிப்பு, கண்ணாமூச்சி, வேதிவினை உள்ளிட்ட பல புனைவாக்கம்கூட மறுக்கப்பட்ட ஒரு தலித் மனம் விகசிப்பதே இக்கதையின் முக்கியத்துவம். காதலிப்பதற்கான வாய்ப்புகூட மறுக்கப்பட்ட ஒரு சமூகம். அதில் பேரன்பு குகை, பிரபஞ்ச விகசிப்பு எல்லாம் இப்படியாக எழுதிக்காட்ட வேண்டிய தேவை உள்ளது. "ஒரு திருப்பத்தின் சாய்வில் அழுந்தக் கிடைத்தது ஒரு எச்சில் முத்தம்" இந்த எச்சில் முத்தம் என்பதில் இந்தச் சமூகத்தின் காதல், காமம் உள்ளிட்டவை மறுக்கப்பட்டதின் வலி வெளிப் படுகிறது. எச்சில் என்பதில் இன்பம் மட்டுமல்ல ஏளனமும் உள்ளது.

'சலிப்பு' விரிவாக இறைவன் தொடங்கி, இன்றுவரை சலிப்பை அலசிவிட்டு ஓர் ஆணின் பார்வையில் உருவாகும் பெண் சித்திரத்தை, அது தரும் கள்ளத்தின் இன்பம் பற்றி ஏங்கும் கதை. மற்ற கதைகளுடன் ஒப்பிட இக்கதையில் ஆரம்ப உசாவல்கள், கதையின் கருவிற்கான தேடுதலாகவே எஞ்சுகிறது. பொதுவாக ஆணுடல் என்பது பெண்ணுடலின் ஏக்கப் பெரு வெளியாக மட்டுமே கட்டமைக்கப்பட்டுள்ளது. பெண்ணுடலும் ஆணிற்கான வியப்புப் பெருவெளியாக கட்டமைக்கப்பட்டுள்ளது. இவ்விரண்டு பெருவெளி முயக்கத்திற்கான ஒரு கள்ளக் கதை யாடலே இக்கதை என்றாலும், இது வேறுவிதமாக ஒரு பருவ ஆணுடல் பார்வையில் எழுதிப் பார்க்கப்பட்டுள்ளது.

"வெளியில் ஒலிப்பதெல்லாம் வெற்றிபெற்றவர்கள் குரல் தானே" எனக்கூறும் 'வெயில்காற்று' மனிதமனத்தின் பொறாமை என்கிற நுண்ணுணர்வு சார்ந்த கதை. இறுதியில் மா. அரங்க நாதனின் புகழ்பெற்ற 'வீடுபேறு' கதைபோல, குறிப்பிட்ட நபரை சந்திக்காமலேயே திரும்பிவிடுகிறான். வீடுபேறு கதை ஒருவகை இந்திய தத்துவ சிந்தனை அடிப்படையில் வீடுபேற்றைப் படிமமாக வைத்துப் பேசிய கதை. இக்கதையில் வெயில்காற்று போன்று ஒரு குளிர்விப்பான மனநிலை, பொறாமையின் சாயலை அடித்து விரட்டுவதாக எழுதப்பட்டிருக்கிறது. கதையின் தத்துவ ஆழம் விடுபட்டிருந்தாலும், ஒரு சராசரி உணர்வில் நம்மால் முடிந்த சமநிலையைக் காக்க முனைவதை கதையாக மாற்றியிருக்கிறார்.

'எழுவு சொல்லி', 'முட்டாய்தாத்தா', 'ஒருநாள்' – ஆகிய கதைகள் முழுக்க தலித்துகளின் வாழ்சிறைகளில் வெளிப்பட்ட

கதைகள். தீண்டாமைப் புவியியலில் (untouchable geography) தலித் சேரிகள் முழுக்க அகதி முகாம் போலவே இங்கு உருவாக்கப்பட்டு தொடரப்படுகிறது. ஐரோப்பா இரண்டாம் உலகப்போரில்தான் முகாம்களைக் கண்டுபிடித்தது என்றால், இந்திய மனுவாத பிராமணிய வேதமதம் பல நூறு ஆண்டுகளுக்கு முன்பாகவே, பறைச்சேரி, புலைச்சேரி போன்ற வடிவங்களில் ஊர் என்கிற அமைப்பில் ஓரங்களில் முகாம்களை உருவாக்கி, அதை அனைத்து இந்திய மனங்களிலும் இயல்பானதாக ஆக்கியுள்ளது. அந்த முகாம்களின் அழகியலை அதன் வலியோடு சொல்லும் கதைகள் இவை.

இவற்றில் முட்டாய்தாத்தா கதை பொதுச்சமூகத்தின் தீண்டாமை பொருளியலை (untouchable economy) குறித்து நுட்ப மாக வெளிப்படுத்தும் கதை. இதில் வரும் சவ்வுமிட்டாய்க்காரன் எப்படி தெருவில் வசிக்கும் மணமாகாத கன்னிகள், ஏழைகளின் கனவுகளை நிறைவேற்றும் ஒரு மாயக்காரனாக இருக்கிறான் என்ற பொருள்பட கல்லூரிக் காலத்தில் நான் ஒரு கவிதை எழுதி யிருந்தேன். இக்கதையில் அவை காட்சிகளாக வெளிப்பட்டுள்ளது. ஆனாலும், ஒரு தலித் வியாபாரம் செய்வதற்கோ, பொருளாதாரப் பணிகளில் ஈடுபடவோ, அதாவது சமூகப் பொருளுற்பத்தியில் வணிகத்தில் பங்கு பெறுவதற்கோ தடையாக இருப்பது தீண்டாமை என்பதை வெளிப்படுத்தும் கதை. ‘ஒருநாள்’ கதையை புதுமைப்பித்தனின் ‘ஒருநாள் கழிந்தது’ கதையுடன் ஒப்பிட, ஆர்வ மூட்டக்கூடிய சொல்லாடலின் ஒருவகை அரசியலைப் புரிந்து கொள்ள முடியும். வேலாயி என்கிற சிறுமியின் பார்வையில் ஒருநாள், அவளது மொழியில் விவரிக்கப்படுகிறது. அதேபோல் எழுவுசொல்லி கதையும். தன்னுணர்வாக்கம் என்பதன் உருவாக்கத்தில் பின்னுள்ள வாழ்நிலைசார்ந்த சமூக அரசியல் வெளிப்படும் கதை. ஒரு தலித்தின் தன்னிலை உருவாக்கத்திற்கான தடங்களைக் காட்டும் கதைகள்.

இத்தொகுப்பில் ஒரு வகைத்திணையாகக் கருதத்தக்க கதைகள் ‘பிதா குமாரன் பரிசுத்த ஆவியின் நாமத்தினாலே’, ‘சகோ’ டி’, ‘இதோ ஒரு கன்னிகை கர்ப்பவதியாகி’. இக்கதைகள் மதமாற்றம், அதற்குள் இயங்கும் சாதியத்தின் அரசியலை வெளிப்படுத்தும் கதைகள். தலித்துகளுக்குத் தீண்டாமையிலிருந்து விடுதலை என்ற பெருங்கதையாடலுக்குள் நிலவும் சாதியத்தின் நுண்ணரசியல் விளையாட்டை வெளிப்படுத்தும் கதைகள். 1. காதல் விளையாட்டு

('பிதா குமாரன் பரிசுத்த ஆவியின் நாமத்தினாலே'); 2. மதமாற்ற விளையாட்டு ('சகோ 'டி''); 3. தீண்டாமை விளையாட்டு ('இதோ ஒரு கன்னிகை கர்ப்பவதியாகி'). இம்மூன்று கதைகளும் உள்ளமைப்பாகக் கொண்டிருப்பது மேற்சொன்ன நுண்விளை யாட்டுகளைத்தான். இவை ஒருவகை மொழிவிளையாட்டும்கூட. அதாவது ஒரு குறிப்பிட்ட மதம் சார்ந்த (கிறித்துவம்) மொழியில் அதன் திருமறைவடிவத்தில் எழுதப்பட்ட கதைகள்.

குறிப்பாக 'இதோ ஒரு...' கதை முழுக்க பைபிளின் வடிவில் அதிகாரம் அதிகாரமாக எழுதப்பட்டுள்ளது. அதன் உள்ளே ஒரு கதை சாதியத்தின் வெளிப்பாடான தீண்டாமை விளையாட்டைச் சொல்லும் கதை. எத்தனை தீவிரமான ஆன்ம ஞானத்தை மதத்தில் அடைந்தாலும், தீண்டாமை என்பது அதற்கான பெருந்தடையாக இருப்பதைச் சொல்கிறது. இதன் மொழிநடை ஒரு போலச்செய்யும் விளையாட்டு என்பதுடன், திருமறைகளின் தெய்வீகத்தன்மை என்பது ஒரு கதைகூறும் விளையாட்டு என்பதை வெளிப்படுத்துவதாக அமைந்துள்ளது. இந்தியாவில் எந்த ஒரு மதமும், இந்தியமயம் எனப்படும் பிராமண வருண தர்மத்தை அடிப்படையாகக்கொண்டே தன்னை தகவமைத்துக் கொள்வதை வெளிப்படுத்துகிறது. கிறித்துவ மடங்கள், பிற மத மடங்களைப்போல குறிப்பாக பிராமணவேதமத மடங்களைப் போலவே அமைந்துள்ளது. அதில் தலைமைக்குத் தனது ஞானத் தால், திறமையால், அறிவாற்றலால் உயர்ந்தாலும், உதவியாளராக உள்ள ஒரு உயர்சாதிப் பெண்ணிற்குக்கீழ் அடக்கப்படுகிறார் தீமோத்தேயு.

ஒரு இடைநிலைச்சாதி பாஸ்டர், நுட்பமாக சாதியத்தை உள்நுழைத்து அதற்கு பைபிளின் வசனங்களைத் துணைக்கழைப்ப தாகவும், குறிப்பாக ஏசு யூத இனத்தில் தேர்வு செய்யப்பட்டதையும் கேள்விக்கு உட்படுத்துகிறது. இப்படி பல நுட்பங்களைச் சொல்லும் இக்கதை, இறுதியில் அந்தப் பெண் பாலியல் புணர் விற்கு உட்படுத்தி கர்ப்பவதியாதல் என்பதும், அதனை ஒரு மரியாவின் குமாரன் என்ற உபகதையாடலுடன் இணைத்துப் பார்க்கும் உட்பிரதியாக உள்ளது. தீமோத்தேயு என்கிற பாதிரி, தனது தீண்டாமைக் கறை போகாத சாதிய வன்மத்திற்கு எதிராக உடல்ரீதியான ஒரு கலகத்தை நிகழ்த்துகிறார். பைபிளின் வடிவில் அதன் கதைகளின் சொல்லுதல் பாணியிலேயே கதை கூறப்படு கிறது. தீமோத்தேயு அதீத இறைஞானம் பெறச் செய்யும்

குறிசொல்லல் விளையாட்டுக்குள் ஒரு தொன்மமாக மற்றப்படுவது என்பது, பைபிள் கதைகளின் தொன்மக்கலை எடுத்துக் காட்டுவதாக உள்ளது. ஆபிராகாமிய மதங்களின் மூலக்கதை யாடல்கள் குறித்து ஒரு மொழிவிளையாட்டே இச்சிறுகதை.

'சகோ டி'-கதை கிறித்துவ மதமாற்றத்திற்கு மாற்றாக, இந்து மதத்திற்குத் திரும்புதலைக் கதைக்களமாகக் கொண்டது. சமீப காலங்களில் இந்துத்துவ அமைப்புகள் 'கர்வாசி' என தாய் வீட்டிற்குத் திரும்புதல் என்ற இயக்கத்தைத் தொடங்கி பலரையும் மதமாறச் செய்த நிகழ்வுடன் இதை ஒப்பிடலாம். 'பிதா குமரன்...' கதையும் இறுதிவரை தனது மகனின் நண்பனாக உள்ள கிறுத்துவ இளைஞனின் சாதியை அறிவதிலேயே குறியாக உள்ளதை விளக்குவதும், மதம்மாறிய பிறகும் சாதிக் காதலுக்கும், திருமணத் திற்கும் தடையாக இருப்பதையும் சொல்வதாக உள்ளது. அடிப் படையில் பொருளியல் தேவைகள் பொருட்டே இத்தகைய மதமாற்றங்கள் நிகழ்கின்றன. இந்தத் தேவை பொருளியல் அடிப் படையில் வேலைவாய்ப்பு, சொத்து, பணம் என்று ஒருபுறம் இருந்தாலும், தீண்டாமைக் கொடுமை, சமூகப் புறக்கணிப்பு, ஒதுக்குதல் போன்ற மத-சாதிய பண்பாட்டு மூலதனத்தின் அடிப் படையிலும் நடைபெறுகிறது. இந்திய சமூகத்தில் ஆழ்தள நனவிலியாக மாறிவிட்ட தீண்டாமையை விடுவிப்பதற்கான மாற்று மதங்களிலும் இல்லை என்கிற முடிவையே இக்கதைகள் தருவதாக உள்ளது.

வெவ்வேறு மொழிநடைகளில், வெவ்வேறு கதைத்தளங்கள், வெவ்வேறு கதைசொல்லிகள் என ஒரு விரிந்த தளத்தில் இக் கதைகள் எழுதப்பட்டுள்ளன. சிறுகதை வடிவத்தின் நுட்பங்கள் சிதையாமல், அதிலேயே புதிய முயற்சியாக, தொகுக்கப்பட்ட டைரி குறிப்பாக, நனவோடையாக, திருமறைகளின் நடையில், தமிழ் எழுத்திலக்கிய நடை, இந்துப்புராணங்களின் நடை எனப் பல மொழிவிளையாட்டுகளை நிகழ்த்திப் பார்த்துள்ளார். இக்கதையாடல்களில் கிறித்தவ தமிழ் ஒரு சிறுவாரி மொழிக்களமாக இயங்குகிறது. பெருவாரியான மொழிக்களம் தமிழில் பிராமண மயமாகிய மையத்துவப் புனைவு எடுத்துரைப்புகளாக மாறிவிட்ட நிலையில், அதன் எதிர்வாக உருவாகிய திராவிட மரபான கற்பனார்த்தம் தாண்டிய, ஒரு வட்டார மொழிப் பயன்பாடு ஒரு வகையில் தமிழ்க் கதைத்தளங்களை விடுவித்தது. அந்த விடுதலையின் ஒரு வெளிப்பாடாக இதில் விருதுநகர் சார்ந்த

தலித் வட்டார வழக்கும், கிறித்துவ தமிழும் ஒரு முக்கியமான மொழிதலாக வெளிப்பட்டுள்ளது.

ஒடுக்கப்பட்டவர்களுக்கான இலக்கியத்தில் ப்ரதிபா ஜெயச்சந்திரன் அவர்களின் கரசேவைக்கு ஓர் இடம் உண்டு. அவரது புனைவாற்றலும், மொழிநடையும், இன்னும் சிறந்த புனைவுகளை அவரால் உருவாக்க முடியும் என்பதை வெளிப்படுத்துகிறது. தமிழின் முக்கியமான இரண்டு புனைகதை ஆளுமைகளாக புதுமைப்பித்தன், மௌனி ஆகியோரின் கதை வாசிப்பினால் உருவான ஒரு இடையீட்டுப் பிரதியாக சில கதைகள் எழுதப்பட்டுள்ளன. அவ்வகையில் தமிழ்ப் புனைவிலக்கியத்தில் மேலும் காத்திரமான புனைவுகளையும், சமூக, அரசியல் உள்ளோட்டங்களையும் வெளிப்படுத்தும் எழுத்தைத் தொடர்ந்து ப்ரதிபா அவர்களால் படைக்க முடியும் என்பதை இந்தக் கதைகள் எடுத்துக் காட்டுகின்றன.

(02.02.2020)